ఫీనెక్స్

పరివర్తన

ఫీనెక్స్

పరివర్తన

జీవన పథంలో శిఖరం చేరుకునే వారి 12 లక్షణాలు.
వృత్తిలోనూ, జీవితంలోనూ నిత్యం అనుసరించవలసినవి

బ్రెయిన్ ట్రేసీ

అనువాదం
ఆకురాతి భాస్కర్ చన్ద్ర

MANJUL
మంజుల్ పబ్లిషింగ్ హౌస్

First published in India by

MANJUL

Manjul Publishing House
Corporate and Editorial Office
•2nd Floor, Usha Preet Complex, 42 Malviya Nagar, Bhopal 462 003 – India
Sales and Marketing Office
•C-16, Sector 3, Noida, Uttar Pradesh 201301 – India
Website: www.manjulindia.com
Distribution Centres
Ahmedabad, Bengaluru, Bhopal, Kolkata, Chennai,
Hyderabad, Mumbai, New Delhi, Pune

Telugu translation of *The Phoenix Transformation* by Brian Tracy

Original English edition published in the US by G&D Media

This edition first published in 2023

ISBN: 978-93-5543-240-7

Translation by Akurati Bhaskar Chandra

Printed and bound in India by Manipal Technologies Limited

విషయసూచిక

ముందు మాట

ఫీనిక్స్ పురాణం గురించి అందరికీ తెలిసిందే. ఒక ఊదా-ఎరుపు పక్షి, ప్రకాశవంతంగా, మెరుస్తూ ఉంటుంది. ఇది మంటల్లోపడి తనకు తానుగా చనిపోయే ముందు అనేక వందల సంవత్సరాల పాటు జీవిస్తుంది. అది కొత్త జీవితాన్ని ప్రారంభించడానికి బూడిద నుండి పునర్జన్మ పొందుతుంది.

రోమన్ దేశపు మహాకవి ఓవిడ్ తన మెటామార్ఫోసెస్‌లో కొంచెం భిన్నమైన కథను చెబుతాడు:

ఒక పక్షి ఉంది, అస్సిరియన్లు దానిని 'ఫీనిక్స్' అని పిలిచే వారు,

అది తనను తాను పునరుద్ధరించుకుంటుంది మరియు పునర్జన్మ పొందుతుంది.

బ్రతుకుతుంది, పళ్లు తిని, మూలికలను తింటూ కాదు,

సుగంధ ధూపం మరియు యాలకుల రసపు చుక్కల మీద జీవిస్తుంది.

అది ఐదు వందల సంవత్సరాల జీవితాన్ని గడిపిన తర్వాత,

తన ముక్కు, గోళ్లు పనిముట్లు చేసి తన కోసం ఒక గూడును నిర్మించుకుంటుంది

తాళ వృక్షపు చిటారు కొమ్మ పొత్తిళ్లలో,

కసింద చెట్టు వరుసన లవంగ తీగెల సన్నని కాండాలతో,

దాల్చినచెక్క రేకులు కమ్మిన సుగంధపు పసుపు పచ్చని గోప రసం నిండుగా,

అక్కడ వుంటుంది ఒక చిన్న ఫీనిక్స్, రాబోయే సంవత్సరాల్లో జీవించడానికి పుట్టిన పుట్టుక,

దాని తండ్రి మృతదేహం నుండి పుట్టిందని చెబుతారు.

వయస్సు తన భారాన్నీ, భరించే శక్తినీ యువకుడికి అందించినప్పుడు,

అది ఎత్తైన చెట్టు కొమ్మల బరువును తగ్గించి,

తన తండ్రి సమాధినే తన ఊయలగా,

అలలు అలలుగా కదిలే సుతిమెత్తని గాలుల ద్వారా హైపెరియన్ నగరానికి చేరుకునే వరకు

పవిత్రమైన ద్వారాలు తెరుచుకున్న తదుపరి హైపెరియన్ బలిపీఠంపై గూడును ఉంచుతుంది.

— ఓవిడ్, మెటామార్ఫోసెస్, 15:392–407

(రిచర్డ్ స్మోలీ ఇంగ్లీషులో అనువదించారు)

ఫీనిక్స్ అనేది చరిత్రలో ఒక భాగం. రోమన్ చరిత్రకారులలో గొప్పవాడైన టాసిటస్, ఇది AD 34లో ఈజిప్టులో కనిపించిందని చెప్పారు (ఇతర పురాతన మూలాలు సంవత్సరాన్ని 36 గా సూచిస్తాయి). ఈ పక్షి సుదీర్ఘ జీవితకాలం కారణంగా, దాని దర్శనం కొత్త యుగానికి నాంది పలుకుతుందని భావిస్తారు.

ప్రతి యుగమూ, వాస్తవానికి, ఒక కొత్త యుగంగానే చెప్పుకోవాలి. ప్రతి యుగమూ, ఆ కాలానికి సరిగానే వున్నట్టుగా మనం చెప్పుకోవాలి, ఎందుకంటే ప్రతి యుగానికీ దానికంటూ కొన్ని ప్రత్యేక పరిస్థితులు, ఇబ్బందులు, అవకాశాలను కలిగి ఉంటుంది. మనదేమీ మినహాయింపు కాదు.

తరచుగా ఉల్లేఖించబడే పాతదైన ఒక అరబ్ సామెత, "పురుషులు తమ తండ్రుల కంటే ఎక్కువగా తమ కాలాన్ని పోలి ఉంటారు" అని చెబుతుంది. దీని అర్థం, మనుగడ, అభివృద్ధి చెందడానికి, మనలో ప్రతి ఒక్కరూ మనం జీవిస్తున్న కాలాన్ని అర్థం చేసుకోవడం, దానికి అనుగుణంగా మనల్ని మనం మార్చుకోవడం అవసరం. ఫీనిక్స్ మాదిరిగా, మన కొత్త యుగం కోసం మనల్ని మనం పునర్నిర్మించుకోవాల్సిన అవసరం రావచ్చు.

1983లో, నేను *ది సైకాలజీ ఆఫ్ ఎచీవ్‌మెంట్* అనే ఆడియో ప్రోగ్రామ్‌ని నిర్మించాను. ఇది చరిత్రలో వ్యక్తిగత సాధన మరియు విజయానికి సంబంధించిన అత్యంత ప్రజాదరణ పొందిన ప్రోగ్రామ్‌లలో ఒకటిగా మారింది. మిలియన్ల మంది ప్రజలు దానిని విన్నారు. ఇది ఇరవై కంటే ఎక్కువ భాషల్లోకి అనువదించబడింది. ఇది లెక్కకు మించిన వ్యక్తుల జీవితాలలో మార్పు తీసుకువచ్చింది.

సైకాలజీ ఆఫ్ ఎచీవ్‌మెంట్ అనేది నేను విజయం యొక్క 'అంతర్గత క్రీడ' అని పిలుస్తాను – మీరు మీ ఆలోచనలు, వైఖరులు, వ్యక్తిత్వాన్ని ఎలా క్రమబద్ధీకరిస్తారు? అలాగే మీరు మీ లక్ష్యాలను ఎలా నిర్దేశించుకుంటారు, ఇతరులతో కలిసిమెలిసి ఎలా

మెలగాలి, మిమ్మల్ని మీరు ఎలా అర్థం చేసుకుంటారు, అసాధారణమైన వాటిని సాధించడానికి మీ వ్యక్తిగత బలహీనతలు ఎలా వదులుకుంటారు అనే విషయాలను చర్చిస్తుంది.

1983 నుండి పరిస్థితులు నాటకీయంగా మారాయి. ఇంటర్నెట్‌ను తెచ్చుకున్నాము; డాట్-కామ్ బబుల్‌ని తెలుసుకున్నాము; వేగవంతమైన సాంకేతిక విప్లవం ద్వారా ప్రయాణించాము; అనేక విభిన్న రాజకీయ మార్పులనూ, అధ్యక్షులనూ చూసాము. 1983లో చైనా చాలా వెనుకబడి ఉండేది. కానీ నేడు అది ప్రపంచంలో అత్యంత వేగంగా అభివృద్ధి చెందుతున్న ఆర్థిక వ్యవస్థలలో ఒకటి.

ఈ రోజున మీరు తరచుగా ప్రజలు “తమను తాము తిరిగి ఆవిష్కరించుకోవడం” గురించి మాట్లాడటం వింటారు. సాధారణంగా ఇది వారి బాహ్య చిత్రంతో సంబంధం కలిగి ఉంటుంది – వాస్తవమైన లేదా ఊహాత్మకంగా తమను తాము మరింత ఎక్కువగా, మరింత ఫ్యాషన్‌గా, తాజా సాంకేతిక జిమ్మిక్కులు మరియు గాడ్జెట్‌ల గురించి మరింత అధునాతనంగా కనిపించేలా చేయడానికి యిది అవసరం.

అవును, మిమ్మల్ని మీరు మళ్లీ ఆవిష్కరించుకోవాల్సిన అవసరం ఉంది. కానీ మీ ఇమేజ్‌ని మార్చడం అనేది ఉద్యోగంలో ఒక చిన్న భాగం మాత్రమే. ఇది అంత ముఖ్యమైనది కాదు. మీకు గతంలో కంటే భిన్నమైన, మెరుగైన ఫలితాలు కావాలా? అందమైన కూలింగ్ గ్లాసెస్‌ని ఎన్నుకోవడం కంటే ఇది కాస్త ఎక్కువ సమయం పడుతుంది. ఫీనిక్స్ లాగా, మీరు మీ పాత “గూడు” నుండి మిమ్మల్ని మీరు పునరుద్ధరించుకోవాలి, పునర్నిర్మించుకోవాలి.

దాన్ని ఏ విధంగా చేయాలో ఈ పుస్తకంలో నేను మీకు చూపించబోతున్నాను. మనం నివసిస్తున్న, పని చేస్తున్న, కొత్తదైన, భద్రమైన ప్రపంచానికి సంబంధించిన అత్యాధునిక పరిశోధనతో వినూత్న భావనలను జోడించడానికి నేను నా *సైకాలజీ ఆఫ్ ఎచీవ్‌మెంట్‌*ని అప్‌డేట్ చేసాను. *ఫీనిక్స్ పరివర్తన* మీకు సహాయం చేయడానికి, నేను అభివృద్ధి చేసిన శక్తివంతమైన ఆలోచనల శ్రేణిని కలిగి ఉంది. కొత్త ప్రపంచంలో పోటీపడండి – మీరు మీ మొత్తం జీవితంలో కలలుగన్న దానికంటే ముందుగానే ఎన్నెన్నో వారాలు, నెలలు, సంవత్సరాల్లో మీరు మరింత ముందుగానే సాధించడానికి ఉపయోగించే ఆలోచనలు యిందులో ఉన్నాయి.

అసాధారణమైన విజయానికి పన్నెండు దశలను ఇక్కడ మీ కోసం చెబుతున్నాను – ప్రతి అధ్యాయంలో ఒకటి. అవి రహస్యాలా? కాదు. అవి అందరికీ బాగా తెలిసిన సూత్రాలు. కానీ చాలా తక్కువ మంది వ్యక్తులు వాటిని ఉపయోగిస్తున్నారు. అందువల్ల, అవి రహస్యాలు కూడా కావచ్చు. సమాజంలో చిన్న మైనారిటీ ప్రజలు

మాత్రమే ఈ భావనలను వారి జీవితాలకు వర్తింపజేస్తారు. వారందరికీ ఉమ్మడిగా ఒక విషయం ఉంది: వారు ప్రతి రంగంలోనూ విజయం సాధించారు.

ఉన్నత సాధకుల పన్నెండు గుణాలు

1. వారు మనస్సు యొక్క శక్తిని అర్థం చేసుకుంటారు, దానిని ఉపయో-గించుకుంటారు.
2. వారు కోరుకున్నదానిపై దృష్టి పెట్టడం ద్వారా తమ గరిష్ట సామర్థ్యాన్ని పూర్తిగా వాడుకుంటారు.
3. వారు గరిష్ట పనితీరును సాధించేందుకు, తమను తాము ప్రేరేపించడా-నికి ఆశావాదాన్ని ఎన్నుకుంటారు.
4. ఇతరులను ఇష్టపడేలా చేయడం, వారి నుంచి ఎలా పొందాలో వారికి తెలుసు.
5. వారు లక్ష్యాలను నిర్దేశించుకుంటారు. వాటిని సాధించడానికి స్థిరంగా పని చేస్తారు.
6. వారు సరైన సామర్థ్యం కోసం వారి సమయాన్ని నిర్వహిస్తారు.
7. తమకు తాముగా సంపదను ఎలా సృష్టించుకోవాలో వారికి తెలుసు.
8. వారు ఆర్థిక స్వాతంత్ర్యాన్ని సాధించే మార్గంలో ఉన్నారు.
9. వారు వ్యవస్థాపకతకు కీలకాలను తెలుసుకుని, వాటిని ఉపయోగిస్తారు.
10. వారు స్వీయ-క్రమశిక్షణలో ప్రావీణ్యం సంపాదించారు.
11. సమస్యల విషయంలో, వారికి అద్భుతమైన పరిష్కార నైపుణ్యాలు ఉన్నాయి.
12. వారికి ఆనందాన్ని కలిగించే విషయాలపై దృష్టి సారించడం ద్వారా వారు తమ జీవితాలను సరళీకృతం చేసుకుంటారు.

1

మీ ఆలోచనను మార్చుకోండి, మీ జీవితాన్ని మార్చుకోండి.

మనకున్న అత్యంత అసాధారణమైన శక్తి వనరులలో కీలకమైనదిః మనస్సు. దాని లోపలికి తొంగి చూడటమే మీరైనా, మరెవరైనాగానీ వేయబోయే తొలి అడుగు.

నేను చాలా నమ్రతతో నా జీవితాన్ని ప్రారంభించాను. నేను హైస్కూల్ చదువు పూర్తి చేయలేదు. నేను పన్నెండవ తరగతిలోనే చదువుకు స్వస్తి పలికాను. అందువల్ల నేను పొందగలిగే ఉద్యోగాలు కేవలం కింది తరగతి కార్మిక ఉద్యోగాలు మాత్రమే. నాకు దొరికిన మొదటి పని చిన్న హోటల్ వెనుక గిన్నెలు కడగడం. నేను ఆ ఉద్యోగం పోగొట్టుకున్న తర్వాత, నాకు కార్లు కడిగే పని వచ్చింది. నేను దానిని కూడా పోగొట్టుకున్నప్పుడు, నేను ఒక అపార్టుమెంటు సర్వీసు విభాగంలో అంతస్తులు కడిగే ఉద్యోగం పొందాను. 'కడుక్కోవడం' అనేది నా భవిష్యత్తు అని తీర్మానించుకున్నాను. మీరు చూసినట్లయితే, ఇది ఒక విధంగా కిందికి జారిపోయే ధోరణిగా అనుకోవచ్చు.

యవ్వనం అనేది మనకు యిష్టం లేని ఉద్యోగాలు చేసే సమయంలో గొప్ప ఆశలా కనిపిస్తుంది. మనం కొత్త ఉద్యోగాలను అన్వేషించే అవకాశాలను యవ్వనం మనకు యిస్తుందని భరోసాతో ఉంటాం. ఇవ్వాల్టి రోజుల్లో చాలా కంపెనీలు వారం లేదా నెల చివరి రోజుల్లో ఉద్యోగులకు స్వస్తి చెప్పే కార్యక్రమాలను పెట్టుకుంటున్నారు. ఒకప్పటి రోజుల్లో మిమ్మల్ని 11:55 కి లేదా 4:55 కి ఉద్యోగం నుండి తొలగించినట్టుగా చెప్పేవారు. వాళ్లు మీ దగ్గరకు వచ్చి, మీ వైపు విచిత్రంగా చూస్తారు. వాళ్ల చూపులు మీరు మృత్యుముఖంలో ఉన్నట్టుగా, జాలిగానూ, భయంకరంగానూ ఉంటాయి. "ఇదిగో మీ జీతం, ఇకపై మీ సేవలు మాకు అవసరం లేదు, మీ దారి మీరు చూసుకోండి" అని చెబుతారు.

నేను ఉద్యోగం వెతుక్కుంటూ ఒక్కొక్క చోటికి వెళ్లేవాడిని. "చేసేందుకు ఏదైనా పని యివ్వండి" అనే వాణ్ణి. "ప్రస్తుతం నీ అవసరం ఎక్కువగా లేదు" అని చెప్పేవారు. అప్పుడు నేను కూడా యిలా చెప్పేవాడిని. "నేను మీకు సరైన వ్యక్తిని, ఎందుకంటే నేను కూడా ఎక్కువకాలం సహాయం చేయలేను" అని చెప్పేవాణ్ణి. ఏది ఏమైనా అది నా కెరీర్‌కు సహాయ పడలేదు. నేను భవన నిర్మాణ కూలీగా పనిచేశాను. బరువైన వస్తువులను ఒకచోటి నుండి మరో చోటుకి మోసుకువెళ్లాను. నేను రంపపు కోత మిల్లులో పని చేసాను, కలపను అనేక విధాలుగా కోయడం, వాటిని పేర్చడం వంటివి చేసాను. ఒక వేసవిలో నేను బావులు తవ్వే పని చేసాను. నేను చిన్న చిన్న రంపాలతో కోసే పనిచేశాను. నేను ఒక ఫ్యాక్టరీలో నట్లు, బోల్ట్‌లు బిగించే పనిచేశాను. ఉత్తర అట్లాంటిక్‌లోని ఓడలో పనిచేశాను. నేను పొలాల్లోనూ, గడ్డిబీడుల్లోనూ పనిచేశాను. ఒక్కోసారి, నేను నా కారులోనే నివసించాను.

నాకు ఇరవై మూడేళ్ళ వయసులో, నేను వ్యవసాయ కూలీని, పంట సమయంలో పొలంలో పని చేసేవాడిని. రైతు కొట్టంలో ఎండుగడ్డి మీద పడుకున్నాను. మేము ఉదయం ఐదు గంటలకు నిద్రలేచే వాళ్లం. అప్పుడు చాలా చీకటిగా ఉంది. రైతు కుటుంబంతో కలిసి అల్పాహారం తీసుకునే వాణ్ణి. సూర్యోదయం అయ్యేసరికి మేము పొలాల్లో ఉండవలసి వచ్చేది. అలాచేస్తేనే మేము మంచుకురిసే నాటికి పంటను పొందగలం. నేను చదువుకోలేదు, పైగా ఎటువంటి సాంకేతిక నైపుణ్యం లేనివాడిని. అందువల్ల పంటల కాలం ముగిసిపోయాక నేను మళ్లీ నిరుద్యోగిగా ఉండేవాణ్ణి.

కార్య-కారణాల సంబంధం

కార్మిక ఉద్యోగాలు పొందలేనప్పుడు, నాకు సేల్స్ ఉద్యోగం వచ్చింది. నేను మూడు దశల విక్రయ శిక్షణా కార్యక్రమాన్ని పొందాను: "ఇదిగో మీ కార్డులు, ఇదిగో మీ బ్రోచర్లు, అక్కడ మీ దారి" అంతే ! నేను రోజంతా చలిని తోడుగా తీసుకుని ప్రతి యింటి తలుపులు తడుతూ బయటికి వెళ్లి, నా కారులో తిరుగుతూ వుండేవాణ్ణి. నేను చాలా కాలం పాటు అత్యంత నిరుత్సాహానికి గురయ్యాను.

సుమారు ఆరు నెలల తర్వాత, మా కంపెనీలో ఒక వ్యక్తి అందరికంటే పది రెట్లు ఎక్కువ అమ్మకాలు చేస్తున్నాడని నేను గమనించాను. నేను అతని దగ్గరకు వెళ్లి, "మీరు నాకంటే భిన్నంగా ఏమి చేస్తున్నారు?" అని అడిగాను. అతను నాకు చెప్పాడు. నేను అతని సలహాను అనుసరించాను. ఆ తర్వాత నా జీవితం మారిపోయింది.

ఆ రోజు నుండి, నేను అడగడం ప్రారంభించాను. కొంతమంది ఇతరుల కంటే ఎందుకు ఎక్కువ విజయవంతమయ్యారు? కొంతమంది ఎందుకు మంచి జీవితాన్ని

కలిగి ఉంటారు, ఎక్కువ డబ్బు సంపాదిస్తారు, అందమైన ఇళ్లలో నివసిస్తున్నారు, మంచి రెస్టారెంట్‌లకు వెళతారు, వాళ్ల సెలవులను మనోహరంగా గడుపుతారు? అయినప్పటికీ అత్యధిక మెజారిటీ ప్రజలు–80 శాతం, వాళ్ల ఇష్టానుసారంగానే – నిశ్శబ్దమైన నిరాశతో కూడిన జీవితాలను గడుపుతున్నారు. ప్రస్తుతం ఉన్న స్థితికంటే చాలా మెరుగ్గా చేయగలమని వారు భావిస్తున్నారు, కానీ ఏ విధంగా చేయలన్నది మాత్రం వారికి తెలియదు.

నేను ఎలాగైతేనేం, చివరికి సమాధానాలను కనుగొన్నాను, వాటిని నా జీవితానికి అన్వయించాను.

నేను 'కార్యం–కారణం' యొక్క సూత్రాన్ని కనుగొన్నాను. విక్రయాలలో, 'కార్యం–కారణం' యొక్క ప్రభావం చాలా సులభం: విజయవంతమైన ఇతర విక్రయదారులు చేసిన దానినే మీరు కూడా చేయగలిగితే ఇతర విజయవంతమైన విక్రయదారులు పొందే ఫలితాలను మీరు పొందుతారు.

అరిస్టాటిల్ మొదట ఈ సూత్రాన్ని క్రీస్తుపూర్వం 350లో చర్చించాడు. ఆ కాలంలో ప్రతి ఒక్కరూ దేవుళ్లను, అవకాశాన్ని, అదృష్టాన్ని విశ్వసించారు. అరిస్టాటిల్ మాత్రం "లేదు, లేదు. ప్రతిదానికీ ఒక కారణం ఉంటుంది. ప్రతిదీ ఒక కారణం కోసం జరుగుతుంది, కారణం మనకు తెలిసినా తెలియకపోయినా; మన విశ్వం యీ సూత్రం మీదనే నియంత్రించబడుతుంది" అన్నాడు.

నేను ఈ సూత్రాన్ని అధ్యయనం చేయడం ప్రారంభించినప్పుడు, నేను మరింత లోతుగా ఆ విషయాన్ని కనుగొన్నాను – ఆలోచనలే 'కారణాలు', దాని ఫలితమే 'స్థితి' అనేది వాస్తవం. మీ ఆలోచనలే మీ జీవిత పరిస్థితులను సృష్టిస్తాయి.

గొప్పవాళ్లయిన పురుషులు, స్త్రీలందరూ కనుగొన్న ప్రాథమిక సూత్రం ఇక్కడ ఉంది: మీరు మీ ఆలోచనను మార్చుకుంటే, అది మీ జీవితాన్ని మారుస్తుంది. మీరు కారణాన్ని (ఆలోచనను) మార్చినట్లయితే, మీరు ఫలితాన్ని మారుస్తారు. వేరే మార్గం లేదు. మిగిలిన అంశాలన్నీ పక్కన వుంచితే, మీ ఆలోచనల నాణ్యత మీ జీవిత నాణ్యతను నిర్ణయిస్తుంది. నిజానికి, మీరు ఎక్కువ సమయం దేని గురించి ఆలోచిస్తూ వుంటారో మీరు అదే అవుతారు . అందువల్ల మీరు మీ ఆలోచనను మార్చుకున్నప్పుడు, మీ జీవితాన్ని మార్చుకుంటారు.

పెన్సిల్వేనియా విశ్వవిద్యాలయం, 350000 మంది వ్యాపారవేత్తలు, విక్రయదారులు, వ్యవస్థాపకులు, నిపుణులపై ఇరవై రెండు సంవత్సరాల కాలం ఒక పరిశీలన జరిపారు. వాళ్లు పై వ్యక్తులను యిలా అడిగారు, "మీరు ఎక్కువ సమయం దేని గురించి ఆలోచిస్తుంటారు?" విజయవంతమైన వ్యక్తులు ఎక్కువ సమయం దేని

గురించి ఆలోచిస్తుంటారో మీకు తెలుసా ? 10 శాతం మంది పై భాగంలో వున్న వ్యక్తులు, వారి ఆదాయం, దాని వృద్ధి గురించి ఆలోచిస్తున్నామని చెప్పారు. వాళ్ల ఆదాయం ఏ స్థాయికి పెరగాలని అనుకుంటున్నారో, ఆ స్థాయి చేరాలంటే ఎలా చేరుకోవాలో ఆలోచిస్తున్నారు.

విజయవంతం కాని వ్యక్తులు ఎక్కువ సమయం దేని గురించి ఆలోచిస్తారో మీకు తెలుసా? వారికి 'అవసరంలేని వాటి గురించి'. వాళ్లకు కలత చెందించే విషయాల గురించి, గతంలో జరిగిన విషాదాల గురించి కలత చెందడం, లేదంటే తమకు కోపం తెప్పించిన సంఘటనల గురించి ఎక్కువగా ఆలోచిస్తుంటారు. ప్రస్తుతం తామున్న పరిస్థితికి కారణమైన వారి గురించి అన్వేషిస్తూ ప్రత్యేకంగా ఆలోచిస్తూ ఉంటారు.

అగ్రస్థానంలో వున్న వ్యక్తులు తమకు 'ఏమి కావాలి?' దానిని 'ఎలా పొందాలి?' అనే దాని గురించి ఆలోచిస్తారు. సాధారణ ప్రజలు తమకు అవసరం లేని విషయాల గురించీ, ఎవరిని నిందించాలి? అని ఆలోచిస్తారు.

ఈ అంతర్దృష్టి అనేది సెర్చ్‌లైట్‌ను ఒక ప్రదేశం నుండి మరొక ప్రదేశానికి మార్చడం లాంటిది. మీరు ఏమి కోరుకుంటున్నారో, దానిని ఎలా పొందాలి అనే విషయాలపై మీ మానసిక శోధన లైట్‌ను తిప్పినప్పుడు మీ జీవితం గొప్పగా మార్పు చెందడం ప్రారంభమవుతుంది. మీరు వాస్తవాలను అర్థం చేసుకుని, తద్వారా మీరు అద్భుతమైన సామర్థ్యాలను కలిగి ఉన్నారని, జీవితంలో మీరు కోరుకున్నది ఏదైనా సాధించగలరనే నమ్మకాన్ని పెంచుకోవడం ద్వారా, వాస్తవాలను అంగీకరించడం ద్వారా మీరు మీ ఆలోచనను సవరించడం ప్రారంభిస్తారు.

నా ప్రయాణంలో నేను చాలా విజయవంతమైన వ్యక్తులను కలిసాను. నేను వారిని అడిగాను, "మీ బాల్యం ఎలా గడిచింది?" వారు సాధారణంగా తల్లి గురించి, లేదంటే తండ్రి గురించీ లేదా ఇద్దరి గురించి ప్రస్తావిస్తారు, వాళ్లు తమతో పదే పదే ఒక విషయం చెప్పారు "నువ్వు నీ మనసు పెడితే దేనినైనా సాధించగలవు"

ఈ మాటలు వాళ్ల మనసులో తిష్ట వేసుకుని ఉండిపోయాయి. వాళ్లు పెద్దయ్యాక, వాళ్ల మనసులో గాఢంగా నాటుకుపోయిందేమంటే: "నేను నా మనసు పెడితే ఏదైనా సాధించగలను".

అదే మీరు మీతో చెప్పుకోవాలి: "నేను నా మనసు పెడితే నాకు నచ్చినదంతా చేయగలను. నాకు అపరిమిత సామర్థ్యం ఉంది"

ఎక్కువ సమయం మీరు ఏ విషయం గురించి ఆలోచించాలనేది మీ స్వీయ భావన ద్వారా నిర్ణయించబడుతుంది. 'స్వీయ-భావన' యొక్క ఆవిష్కరణ ఇరవయ్యవ

శతాబ్దపు గొప్ప మానసిక పురోగతి. మీ స్వీయ-భావన అనేది మీ గురించి, మీ సామర్థ్యాలు, మీ ప్రపంచం గురించిన నమ్మకాల సమూహమే. ఇది మీ చుట్టూ ఉన్న ప్రపంచాన్ని మీరు చూసే విధానాన్ని నిర్ణయిస్తుంది. మీరు ప్రపంచాన్ని అది ఉన్న విధంగా చూడలేరు, కానీ మీ దృష్టి కోణంలో దానిని చూడగలరు. మీరు మీ స్వీయ భావన ద్వారా ప్రపంచాన్ని చూస్తారు.

స్వీయ-భావన

మీ స్వీయ-భావన మూడు భాగాలుగా రూపొందించబడింది. మొదటి భాగం మీ *స్వీయ-ఆదర్శం:* విలువలు, ఆదర్శాలు, లక్షణాలు, సద్గుణాలు, మీ జీవిత గమనంలో మీరు చేరవలసిన గమ్యాలు, లేదా సాధించాలని కోరుకునే లక్ష్యాలు, వీటన్నిటి కలయిక. మరో మాటలో చెప్పాలంటే, మిమ్మల్ని మీరు పరిపూర్ణ వ్యక్తిగా ఎలా ఊహించుకుంటారో అలా వుండడం అన్న మాట - బహుశా మీలో ఉండగలిగిన అత్యుత్తమ లక్షణాలతో అత్యుత్తమ వ్యక్తిగా మీరు ఉండగలగడం – అలాంటి జీవితాన్ని జీవించడం, మీకు అత్యంత ముఖ్యమైన పనులనుకున్న వాటిని చేయడం. ఇది మీ స్వీయ ఆదర్శం. మీరు కోరుకున్న విధంగా దీర్ఘకాలంగా ఉండాలనుకునే వ్యక్తిగా మారడానికి, మీ ఆదర్శాల గురించి మీకు ఎంత ఎక్కువ స్పష్టత ఉంటే, అంత తక్కువ వ్యవధిలో ఉత్తమ నిర్ణయాలు తీసుకోవడం సులభం అవుతుంది.

ఉన్నతమైన వ్యక్తులు-మనం ఆరాధించే పురుషులు లేదా స్త్రీలు-వారి ఆదర్శాల గురించి చాలా స్పష్టంగా ఉంటారు. విజయవంతం కాని, సంతోషంగా లేని వ్యక్తులు వారి ఆదర్శాల గురించి గజిబిజిగా ఉంటారు. అగ్రశ్రేణి వ్యక్తులు తమ ఆదర్శాలను, విలువలను దేనికోసం ఎన్నటికీ రాజీపడరు. అదే సమయంలో సాధారణ సగటు వ్యక్తులు స్వల్ప లాభం, లేదా స్వల్పకాలిక ప్రయోజనం కోసం తమ ఆదర్శాలతో రాజీ పడతారు. అందువల్ల, గొప్ప విజయం సాధించాలంటే దానికి ప్రారంభ స్థానం, మీ స్వీయ-భావన దృఢంగా కలిగి వుండటం. తద్వారా మీరు ఎవరు? మీరు దేనిని విశ్వసిస్తారు, దేని గురించి శ్రద్ధ వహిస్తారు, మీరు దేని కోసం గట్టిగా నిలబడతారు అనే విషయాలపట్ల ఉత్తమ వ్యక్తిగా ఉండగలిగేందుకు అనుగుణంగా ఉంటుంది,

మీ స్వీయ-భావన యొక్క రెండవ భాగం మీ స్వీయ-చిత్రం. అంటే ఒకానొక సమయంలో మీరు మిమ్మల్ని ఏ విధంగా చూసుకుంటారు, మీ గురించి మీరు ఆలోచించే విధానం తెలియజేస్తుంది. మీ స్వీయ-చిత్రం మీ పనితీరునూ, దాని ప్రభావాన్నీ ఎక్కువగా నిర్ణయిస్తుంది. ఒక నిర్దిష్ట పని లేదా కార్యాచరణలో మిమ్మల్ని

మీరు ఏ విధంగా మార్పు చేసుకుంటారు, మీ పనితీరునూ, మీ ప్రభావాన్ని ఏ విధంగా మార్చుకుంటారు అనేది తెలియజేస్తుంది. మిమ్మల్ని మీరు ఏ విధంగా చూసుకుంటారో ఆ విధమైన వ్యక్తిగా మీరు రూపొందుతారు.

మనస్తత్వవేత్తలు కొన్నిసార్లు మీ స్వీయ-చిత్రాన్ని మీ అంతర్గత దర్పణం గా పేర్కొంటారు. సామాజిక పరిస్థితిలోకి వెళ్లే ముందు మీరు ఎలా ప్రవర్తిస్తారో చూడడానికి దాన్ని పరిశీలిస్తారు. మీరు మీ పనితీరు గురించి స్పష్టమైన ఆలోచన కలిగి ఉన్నప్పుడు, మీరు రిలాక్స్‌గా, హాయిగా నవ్వుతూ, నమ్మకంగా ఉంటారు. ఆశ్చర్యం, ఆశ్చర్యం! మీ అంతర్గత చిత్రం మీ బాహ్య వాస్తవికత అవుతుంది.

స్వీయ-చిత్రం అభివృద్ధికి సంబంధించి ఇక్కడ ఒక ఆసక్తికరమైన ఆవిష్కరణ ఉంది: ఏదైనా ఒక పరిస్థితిలోకి వెళ్లే సమయంలో ప్రతి ఒక్కరూ వారి మనస్సులో ఒక చిత్రాన్ని ఊహిస్తారు. విజయవంతమైన వ్యక్తులు మునుపటి విజయం యొక్క ఊహలతో ఉంటారు; విజయవంతం కాని వ్యక్తులు మునుపటి వైఫల్యాన్ని మళ్లీ గుర్తుకు తెచ్చుకుంటారు. మీరు నిజమైన అనుభవాన్ని పొందుతున్నారా లేక మీరు కేవలం ఊహాత్మక అనుభవాన్ని పొందుతున్నారో మీ ఉపచేతన మనస్సుకు తెలియదు. మీరు ఏదైనా ఒక ప్రాంతంలో సానుకూల అనుభవాన్ని కలిగి ఉండి, మీరు దానిని మీ మనస్సులో నిరంతరం మళ్లీ మళ్లీ ప్లే చేస్తూవుంటే, మీరు దీన్ని ప్లే చేసిన ప్రతిసారీ మీ ఉపచేతన మనస్సు దానిని విజయవంతమైన కొత్త అనుభవంగా నమోదు చేస్తుంది. చివరికి, మీరు ఇచ్చిన పరిస్థితిలోకి వెళ్ళినప్పుడు, మీ ఉపచేతన ఇలా చెబుతుంది, “ఓయ్, నేను ఇంతకు ముందు ఇక్కడే ఉన్నాను. మీరు ఈ ప్రాంతంలో నిజంగా విజయవంతమయ్యారు, ఎందుకంటే మీరు యాభై సార్లు విజయం సాధించడం నేను చూశాను” మీరు విశ్వాసం, ప్రశాంతత, దాని తాలూకూ అద్భుతమైన అనుభూతితో ముందుకు నడుస్తారు.

మీరు మీ మనస్సులో రీప్లే చేసే ఆలోచనలు, చిత్రాలను ఎల్లప్పుడూ ఎంచుకోవచ్చు. ప్రతి ఈవెంట్‌కు ముందు మీ ఉత్తమ అనుభవాల గురించి ఆలోచించడాన్ని ఎంచుకోండి.

మీ స్వీయ భావన యొక్క మూడవ భాగం మీ ఆత్మగౌరవం. ఇది మీ స్వీయ భావన యొక్క ప్రధాన అంశం. మిమ్మల్ని మీరు ఎంతగా ఇష్టపడుతున్నారో మీ ఆత్మగౌరవం ద్వారా నిర్వచించబడుతుంది. ఇది మీ వ్యక్తిత్వంలోని శక్తి. ఇది మీ శక్తి, ఉత్సాహం, వైఖరి, వ్యక్తిత్వం మరియు ఆనందానికి మూలం.

ప్రతిసారీ మీ స్వీయ-ఆదర్శానికి దగ్గరగా మీరు ప్రవర్తించినప్పుడు, మీ ఆత్మగౌరవం పెరుగుతుంది. మరో మాటలో చెప్పాలంటే, మీరు ఉత్తమ వ్యక్తిగా

ప్రవర్తించినప్పుడు, మిమ్మల్ని మీరు ఎక్కువగా ఇష్టపడతారు. మిమ్మల్ని మీరు ఎక్కువగా ఇష్టపడినప్పుడు, మీ ఆత్మగౌరవం మెరుగుపడుతుంది, మీ వ్యక్తిత్వం మెరుగుపడుతుంది, మీరు సంతోషంగా ఉంటారు, మీకు ఎక్కువ ఉత్సాహంగా ఉంటుంది. అదే విధంగా మీరు ఇతరులను ఎక్కువగా ఇష్టపడతారు.

మీరు మీ కోసం స్పష్టమైన లక్ష్యాలను నిర్దేశించుకుని, ప్రతిరోజూ వాటి కోసం పని చేయడం ప్రారంభించినప్పుడు, మిమ్మల్ని మీరు ఎక్కువగా ఇష్టపడతారు. మిమ్మల్ని మీరు గౌరవించుకుంటారు. మీ జ్ఞానం యొక్క విలువతో పాటుగా మీ వ్యక్తిగత విలువ కూడా పెరుగుతుంది. మీ ఆత్మగౌరవం, వ్యక్తిగత అభిమానం యొక్క భావాలు మెరుగుపడతాయి. పెద్ద లక్ష్యాలను ఏర్పరచుకునే చర్య మిమ్మల్ని మీరు యిష్టపడేలా చేస్తుంది. మిమ్మల్ని మీరు మరింత సానుకూల దృష్టిలో చూసుకునేలా చేస్తుంది.

సంక్షిప్తంగా, ఇది మీ గురించి మీరు బాగా ఆలోచించేలా చేయడం, మీ జీవితంలోని ప్రతి భాగంలోనూ మెరుగ్గా భావించడం, సక్రమంగా పనిచేయడం జరుగుతుంది. మీ జీవిత ప్రారంభ సూత్రమే మీ జీవిత గమనాన్ని నిర్ణయిస్తుంది. ప్రతి వ్యక్తి తన గురించి కొన్ని ఆలోచనలను కలిగి ఉంటాడు. ఆ ఆలోచనలే తమను తాము చూసుకేనే విధానాన్ని, యీ ప్రపంచంతో వారి సంబంధాన్ని ఎక్కువగా నిర్ణయిస్తాయి.

మీ వివరణాత్మక శైలిని మార్చుకోండి

దురదృష్టవశాత్తూ, మనలో చాలామందికి వుండే అత్యంత సాధారణమైన ప్రాథమిక సూత్రం చాలా వ్యతిరేక దిశలో వుంటుంది. "నేను ఆ పనికి సరిపోను": అసమర్ధతతో నిండిన భావాలు, పోటీపడలేని అసమర్ధతతో కూడిన భావాలు ఉంటాయి. మనల్ని మనం ఇతరులతో తక్కువగా పోల్చుకోవడం, వాళ్లతో ఏ విధంగానూ సరిపోలేమని భయపడటం అనేవి నిజంగానే అసంతృప్తికి కారణమవుతుంది.

మనలో ప్రతి ఒక్కరికి న్యూనతా భావాలు ఉంటాయని మానసిక విశ్లేషకుడు ఆల్ఫ్రెడ్ అడ్లెర్ నిర్ధారించారు. ఇది 'ఆత్మన్యూనత' (ఇన్ఫీరియారిటీ కాంప్లెక్స్) కాదు. ఒక జటిలమైన చిక్కులో మనం బంధించబడి వుంటాం. మీరు దానిని కదిలించలేరు. ఇది తెల్లటి పేపర్ షీట్ మీద సిరా లాంటిది. దీనికి విరుద్ధంగా, న్యూనతా భావాన్ని మీరు మార్చవచ్చు, భర్తీ చేయవచ్చు.

ప్రజలు కొన్ని విషయాలలో, తరచుగా అనేక విధాలుగా ఇతరుల కంటే తక్కువగా భావిస్తారు. ఈ భావాలు వాస్తవంపై ఆధారపడకపోయినా, మీ జీవితాన్ని మార్చడానికి, మీ బాహ్య ప్రపంచాన్ని మెరుగుపరచడానికి, మీ ఉపచేతన మనస్సును

రీప్రోగ్రామ్ చేయడం, మీ అంతర్గత ప్రపంచాన్ని మార్చడం అనే విషయాలలో అవి మన పనితీరును ప్రభావితం చేస్తాయి.

ఆనందం, ఆరోగ్యం, మీరు సాధించాలనుకునే ప్రతిదానికీ మీ ప్రతికూల భావోద్వేగాలు మీరు చేయాలనుకునే గరిష్ట పనితీరుకు అతి పెద్ద అడ్డంకిగా ఉంటాయి. అవి ఎక్కువగా భయం, సందేహాలపై ఆధారపడి ఉంటాయి. సాధారణంగా చిన్నతనంలో తల్లి, తండ్రి లేదా యిద్దరి నుండి వచ్చిన విమర్శల వల్ల యీ భయం, సందేహం నిలబడిపోతాయి. వాస్తవానికి, ఎప్పుడైనా ఒక వ్యక్తి ఏదైనా ఒక పనిచేయడం లేదంటే, ఆ వ్యక్తి అతని బాల్యంలో ఆ పని చేసినందుకు తీవ్రంగా విమర్శించబడ్డాడు. అతని తల్లిదండ్రులచేత శారీరకంగా లేదా మానసికంగా శిక్షించబడ్డాడు.

మనలో చాలామంది వ్యక్తులు తమ జీవితంలో వెనుకబడిపోవటానికి రెండు బలమైన ప్రతికూల అలవాట్లు ఉన్నాయని మనం తెలుసుకోవాలి. ఓటమి కలుగుతుందనే భయం మొదటిది కాగా ఇతరుల నుండి విమర్శలు, తిరస్కరణలు ఎదుర్కోవలసి రావటం రెండవ కారణం. ఇతరులను క్షమార్హం చేయడం, వాళ్లు చేసిన పనుల్లో తప్పులు వెతకటం ప్రతికూల భావాలకు మూలంగా చెప్పుకోవచ్చు. ఒక పనిని చేయబోయే వ్యక్తిపట్ల నమ్మకంతో అతను చేయబోయే పని 100 శాతం బాధ్యతను అంగీకరించడం ద్వారా మీరు మీ ప్రతికూల భావోద్వేగాలను తగ్గించుకోవచ్చు. మీ ఆత్మగౌరవాన్ని నియంత్రించుకోవచ్చు.

మీ ఆలోచనను మార్చేందుకు ప్రారంభ స్థానం మీ వివరణాత్మక శైలిని మార్చడం–మీ అనుభవాన్ని మీరే అర్థం చేసుకునే విధానం. ఇద్దరు వ్యక్తులు ఆఫీసుకు వెళ్లేందుకు కారు డ్రైవింగ్ చేస్తున్నారని అనుకుందాం. వాళ్లు ఇద్దరూ ట్రాఫిక్ జామ్‌లో చిక్కుకుపోయారు. ఒక వ్యక్తి కోపంగా, విసుగు చెంది, స్టీరింగ్‌ని కొట్టవచ్చు. మరొక వ్యక్తి ఇలా అన్నాడనుకుందాం "ఇది తీరికగా ఆలోచించడానికి, విద్యాసంబంధమైన ఆడియో ప్రోగ్రామ్‌ని వినడానికి, ఈ రోజు గురించి తెలుసుకోవడాని యిది మంచి అవకాశం". ఇద్దరు వ్యక్తులు. ఒకే పరిస్థితి: తేడా అనేది వారి వివరణాత్మక శైలి. మీరు సానుకూలంగా విషయాలను వివరించడం ప్రారంభించినప్పుడు, మీరు వాటి గురించి సానుకూలంగా భావించడం ప్రారంభిస్తారు.

సంతోషకరమైన బాల్యాన్ని గడపడానికి ఎప్పుడూ ఆలస్యం అనేది ఉండదు. దీనర్థం ఏమిటంటే, మనలో చాలామందికి వారి బాల్యం గురించి ఉన్న ప్రతికూలత. వారు దానిని అర్థం చేసుకునే విధానంలో ఉంటుంది. విజయవంతంగా, సంతోషంగా ఉండటానికి మీరు తెలుసుకోవలసిన విలువైన పాఠాలను బోధించడానికి మీ బాల్యం మీకు పంపబడిందని ఊహించుకోండి. అప్పుడు మీరు పెద్దయ్యాక గొప్ప

కుటుంబాన్ని కలిగి ఉంటారు. అప్పుడు మీరు మీ బాల్యాన్ని తిరిగి చూసుకుని, "ఒరే అబ్బాయ్, అలాంటి కష్టమైన విషయాలు జరగడం నా అదృష్టం అనుకో. ఎందుకంటే ఆ కష్టాలే నా జీవితాన్ని మెరుగు పర్చుకునేందుకూ, నాకు సహాయపడే అంతర్దృష్టులను నేర్చుకోవడంలోనూ ఎంతగానో ఉపయోగపడ్డాయి. దానివల్లనే నేను నా కుటుంబాన్నీ, నా జీవితాన్నీ తీర్చిదిద్దుకోగలిగాను" అనుకోగలుగుతారు. ఇప్పుడు తిరిగి ఆ కష్టాలకు కొత్త అర్థం యివ్వడం ద్వారా మీరు మీ బాల్యాన్ని తిరిగి అర్థం చేసుకోవచ్చు. అందులో వున్న సంతోషాలను అనుభవించవచ్చు. అలా చేసేందుకు మీరు ఎల్లప్పుడూ స్వేచ్ఛగా ఉంటారు.

అనుభవం ఓటమి కాదు

జీవితంలో ఓటమి లేదు, అనుభవం మాత్రమే వుంటుంది అని గుర్తుంచుకోండి. మీకు జరిగిన ప్రతి సంఘటన ఏదో ఒక కారణం కోసం మీకు జరుగుతుంది. ఇది ఎదురుదెబ్బ అయితే, దాన్ని అనుభవంగా పరిగణించండి: దానివల్ల మీరు మరోసారి మరింత వేగంగానూ, విజయవంతంగానూ ముందుకు సాగడానికి, మీ తప్పులు మీరు సరిదిద్దుకోవడానికి ఆ అనుభవం మీకు సహాయపడుతుంది. మీకు ప్రతికూలంగా జరిగిన ప్రతి సంఘటననీ మీరు ఒక అనుభవంలా మార్చుకోగలిగితే, భవిష్యత్తులో మరింత మెరుగ్గా పనులు చేయగలిగే ప్రభావవంతమైన వ్యక్తిగా మారతారు.

మీ ఆలోచనను మార్చుకోవడంలో, మీ జీవితాన్ని మార్చుకోవడంలో పెద్ద కలలు కనడం అనేది మీరు వేసే తొలి అడుగు.

మీ కోసం ఇక్కడ కొన్ని ప్రశ్నలు ఉన్నాయి. *మీరు విఫలం కాలేరని మీకు ముందుగానే తెలిస్తే మీరు ఎంత గొప్ప స్వప్నాన్ని ఊహించగలరు?* చేతిలో మంత్రదండం ఊపుతూ, ఏదైనా ఒక లక్ష్యాన్ని – అది దీర్ఘకాలికమైనా, స్వల్పకాలికమైనా, పెద్దదైనా, చిన్నదైనా – తప్పకుండా విజయం సాధిస్తామని తెలిసినప్పుడు అది ఎలా ఉంటుంది? ఈ ప్రశ్నకు సమాధానం తరచుగా మీరు ఈ భూమిపై ఏమి చేయాలనుకుంటున్నారో తెలియజేస్తుంది. ఇది తరచుగా మీ ప్రధానమైన, ముఖ్యమైన ఉద్దేశ్యాన్ని మీకు తెలియజేస్తుంది.

ఇప్పుడు మరో ప్రశ్న: *మీకు పరిమితులు లేనట్లయితే మీరు మీ కోసం ఏ లక్ష్యాలను నిర్దేశించుకుంటారు?* నేను ఇప్పటికే ప్రాథమిక సూత్రాల గురించి మాట్లాడాను. కొంతమంది వ్యక్తులకు అవి పరిమితమైనవి: వారు అంత సృజనాత్మకంగా లేరు, వారు అంత తెలివైనవారు కాదు, వారికి అంత జ్ఞానం లేదు, వారికి ఇతరుల మాదిరిగా IQ లో అంత ఉన్నత స్థాయి లేదు. మీకు ప్రపంచంలోని

అందరి ఆలోచనలు, సామర్థ్యం, తెలివితేటలు, డబ్బు, స్నేహితులు, పరిచయాలు కలిగి ఉంటే మీరు ఏదైనా చేయగలిగినప్పుడు, మీరు ఏం కావాలని కోరుకుంటారు? మీరు మీ కోసం ఎలాంటి లక్ష్యాలను నిర్దేశించుకుంటారు? మీరు ఇతరుల కంటే భిన్నంగా ఏమి చేస్తారు?

ఇక యిప్పుడు మూడో ప్రశ్న. *మీరు ఈ రోజు ఆర్థికంగా స్వతంత్రంగా ఉండి, జీవితంలో ఏదైనా చేయగలిగినప్పుడు, మీకు అన్ని విధాలా సకల సదుపాయాలు ఉన్నప్పుడు లేదా ఉంటే, మీరు వెంటనే ఎలాంటి మార్పులు చేస్తారు?* మీరు లాటరీని గెలుచుకున్నారు. మీరు అకస్మాత్తుగా అద్భుతంగా ధనవంతులయ్యారని అనుకుందాం; మీరు మీ జీవితంలో వెంటనే ఎలాంటి మార్పులు చేస్తారు? ఈరోజే ఆ మార్పులు చేయడం గురించి ఆలోచించడం ప్రారంభించండి, ఎందుకంటే అవి మీ విజయానికి అడ్డంకులు కావచ్చు లేదా మీరు ఈ భూమ్మీద చేయాలనుకున్న వాటిలో కీలకమైనవి కావచ్చు.

ఈ ప్రశ్నలకు మీ సమాధానాలు ఏమైనప్పటికీ, వాటిని ఒక కాగితంపై వ్రాయండి. వాటిని సాధించడానికి మీరు చెల్లించాల్సిన విలువను నిర్ణయించండి, ఆపై ఆ ధరను చెల్లించడంలో బిజీగా ఉండండి. గొప్ప చమురు వ్యాపారి, బిలియనీర్ HL హంట్‌ను ఒకసారి, "విజయానికి సూత్రాలు ఏమిటి?" అని అడిగారు. అతను చెప్పాడు, "విజయానికి తొలి సూత్రం, మొదటగా, మీరు ఏమి కోరుకుంటున్నారో ఖచ్చితంగా మీరు తెలుసుకోవాలి. రెండవది, అందుకోసం మీరు చెల్లించాల్సిన మూల్యాన్ని మీరు నిర్ణయించాలి. మూడవది, ఆ మూల్యాన్ని చెల్లించడానికి మీరు నిర్ణయించుకోవాలి. విజయం చాలా సులభం. మీరు ధర చెల్లించిన తర్వాత ఇది వస్తుంది. మొదట, మీరు చేయవలసింది చేయాలి, రెండవది, మీరు ఫలితాలను పొందుతారు; ఇంతకన్నా వేరే మార్గం లేదు"

"నాకు కావాల్సిన వస్తువులు దొరికిన వెంటనే దాని మూల్యం చెల్లిస్తాను" అని చాలా మంది అంటారు. కానీ స్ఫూర్తిదాయకమైన పయినీర్ ఎర్ల్ నైటింగేల్ చెప్పినట్లుగా, ఇది మంటతో "నువ్వు నాకు కొంచెం వెచ్చదనం ఇచ్చిన వెంటనే, నేను కొంచెం కలపను వేస్తాను" అని చెప్పడం లాంటిది. అది పని చేసే పద్ధతి కాదు.

పనిలో పనిగా ఒక విషయం గమనించండి. మీరు పొందే విజయానికి ఇప్పటికే ఎంత ధర చెల్లించారో ఎలా చెప్పగలరు? అది చాలా సులభం. పరిస్థితులను గమనించండి. మీ జీవితంలో కార్యకారణం, ప్రభావం యొక్క సూత్రం ప్రకారం, మీరు ముందుగా యిచ్చిన దానినే తిరిగి తీసుకుంటున్నారు. మీరు ఏమి పండిస్తున్నారో అది మీరు గతంలో విత్తిన దాని ఫలితమే.

ధనవంతులుగా ఉండాలని నిర్ణయించుకోండి

ప్రస్తుతం మీరు విత్తులు వేస్తున్న వాటిపై మీకు పూర్తి నియంత్రణ ఉంటుంది. మీరు భవిష్యత్తులో ఏదైనా భిన్నంగా ఉండాలనుకుంటే, మీరు ఇప్పుడు భిన్నంగా చేయాలి. ధనవంతులు కావాలని నిర్ణయించుకోండి. మీరు సంపన్నులు కావాలని నిర్ణయించుకోవడం వల్ల మాత్రమే ధనవంతులు అవుతారు. చాలామంది ప్రజలు తమ జీవితమంతా డబ్బు గురించి చింతిస్తారు, ఎందుకంటే వారు ఎప్పుడూ ధనవంతులు కావాలని నిర్ణయించుకోలేదు.

నేను నా ప్రేక్షకులతో డబ్బు గురించి చర్చించినప్పుడు, ప్రజలు కొంచెం యిబ్బందిపడ్డారు. నేను ఇలా అంటాను, "నీవు పేదవాడివిగా ఎందుకున్నావంటే నీవు పేదవాడిగా ఉండాలని నిర్ణయించుకున్నావు. అలాగే కొంతమంది ధనవంతులుగా ఉండాలని నిర్ణయించుకున్నారు. అందువల్లనే వాళ్లు ధనవంతులుగా ఉన్నారు. కాబట్టి మీరు ఆర్థికంగా స్వతంత్రంగా ఉండాలనుకుంటే, ఆర్థికంగా స్వతంత్రంగా ఉండాలని నిర్ణయించుకోండి.

ప్రజలు, "సరే, అలాగే అనుకుందాం" అని జవాబిస్తారు.

నేను, "లేదు, మీరు నిర్ణయం తీసుకోలేదు. మీరు కోరుకున్నారు, ఆశ పడ్డారు, ప్రార్థించారు, ఏ పనీ చేయకుండా ధనం ఎలా సంపాదించాలనే విషయంపై అనేక పుస్తకాలు చదివారు కానీ, మీరు ధనవంతులు కావడానికి తాడోపేడో తేల్చుకునే విధంగా నిర్ణయాలు తీసుకోవటం, లేదా ఆర్థికంగా స్వతంత్రంగా వుండేందుకు ప్రయత్నించడం వంటివి ప్రయత్నించలేదు. ఆ విధంగా చేసి వుంటే గనుక మీరు తప్పకుండా యీపాటికి మీ జీవిత దిశను మార్చుకుంటారు"

ఈ రోజు చాలామంది మిలియనీర్లు, బిలియనీర్లు యొక్క మొదటి తరం సంపద: వారు ఏమీ లేకుండా ప్రారంభించారు. అయితే వాళ్లు సరైన ఆలోచనలతో సరైన మార్గాల్లో పనిచేయడంవల్ల జీవితకాలంలో వాళ్లు మిలియన్ డాలర్లు, మల్టీమిలియన్ డాలర్ల మార్కును అధిగమించారు.

రాబోయే పది లేదా ఇరవై సంవత్సరాలలో 1$ మిలియన్ల నికర విలువను సాధించడానికి మీ కోసం ఒక లక్ష్యాన్ని నిర్దేశించుకోండి. దానిని కాగితంపై రాసి వుంచండి. మీ లక్ష్యాన్ని సాధించడానికి మీరు ప్రతి సంవత్సరం ఎంత సంపాదించాలన్న విషయంలో స్పష్టంగా ఉండండి.

మీరు మీ సంపాదన ఒక మిలియన్ డాలర్ల విలువైనదిగా ఉండాలని నిర్ణయించుకున్న తర్వాత, మీ ప్రస్తుత నికర విలువ యొక్క పూర్తి ఆర్థిక విశ్లేషణను

నిర్వహించండి. ఈరోజు మీ విలువ ఎంత? మీరు ఎక్కడ నుండి ప్రారంభించాలో ఖచ్చితంగా తెలుసుకోవాలి. ఆర్థిక స్వాతంత్ర్యం వైపు వెళ్లడం ప్రారంభించడానికి, తక్షణమే ప్రారంభించి, మీరు చేయగలిగే ఇరవై విభిన్న విషయాల జాబితాను రూపొందించండి. మీరు ఈ జాబితాను తయారు చేసుకున్న తర్వాత, ఒకదాన్ని ఎంచుకుని, వెంటనే దానిపై చర్య తీసుకోండి.

ఇంగ్లండ్‌కు చెందిన నా స్నేహితుడు పీటర్ థామ్సన్ ఒక గొప్ప ఉదాహరణ చెబుతాడు: "మీరు మీ గడువుకు చేరుకున్నారని ఊహించుకోండి. ఇప్పుడు మీ విలువ మిలియన్ డాలర్లు. మీరు ఒక కాగితాన్ని తీసుకుని, పేజీ ఎగువన ఇలా వ్రాస్తారు, 'ఈ రోజు నా విలువ మిలియన్ డాలర్లు ఎందుకంటే నేను. .' అలాగే మీరు ఒక మిలియన్ డాలర్ల విలువైన ఇరవై పనులను వ్రాసుకోండి.

ఇది *భవిష్యత్తు ఆలోచన నుండి వెనక్కు వచ్చే ఆలోచన* గా పిలువబడుతుంది. మీరు దీన్ని చేసినప్పుడు, మీరు మిలియన్ డాలర్లకు చేరుకోవడానికి మీరు చేసిన అన్ని విషయాల గురించి ఆలోచించడం ప్రారంభిస్తారు. మీరు ఏ ఇతర విధానాల ద్వారా పొందలేని అంతర్దృష్టులు, ఆలోచనలను పొందుతారు.

'ది మిలియనీర్ నెక్స్ట్ డోర్' 'ది మిలియనీర్ మైండ్' వంటి పుస్తకాలను చదవండి. మిలియనీర్లు ఎలా ఆలోచిస్తారు, వారు ఎలాంటి నిర్ణయాలు తీసుకుంటారు, ఎలా ప్రవర్తిస్తారు అనే దాని గురించి మీరు చేయగలిగినదంతా తెలుసుకోండి. మీరు ఇప్పటికే లక్షాధికారి అని ఊహించుకోండి. దానికి అనుగుణంగా ప్రవర్తించండి.

శ్రేష్ఠతకు కట్టుబడి ఉండటం

అద్భుతమైన జీవితానికి మరో కీలకం *'శ్రేష్ఠతకు కట్టుబడి ఉండటం'.* జీవితంలో గొప్ప విజయాన్ని సాధించిన ప్రతి వ్యక్తి,– ఆర్థికంగా, వ్యక్తిగతంగా – సమయాన్ని వెచ్చించి, వారు చేసే పనిలో అత్యుత్తమంగా మారడానికి మూల్యం చెల్లించారు. దశాబ్దాలుగా జరుగుతున్న రీసెర్చ్ ప్రకారం అయినా మీ రంగంలో నైపుణ్యం సాధించడానికి ఐదు నుండి ఏడు సంవత్సరాలు పడుతుంది. మీరు ఒక న్యూరో సర్జన్ కావచ్చు లేదా డీజిల్ మెకానిక్ కావచ్చు.

(ఒక అద్భుతమైన సేల్స్‌పర్సన్‌గా మారడానికి కూడా అంతే సమయం పడుతుంది). అకస్మాత్తుగా ధనవంతులుగా మారేందుకు ఎక్కువమంది యిష్టపడతారు. వాళ్లు సంపన్నులుగా మారే ప్రక్రియలో సత్వర మార్గం కోసం, సులువైన మార్గాల కోసం వెతుకుతుంటారు. అయితే ధనవంతులుగా మారేందుకు దీర్ఘకాలంలో పనిచేసే సత్వరమార్గాలు ఏవీ లేవు.

క్రమ పద్ధతిలో ఈ ప్రశ్న మిమ్మల్ని మీరే అడగండి: నేను దానిని అద్భుతమైన రీతిలో అభివృద్ధి చేస్తే, నా ఆర్థిక లక్ష్యాలను సాధించడంలో నాకు ఏ నైపుణ్యం ఎక్కువగా సహాయపడుతుంది? నా కలలను నెరవేర్చుకోవడానికి ఏ ఒక్క నైపుణ్యం నాకు ఎక్కువగా సహాయం చేస్తుంది?

మీ సమాధానం ఏదైనప్పటికీ, ఆ ప్రాంతంలో శ్రేష్ఠతను లక్ష్యంగా పెట్టుకోండి. దానిని ఒక కాగితంపై వ్రాసి, ప్రణాళికను రూపొందించండి, ఆపై దానిని సాధించే వరకు ప్రతిరోజూ మీరు గుర్తించిన ప్రాంతంలో లక్ష్యాన్ని నెరవేర్చుకునేందుకు మెరుగైన సాధన చేస్తూ కొనసాగించండి.

కొన్నిసార్లు వ్యక్తులు నా దగ్గరకు వస్తారు. వారు కోరుకున్న రంగంలో నైపుణ్యం సాధించడానికి ఐదు నుండి ఏడు సంవత్సరాలు అనేది దీర్ఘకాలంగా వాళ్లు భావిస్తారు. ఇక్కడ ఒక వాస్తవం ఉంది: ఏమైనప్పటికీ సమయం గడిచిపోతుంది. చూస్తుండగానే, ఐదు నుండి ఏడు సంవత్సరాలు గడిచిపోతాయి; మీరు ఐదు నుండి ఏడు సంవత్సరాలు పెద్దవారవుతారు. ఇప్పుడు మీరు ఎక్కడ ఉండబోతున్నారు? మీరు మీ ఫీల్డ్‌లో అగ్రస్థానంలో ఉండబోతున్నారా లేదా జీవితాన్ని మార్చుకోవడానికి ఇష్టపడని చౌకబారు ఆలోచనలు కలిగిన మనుష్యులతో కలిసి వుండేందుకు మీరు ఇంకా కష్టపడుతున్నారా? మీ రంగంలోని టాప్ 10 శాతంలో చేరాలని ఈరోజే నిర్ణయించుకోండి. గుర్తుంచుకోండి, అగ్రభాగాన వున్న 10 శాతం మందిలో ఉన్న ప్రతి ఒక్కరూ దిగువ 10 శాతం మందిలో ఒకరిగా తమ ప్రయాణం ప్రారంభించారు.

మిమ్మల్ని మీరు మానసికంగా దృఢంగా ఉంచుకోవడానికి, మీ మనసుకు క్రమం తప్పకుండా సానుకూల ఆలోచనలను అందజేయండి. మీరు తీసుకున్న ఆహారం మిమ్మల్ని మార్చినట్లుగా, మీరు ఏం కావాలని ఆలోచిస్తున్నారో అదే మీరు అవుతారు—మీరు రోజూ మీ మనసుకు ఏమి తినిపిస్తారో ఆ విధంగా రూపొందుతారు. ప్రతి రోజు ముప్పై నుండి అరవై నిమిషాల పాటు విద్యావిషయకమైన, ఆధ్యాత్మిక లేదా ప్రేరణాత్మకమైన వాటిని చదవండి. వార్తాపత్రికలు, టెలివిజన్ రూపంలో మిఠాయిలు కాకుండా అత్యంత పోషకమైన పఠనం రూపంలో మానసిక ప్రోటీన్‌తో మీ రోజును సరిగ్గా ప్రారంభించండి. మీరు మీ రంగంలో ప్రతిరోజూ ముప్పై నుండి అరవై నిమిషాలపాటు చదివితే, ఇది వారానికి ఒక పుస్తకం అవుతుంది. వారానికి ఒక పుస్తకం సంవత్సరానికి యాభై పుస్తకాలు అవుతుంది. మీరు మీ రంగంలో సంవత్సరానికి యాభై పుస్తకాలు చదివితే, మీరు ప్రతి సంవత్సరం ప్రాక్టికల్ పీహెచ్‌డీకి సమానం పొందుతారు. కేవలం రోజుకు ఒక గంట చదవడం వల్ల మీరు రెండు లేదా మూడు సంవత్సరాలలో మీ రంగంలో అత్యుత్తమ విద్యావంతులుగా, అత్యధిక వేతనం పొందే వ్యక్తులలో ఒకరిగా అవుతారు.

మీ కారులో విద్యాపరమైన ఆడియో ప్రోగ్రామ్‌లను క్రమం తప్పకుండా వినండి; మీరు ఒక స్థలం నుండి మరొక ప్రదేశానికి డ్రైవింగ్ చేస్తున్నప్పుడు సంగీతాన్ని లేదా రేడియోను ఎప్పుడూ ప్లే చేయవద్దు. మీరు వ్యాపారంలో మీ కారును ఉపయోగిస్తే, మీరు ప్రతి సంవత్సరం ఐదు వందల నుండి వెయ్యి గంటల వరకు కారులో కూర్చుంటారు. ఇది మూడు నెలల నలభై గంటలకు సమానం. అంటే ఒక స్థలం నుండి మరొక ప్రదేశానికి డ్రైవింగ్ చేస్తున్న కాలం, ఒకటి లేదా రెండు పూర్తి-సమయం విశ్వవిద్యాలయ సెమిస్టర్‌లకు సమానం. అదే మీ కారులో విద్యా కార్యక్రమాలను వినడం ద్వారా, మీరు స్వీయ-నిర్దేశిత అభ్యాసంలో పూర్తి-సమయం విశ్వవిద్యాలయ హాజరుకు సమానమైన కాలాన్ని పొందవచ్చు. మీ కారును మొబైల్ క్లాస్‌రూమ్‌గా, చక్రాలపై ఉన్న విశ్వవిద్యాలయంగా మార్చుకోవడం ద్వారా మీరు మీ రంగంలో అత్యంత తెలివైన, అత్యంత పరిజ్ఞానం ఉన్న వ్యక్తులలో ఒకరిగా తయారవుతారు. ప్రతి కోర్సు, సెమినార్‌కు తప్పని సరిగా హాజరవ్వండి.

సరైన వ్యక్తులను ఎంచుకోండి

ఇతర సానుకూల, విజయం పొందుతున్న వ్యక్తులతో అనుబంధాలను కొనసాగించండి. విజేతల చుట్టూ తిరగండి. వారి జీవితంలో ఎక్కడికీ వెళ్లని వ్యక్తులతో మీ సమయాన్ని గడపడం మానేయండి.

గొప్ప విజయం సాధించాలంటే, వ్యక్తులకు మొదటి స్థానం ఇవ్వండి. మీ వ్యక్తిగత జీవితంలో వ్యక్తుల గురించి ఎంపిక చేసుకోండి. ఎంచుకున్న వ్యక్తులు విజయంపై బహుశా మరే ఇతర అంశాల కంటే ఎక్కువ ప్రభావాన్ని చూపుతారు.

సానుకూల, లక్ష్య-ఆధారిత మరియు ప్రతిష్టాత్మకమైన ముగ్గురు నుండి ఐదుగురు వ్యక్తులతో కూడిన మాస్టర్ మైండ్ సమూహాన్ని రూపొందించండి. మీ మాస్టర్ మైండ్ గ్రూప్‌తో కలిసి కనీసం వారానికి ఒకసారి అల్పాహారం లేదా భోజనం కోసం ఏర్పాట్లు చేసుకోండి. మీరు ఏమి చేస్తున్నారో, గత వారంలో మీకు వచ్చిన ఉత్తమ ఆలోచనల గురించి మాట్లాడండి. పుస్తకాలు, కథనాలను భాగస్వామ్యం చేయండి. మరింత విజయవంతం కావడానికి ఒకరికొకరు సహాయం, ప్రోత్సాహం యిచ్చే పనులు చేయండి. నెపోలియన్ హిల్, స్ఫూర్తిదాయకమైన క్లాసిక్ థింక్ అండ్ గ్రో రిచ్ రచయిత, వందల మంది సంపన్నులను పరిశోధించారు. మాస్టర్ మైండ్‌ను ఏర్పరచుకున్నప్పుడు మాత్రమే వారు తమ సామర్థ్యాన్ని నెరవేర్చుకోవడం ప్రారంభించారని ఆయన కనుగొన్నాడు.

ఇతర విజయవంతమైన వ్యక్తులతో క్రమం తప్పకుండా కలుసుకుంటూ, ఆశావాద, సృజనాత్మక మనస్సులతో మీరు మరొక సానుకూల వ్యక్తిని కలిసిన ప్రతిసారీ, మీరు ఉపయోగించే ఆలోచనలు, అంతర్దృష్టులు, సంతోషంగా, మరింత విజయవంతంగా ఉండటానికి సానుకూల అనుబంధం, మరియు ప్రేరణలను పొందుతారు. సానుకూల ఆలోచనలున్న యిరువురు వ్యక్తులు, ఒక పురుషుడు ఒక స్త్రీ, విజయాన్ని సాధించడంలో అన్ని మాస్టర్ మైండ్ సమూహాలలో అత్యంత శక్తివంతమైనది.

ఏడు ధోరణులు

1. భవిష్యత్ ధోరణి
2. లక్ష్య ధోరణి
3. అత్యుత్తమ ధోరణి
4. ఫలితాల ధోరణి
5. పరిష్కార ధోరణి
6. వృద్ధి ధోరణి
7. కార్యాచరణ ధోరణి

ఏడు ధోరణులు

మీ జీవితాన్ని మార్చడానికి, ఏడు ఆలోచనా విధానాలు ఉన్నాయి-లేదా మనం వాటిని దృగ్విన్యాసాలు, లేదంటే ధోరణులు అని పిలుస్తాము – వీటిని ఆచరించేవారు సంతోషకరమైన, అత్యంత విజయవంతమైన వ్యక్తులు. ఓరియంటేషన్ అనేది ఆలోచన యొక్క సాధారణ ధోరణిగా నిర్వచించబడవచ్చు: మీరు ఏదో ఒక రోజు ఆలోచనా ధోరణి నుండి బయటపడవచ్చు, కానీ మీరు తిరిగి యీ ఆలోచనా విధానానికి తిరిగి వస్తూ ఉంటారు. ఈ ధోరణులను ప్రతి రంగంలోనూ అగ్రభాగాన వున్న 10 శాతం మంది ప్రజలు ఆచరిస్తున్నారు.

మొదటిది *భవిష్యత్ ధోరణి*. మీరు మీ భవిష్యత్తు కోసం స్పష్టమైన, సానుకూలమైన, ఉత్తేజకరమైన దృష్టిని పెంపొందించుకుంటారు, భవిష్యత్తులో మీ జీవితం ఎలా ఉండాలని మీరు కోరుకుంటున్నారో ఐదేళ్లపాటు మీ జీవిత భవిష్యత్తు దృష్టితో మిమ్మల్ని ముందుకు తీసుకు పోయేందుకు, సానుకూలమైన

ఆలోచనలతో ఉంచడానికి శక్తివంతమైన ప్రేరణ శక్తిగా పనిచేస్తుంది. నాయకులకు విజన్ ఉంటుంది; నాయకులు కానివారు అది చేయరు. మీరు మీ భవిష్యత్తు కోసం ఉత్తేజకరమైన దృష్టిని పెంపొందించుకున్నప్పుడు, మీరు మీ స్వంత జీవితంలో నాయకుడిగా మారిపోతారు.

రెండవ విన్యాసం *గోల్ ఓరియంటేషన్* అంటే లక్ష్య ధోరణి. మీరు వచ్చే సంవత్సరంలో సాధించాలనుకునే పది లక్ష్యాల జాబితాను రూపొందించడం ద్వారా మీరు గోల్-ఓరియెంటెడ్ అవుతారు. ఆ జాబితాలో అత్యంత ముఖ్యమైన వాటిని ఎన్నుకోవడం మీ లక్ష్యం. దాని సాధన కోసం ఒక ప్రణాళికను రూపొందించండి. ఆపై మీ ప్రణాళికను సాధించే వరకు ప్రతిరోజూ పని చేయండి. ఈ ఒక్క ప్రణాళిక మీ జీవితాన్ని మార్చివేస్తుంది. నేను దాని గురించి మరింత సుదీర్ఘంగా తర్వాత మాట్లాడతాను.

మూడవ విన్యాసం ఎక్సలెన్స్ ఓరియంటేషన్ అంటే అత్యుత్తమ ధోరణి. మీరు చేసే పనిలో అత్యుత్తమంగా ఉండాలని ఈ రోజే నిర్ణయించుకోండి. మీ రంగంలో అగ్రభాగాన వున్న10 శాతంలో చేరండి. మీకు సహాయం చేయగల ఒక నైపుణ్యాన్ని ఎంచుకోండి. ప్రస్తుతం ఏ ఇతర నైపుణ్యాల కంటే కూడా మీరు ఎంచుకున్న ఆ ఒక్క రంగంలో అత్యుత్తమంగా మారడానికి మిమ్మల్ని మీరు నిబద్ధత చేసుకోండి. ఒక సమయంలో ఒక నైపుణ్యాన్ని మాత్రమే ఎంచుకోండి.

నాల్గవది *రిజల్ట్ ఓరియంటేషన్. ఫలితాల ధోరణి.* తుది విశ్లేషణలో, మీరు సాధించిన ఫలితాల కోసం మాత్రమే చెల్లించబడతారు. ఇతర వ్యక్తుల జాబితాతో ప్రతిరోజూ ప్లాన్ చేయండి. ప్రాధాన్యత ప్రకారం మీ జాబితాను నిర్వహించండి. అత్యంత విలువైన వినియోగంపై ఎల్లప్పుడూ దృష్టి పెట్టండి. మిమ్మల్ని మీరు నిరంతరం ఇలా ప్రశ్నించుకోండి, "నేను, అది నా జీవితంలో నిజమైన మార్పును కలిగించే పని, కేవలం నేను మాత్రమే ఏమి చేయగలను?" ఆ విషయంలో ఏక దృష్టితో పని చేయండి.

ఐదవ ధోరణి పరిష్కార ధోరణి. జీవితం అనేది సమస్యలు, ఇబ్బందులు, సవాళ్లు, రివర్స్, ఎదురుదెబ్బలు, తాత్కాలిక వైఫల్యాల శ్రేణి. ఈ హెచ్చు తగ్గులకు మీరు స్పందించే విధానం ఆనందాన్ని ఎక్కువగా నిర్ణయిస్తుంది. ఎల్లప్పుడూ సమస్యల కంటే పరిష్కారాలపై దృష్టి పెట్టండి. మీరు పరిష్కారాల గురించి ఎంత ఎక్కువగా ఆలోచిస్తారో, లేదా మాట్లాడుతారో, మీరు మరింత పరిష్కార-ఆధారితంగా పనులు చేస్తారో, ఎక్కువ పరిష్కారాల వైపు వెళ్ళేటప్పుడు తలెత్తే సమస్యలను పరిష్కరించడానికి మీరు అంతగా మీరు మీ లక్ష్యం వైపు ప్రయాణం చేస్తారు.

ఆరవ ధోరణి వృద్ధి ధోరణి. జీవితకాల అభ్యాసానికి మిమ్మల్ని మీరు అంకితం చేసుకోండి. ఎక్కువ సంపాదించడానికి, మీరు మరింత ఎక్కువగా నేర్చుకోవాలి. ప్రతి సంవత్సరం మీరు కారులో ప్రయాణించే సమయమైనా మిమ్మల్ని మీరు మెరుగుపరచుకోవడానికి పెట్టుబడిగా పెట్టండి. మీరు కారుకోసం అయ్యే ఖర్చు పెట్టినంత మాత్రాన మీకు సంతోషం, విజయం, ధనం లభిస్తుందని గ్రహించండి.

ప్రతిదానికీ కీలకమైనది ఏడవ విన్యాసమే. అది *యాక్షన్ ఓరియంటేషన్. అంటే కార్యాచరణ ధోరణి.* కార్యాచరణమే సర్వస్వం. అత్యవసర భావాన్ని అభివృద్ధి చేయండి. అవకాశాలు, సమస్యలపై వేగంగా స్పందించండి. పనులు చేసే విధానాన్ని అభివృద్ధి చేయండి. మీ లక్ష్యాల వైపు నిరంతర కదలికలో ఉండండి. మీతో పదే పదే ఇలా చెప్పుకుంటూ ఉండండి: “తక్షణం చేయండి. తక్షణం చేయండి. తక్షణం చేయండి”

మీరు సంభావ్య మేధావి. మీకు కావలసిన విషయాలు, మీరు వెళ్ళే దిశ గురించి నిరంతరం ఆలోచించడం, మాట్లాడటం ద్వారా మీ మానసిక శక్తులను కార్యోన్ముఖం చేయడం మీ పని. మిమ్మల్ని అసంతృప్తికి గురిచేసే విషయాల గురించి, సమస్యలు, ఇబ్బందుల గురించి ఆలోచించడం లేదా మాట్లాడటం నిరాకరించండి. మీకు అత్యంత ముఖ్యమైన లక్ష్యాలు, పనులు, కార్యకలాపాలపై ఏక దృష్టి కేంద్రీకరించే అలవాటును పెంపొందించుకోండి. పరిష్కారాలు, అవకాశాల పరంగా ఆలోచించండి. వాటి గురించి మాట్లాడండి. అన్నింటికంటే ముఖ్యంగా, మీ జీవితంలో మీరు నిజంగా ఏమి కోరుకుంటున్నారో దాని కోసం రోజంతా, ప్రతిరోజూ నిరంతర చర్య తీసుకోండి.

2

మీ శక్తిని ప్రదర్శించండి

నూరు జీవితకాలాలకు ఉపయోగించగలిగే దానికంటే ఎక్కువ సామర్థ్యం అంతర్గతంగా మీకు ఉంటుంది. మీరు ఎంత ఎక్కువగా ఆ సామర్థ్యాన్ని ఉపయోగిస్తారో, అంత ఎక్కువగా మీకు మరింత అందుబాటులో ఉంటుంది. మీరు ఆ విధంగా ఉపయోగించడం ప్రారంభించే వరకు మీలో వున్న ఆ సామర్థ్యం గురించి మీకు నిజంగా తెలియదు. జీవితంలో మీ అత్యంత ముఖ్యమైన బాధ్యత-మీకు, ఇతరులకు కూడా-ఆనందం, విజయ సాధన కోసం మీ పూర్తి సామర్థ్యాన్ని ఉపయోగించడం.

ఈ అధ్యాయంలో, ప్రపంచంలోని అత్యంత సంతోషకరమైన, అత్యంత విజయవంతమైన వ్యక్తులు తమను తాము ఎక్కువ సమర్థులుగా చేసుకునేందుకు ఉపయోగించే కొన్ని ఉత్తమ ఆలోచనలను నేను మీతో పంచుకుంటాను.

మానవ చరిత్రలో సజీవంగా ఉండటానికి ఇంతకంటే మంచి సమయం ఎన్నడూ లేదు. ఆర్థిక వ్యవస్థ, రాజకీయాలలో స్వల్పకాలిక హెచ్చు తగ్గులతో సంబంధం లేకుండా, చరిత్రలో ఈ అద్భుతమైన సమయంలో మీరు మునుపెన్నడూ లేనంతగా ఉండగలిగిన, చేయగలిగిన సామర్థ్యాన్ని కలిగి ఉంటారు.

మూడు అభ్యాసాలు

ఇక్కడ మూడు శీఘ్ర అభ్యాసాలు ఉన్నాయి. మొదటిది: రాబోయే సంవత్సరాల్లో మీ ఆదాయాన్ని రెట్టింపు లేదా మూడు రెట్లు లేదా పది రెట్లు పెంచుకునే సామర్థ్యం మీకు ఉందని ఊహించుకోండి.

కొన్నిసార్లు నేను ప్రేక్షకులతో యీ విధంగా అంటాను, "ఇక్కడ ప్రతి ఒక్కరూ డబ్బు గురించి ఆందోళన చెందుతున్నారు. నేను ఒక మంత్రదండంతో ఈ గదిలో

ఉన్న ప్రతి ఒక్కరి ఆదాయాన్ని రెట్టింపు చేయగలనని ఊహించండి. అప్పుడు మీ ఆర్థిక సమస్యలన్నీ తొలగిపోతాయా?"

ప్రజలందరూ, "అవును, అవును" అని అంటారు.

"నేను మీ ఆదాయాన్ని మూడు రెట్లు పెంచగలిగితే, అప్పుడు?"

"అవును అవును"

"నేను మీ ఆదాయాన్ని ఐదు లేదా పదిరెట్లు పెంచగలిగితే అప్పుడు?"

"అవును అవును అవును"

"ఇప్పుడు నేను మిమ్మల్ని ఒక ప్రశ్న అడుగుతాను: మీరు మీ మొదటి ఉద్యోగంలో చేరినప్పటి నుండి ఈ రోజు వరకు ఇక్కడ ఎంత మంది వ్యక్తులు తమ ఆదాయాన్ని రెట్టింపు చేసారు?"

గదిలోని ప్రతి చేయి పైకి లేస్తుంది. వారి ఆదాయాన్ని మూడింతలు చేశారా అని అడిగితే, 80 శాతం చేతులు పైకి లేస్తాయి. సంపాదన ఐదు, పది రెట్లు పెంచారా అని అడిగినప్పుడు కూడా గది నిండా చేతులు పైకి లేస్తాయి.

మరో మాటలో చెప్పాలంటే, మీరు గతంలోనే ఈ విషయాలను ఇప్పటికే సాధించారు. మరి, మీరు వాటిని గతంలో సాధించినట్లయితే, భవిష్యత్తులో దీన్ని మళ్లీ ఎలా చేయాలో మీకు తెలుసు.

రెండవది: ప్రతి విషయంలోనూ సంపూర్ణ ఆరోగ్యం, ఫిట్‌నెస్ ఉన్నట్లు ఊహించుకోండి. మీరు మాయా మంత్రదండం గాల్లో ఊపి ప్రతి విషయంలోనూ అద్భుతమైన ఫిట్‌నెస్, ఆరోగ్యంగా ఉండవచ్చని ఊహించుకోండి. అప్పుడు మీకు ఎలా ఉంటుంది? మీరు ఎలా భావిస్తారు?

ఇక మూడవది, ఇది బహుశా చాలా ముఖ్యమైనది: అన్ని విధాలుగా మంచి సంబంధాలు, అద్భుతమైన కుటుంబ జీవితాన్ని కలిగి ఉన్నట్లు ఊహించుకోండి: ప్రేమ, సామరస్యం, ఆనందం, శాంతి, నవ్వులతో నిండి ఉంటుంది. అది ప్రస్తుతం కంటే భిన్నంగా ఎలా ఉంటుంది?

ఐన్‌స్టీన్ అన్నాడు, "వాస్తవాల కంటే ఊహ చాలా ముఖ్యం" స్ఫూర్తిదాయక ఉపన్యాసకుడు, డెనిస్ వెయిట్లీ మాట్లాడుతూ, "మీ ఊహ, మీ జీవితంలోని రాబోయే ఆకర్షణల ప్రివ్యూ" మీ ఊహ ఎంత ఉత్సాహంగా ఉంటే, మీ ఆత్మగౌరవం అంత ఎక్కువగా ఉంటుంది. మీ స్వీయ-చిత్రం ఎంత మెరుగ్గా ఉంటే, మీ స్వీయ-ఆదర్శం అంత గొప్పగా ఉంటుంది. మీరు ఒక వ్యక్తిగా, మరింత నమ్మకంగా, సానుకూలంగా ఉంటారు.

మీ జీవితంలోని ప్రతి విషయంలోనూ యీ మంత్రదండం టెక్నిక్‌ను ప్రాక్టీస్ చేయండి. మీరు ఆదాయం, ఆరోగ్యం, సంబంధాల రంగాలలో మంత్రదండం వేయగలరని, అంతేకాకుండా ప్రతి ప్రాంతంలోనూ మూడు కోరికలను కలిగి ఉండవచ్చని ఊహించండి. మీరు ఏమి కోరుకుంటున్నారు? జీవితంలో అన్ని విజయాలు మీకు సాధ్యమయ్యే అద్భుతమైన దృష్టితోనే ప్రారంభమవుతాయి. ఒక భవిష్య దృష్టిని సృష్టించడానికి, మీరు మీ ఊహ యొక్క శక్తిని విప్పాలి.

"నన్ను నేను ఇష్టపడుతున్నాను"

మానవ సామర్థ్యాన్ని అభివృద్ధి చేయడంలో గొప్ప పురోగతి, నేను ఇప్పటికే చెప్పినట్లుగా, స్వీయ-భావన యొక్క ఆవిష్కరణ.

మీరు చేసే ప్రతి పనిలో మీ స్వీయ-భావన ముందుగానే మీ ప్రభావాన్ని అంచనా వేస్తుంది. మీరు ఎలా పని చేస్తారో ఇది బయట నిర్ణయిస్తుంది. మీ జీవితంలోని అన్ని మెరుగుదలలు మీ స్వీయ-భావనలో మెరుగుదలతోనే మొదలవుతాయి, మీ గురించి మీరు ఎలా ఆలోచిస్తున్నారో అనేది అన్నిటినీ మెరుగుపరుస్తుంది.

మీ స్వీయ భావన అనేది మీ గురించి మీకున్న నమ్మకాల సమూహం. చిన్నతనం నుండి మీ గురించి మీకు ఉన్న నమ్మకాలన్నీ కట్టగట్టి వుంటాయి. ఈ నమ్మకాల సమూహం ఎక్కువగా ఆత్మాశ్రయమైనది: ఇది వాస్తవం కాదు. ఇది మీరు గ్రహించిన, నిజమని అంగీకరించిన సమాచారంపై ఆధారపడి ఉంటుంది. ముఖ్యంగా మీ గురించి, మీ స్వంత సామర్థ్యాల గురించి.

మీ ఆత్మగౌరవం, మీ వ్యక్తిత్వంలో అతి ముఖ్యమైన భాగం, మీ భావోద్వేగ కేంద్రం, మిమ్మల్ని మీరు ఎంతగా ఇష్టపడుతున్నారో ఉత్తమంగా నిర్వచించబడుతుంది.

మీరు మీ స్వీయ-భావనను మార్చుకోవచ్చు, మీ ఆత్మగౌరవాన్ని పెంచుకోవచ్చు, మీ స్వీయ-చిత్రాన్ని మెరుగుపరచుకోవచ్చు. పదాలను పదే పదే చెప్పడం ద్వారా మీ లక్ష్యాల వైపు, కలల వైపు మరింత వేగంగా వెళ్లవచ్చు: నన్ను నేను ఇష్టపడుతున్నాను. నన్ను నేను ఇష్టపడుతున్నాను. నన్ను నేను ఇష్టపడుతున్నాను.

ఆనంద పారవశ్యంలో వున్న ఒక స్త్రీ ఒకసారి నా దగ్గరకు వచ్చింది. నేను యీ విషయం చెప్పినప్పుడు, 'నన్ను నేను ఇష్టపడుతున్నాను' అని చెప్పడానికి రెండేళ్లు ప్రయత్నించానని, కానీ చిన్నప్పటి నుండి తనపై తనకి ఉన్న ప్రతికూలత కారణంగా, తాను అలా చెప్పలేకపోయానని ఆమె చెప్పింది. కానీ ఒకరోజు ఆమె నిద్రలేచి, "నన్ను నేను ప్రేమిస్తున్నాను" "నన్ను నేను ప్రేమిస్తాను" అని తనకు తాను చెప్పుకుంది.

చీకటి తెర తొలగిపోయింది. సూర్యుడు ఉదయించాడు. ఇక అప్పటి నుంచి ఆమె ఆనందంతోనే ఉంది.

మీరు ఉదయం లేవగానే చెప్పగలిగిన గొప్ప మాట ఏమిటంటే, *"నేనంటే నాకు ఇష్టం" "నేనంటే నాకు ఇష్టం" "నేనంటే నాకు ఇష్టం".* మీరు ఏదైనా సమావేశానికి వెళ్లే ముందు, మిమ్మల్ని మీరు మానసికంగా ప్రేరేపించుకోండి: *'నన్ను నేను ఇష్టపడుతున్నాను' 'నన్ను నేను ఇష్టపడుతున్నాను' 'నన్ను నేను ఇష్టపడుతున్నాను'.* మీరు ఎంతో సంతోషంగా అనుభూతి చెందుతారు. ఫలితంగా మీరు ఇతర వ్యక్తులను ఎంతో ఎక్కువగా ఇష్టపడతారు. ఇదంతా మీకు ఆశ్చర్యంగా ఉంటుంది.

విజయం సాధించే నియమంలో ప్రతిదీ లెక్కించబడుతుంది. మీరు చేసే ప్రతిదీ సహాయం చేస్తుంది లేదా బాధిస్తుంది. ప్రతిదీ మిమ్మల్ని మీ లక్ష్యాల వైపు కదిలిస్తుంది లేదా వాటి నుండి మిమ్మల్ని దూరం చేస్తుంది.ప్రతిదీ మీ ఆత్మగౌరవాన్ని పెంచుతుంది లేదా కూల్చివేస్తుంది. మనస్తత్వవేత్తలు, జీవితంలో మనం చేసే ప్రతి పని మన ఆత్మగౌరవాన్ని పెంపొందించుకోవడం లేదా దానిని రక్షించుకోవడం కోసం అని అంటున్నారు. కాబట్టి మీరు వాస్తవాల పట్ల అప్రమత్తంగా ఉండాలి: మీరు చేసే పనులు, మీరు చదివే పుస్తకాలు, మీరు మసలుకునే వ్యక్తులు, మీరు చేసే సంభాషణలు. వారు మీ ఆత్మగౌరవాన్ని పెంచుతున్నారా లేక తగ్గిస్తున్నారా?

ఆత్మగౌరవం యొక్క ప్రయోజనాలు

ఆత్మగౌరవం యొక్క అనేక గొప్ప ప్రయోజనాలు ఉన్నాయి. మొదటిది, మిమ్మల్ని మీరు ఎంత ఎక్కువగా ఇష్టపడుతున్నారో, మీరు ప్రయత్నించే ప్రతి పనిలోనూ మెరుగ్గా ఉంటారు. ఆత్మగౌరవం అనేది 'స్వీయ-సమర్థత యొక్క నాణానికి మరోవైపు' అని మనస్తత్వశాస్త్రం కనుగొంది. అంటే ఏమిటి? అంటే మీరు ఏ పనిని ఎంత బాగా చేస్తే అంత బాగా మిమ్మల్ని మీరు ఇష్టపడతారు. మిమ్మల్ని మీరు ఎంత ఎక్కువగా ఇష్టపడితే అంత బాగా చేస్తారు. మీరు మీ ఆత్మగౌరవాన్ని పెంచుకోవడంతో, మీ సామర్థ్యం, మీ పనితీరు, మీ సామర్థ్యం ఏకకాలంలో మెరుగుపడతాయి.

రెండవ ప్రయోజనం ఏమిటంటే, మీరు మిమ్మల్ని ఎంతగా ఇష్టపడుతున్నారో, ఇతరులను కూడా మీరు ఎక్కువగా ఇష్టపడతారు. అలాగే వారు కూడా మిమ్మల్ని ఎక్కువగా ఇష్టపడతారు. మిమ్మల్ని మీరు ఎంత ఎక్కువగా ఇష్టపడుతున్నారో, మీ కుటుంబ సభ్యులను మీరు అంతగా ఇష్టపడతారు. అధిక ఆత్మగౌరవం ఉన్న తల్లిదండ్రులు పిల్లలను అధిక ఆత్మగౌరవంతో పెంచుతారు. అధిక ఆత్మగౌరవం ఉన్న పిల్లలు పెరిగిన తర్వాత అధిక ఆత్మగౌరవం ఉన్న పిల్లలను వివాహం చేసుకుంటారు.

వారు మీకు అధిక ఆత్మగౌరవం కలిగిన మనవరాళ్లను ఇస్తారు. అధిక ఆత్మగౌరవ జీవితాలను కలిగి ఉంటారు. ఇది అగ్ని యొక్క వెచ్చదనం వంటిది: మీ ఆత్మగౌరవం ఇతరులపై సానుకూల ప్రభావాన్ని చూపుతుంది.

అమ్మకాలు, కమ్యూనికేషన్, ఒప్పందాలు, చర్చలలో ఈ అంశం చాలా ముఖ్యమైనది. అమ్మకాలలో, మీ ఆత్మగౌరవం, మీ అమ్మకాల స్థాయి మధ్య ఒకదానితో మరొకటి సంబంధం కలిగి ఉంటుంది. మీ ఆత్మగౌరవం ఎంత ఎక్కువగా ఉంటే, మీరు ఏ మార్కెట్‌లోనైనా విక్రయిస్తారు. ఎందుకు? ఎందుకంటే ప్రజలు తమకు నచ్చిన వారి నుండి వస్తువులను కొనుగోలు చేస్తారు. అందువల్ల వారు మిమ్మల్ని ఎంత ఎక్కువగా ఇష్టపడితే, మీ నుండి అంత ఎక్కువగా కొనుగోలు చేయాలనుకుంటారు. వాళ్లు పదే పదే కొనుగోలు చేయటమే కాకుండా మిమ్మల్ని వారి స్నేహితులకు కూడా సిఫార్సు చేస్తారు.

ఇక కమ్యూనికేషన్, ఒప్పందాలు, చర్చలలో, మనం ఒక వ్యక్తిని ఎంత ఎక్కువగా ఇష్టపడతామో, అంత ఎక్కువగా ఆ వ్యక్తి వల్ల ప్రభావితం అవుతాము. మిమ్మల్ని మీరు ఎంత ఎక్కువగా ఇష్టపడుతున్నారో, అంత పెద్ద లక్ష్యాలను మీరు నిర్దేశించుకుంటారు. ఎక్కువ విశ్వాసంతో ఉంటారు. మిమ్మల్ని మీరు ఎంత ఎక్కువగా ఇష్టపడుతున్నారో, మీరు అంత ఎక్కువ కాలం పట్టుదలతో ఉంటారు. మీరు కష్టాల నుండి వేగంగా పుంజుకుంటారు.

అధిక ఆత్మగౌరవం మీ జీవితంలోని ప్రతి భాగాన్ని సుసంపన్నం చేస్తుంది. మీరు అధిక స్థాయిలో ఆశావాదం, సానుకూల మానసిక వైఖరిని కలిగి ఉంటారు. మీరు తక్కువ ఆత్మగౌరవం కలిగి వున్నప్పటి కంటే భిన్నంగా జీవితాన్ని గడుపుతారు. మీరు అధిక స్థాయిలో ఆత్మవిశ్వాసం, ధైర్యం కలిగి ఉంటారు. మనల్ని జీవితంలో నిలువరించే గొప్ప భయాలు: వైఫల్యం, తిరస్కరణ భయాలు. ఇది ఒక పిల్లలాడే ఊగుడు బల్ల (teeter-totter) వంటిది: మీ ఆత్మగౌరవం ఎక్కువగా ఉన్నపుడు మీ భయాలు తక్కువగా ఉంటాయి; మిమ్మల్ని మీరు ఎంత ఎక్కువగా ఇష్టపడుతున్నారో, అంత తక్కువగా మీరు వైఫల్యానికి భయపడతారు, తక్కువగా విమర్శలను ఎదుర్కుంటారు. తాత్కాలిక వైఫల్యాలు, అసమ్మతి మీ విలువను ఏమాత్రం ప్రతిబింబించవని మీకు తెలుసు కాబట్టి మీరు మిమ్మల్ని ఎంత ఎక్కువగా ఇష్టపడుతున్నారో, మీరు విభిన్న విషయాలపై ప్రయత్నించడానికి మరింత ఇష్టపడతారు.

మరొక ముఖ్య ప్రయోజనం ఏమిటంటే, అధిక ఆత్మగౌరవం సానుకూలమైన, జనాదరణ పొందిన, ఇష్టపడే వ్యక్తిత్వానికి దారితీస్తుంది. మిమ్మల్ని మీరు ఎంతగా ఇష్టపడుతున్నారో, మీరు మరింత సానుకూలంగానూ, ఆశావాదంతోనూ ఉంటారు.

మీరు చాలా ఉల్లాసంగా ఉంటారు. మీకు ఎక్కువ శక్తి ఉంటుంది. ఎక్కువ మంది వ్యక్తులు మిమ్మల్ని ఇష్టపడతారు. సామాజికంగానూ, వ్యాపారపరంగానూ మీతో కలిసి ఉండాలని కోరుకుంటారు.

ఏడు మానసిక సూత్రాలు

1. కార్యకారణ సంబంధాల సూత్రం
2. నియంత్రణ సూత్రం
3. విశ్వాసం యొక్క సూత్రం
4. నిరీక్షణ యొక్క సూత్రం
5. ఆకర్షణ యొక్క సూత్రం
6. పరస్పర సంబంధాల సూత్రం
7. అతి జాగ్రత్త (సూపర్ కాన్షియస్ యాక్టివిటీ) సూత్రం

ఏడు మానసిక సూత్రాలు

ఏడు మానసిక సూత్రాలు మీ జీవితాన్ని, మీ సామర్థ్యాన్ని నిర్ణయిస్తాయి. మొదటిది, నేను ఇంతకు ముందు చెప్పిన *కార్యకారణం సంబంధం* యొక్క సూత్రం. ఈ సూత్రం ప్రతిదీ ఒక కారణంతో జరుగుతుందని చెబుతుంది. మనం ఏదో ఒక నియతి ద్వారా నియంత్రించబడే విశ్వంలో జీవిస్తున్నాము తప్ప యాదృచ్ఛికంగా కాదు. విజయం అనేది ప్రమాదవశాత్తూ జరిగేది కాదు; అలాగే వైఫల్యం కూడా.

విజయవంతమైన వ్యక్తులు చేసే పనిని మీరు చేసినట్లయితే, వారు ఆనందించే అదే విజయాన్ని మీరు కూడా ఆస్వాదించాలి అని కార్యకారణ సంబంధం సూత్రం చెబుతుంది. వేరే మార్గం లేదు. వైఫల్యాలు పొందే వ్యక్తులతో ప్రపంచం నిండి ఉంది. తమ వైఫల్యాల ఫలితాలను చూసుకుని వాళ్లు ఆశ్చర్యపోతున్నారు. మీరు విజయవంతం కావాలనుకుంటే, విజయవంతమైన వ్యక్తులు ఏమి చేస్తారో తెలుసుకోండి. మీరు అదే ఫలితాన్ని సాధించే వరకు విచలనం లేకుండా ఆ పనిని మళ్లీ మళ్లీ చేయండి.

తరువాత, కార్యకారణ సంబంధం సూత్రంలో అతి ముఖ్యమైన అనువర్తనం ఏమిటంటే, ఆలోచనలు కారణాలు, పరిస్థితులు ప్రభావాలు. ఆలోచన సృజనాత్మకమైనది; అది మీ జీవితాన్ని సృష్టిస్తుంది. మీ ఆలోచనలు మీ జీవిత పరిస్థితులను సృష్టిస్తాయి. మీరు మీ బాహ్య జీవితంలో కొత్త పరిస్థితులను సృష్టించాలనుకుంటే, మీరు అంతర్గతంగా కొత్త ఆలోచనను సృష్టించాలి.

రెండవ సూత్రం *నియంత్రణ సూత్రం.* మీరు మీ జీవితాన్ని నియంత్రించే స్థాయిలో మీరు సానుకూలంగా భావిస్తున్నారని ఇది చెబుతుంది.

మీరు అంతర్గతంగానో, లేక బాహ్యంగానో నియంత్రణ కలిగి ఉండవచ్చు. అంతర్గతం అంటే మీరు బాధ్యత వహిస్తున్నట్లు మీరు భావిస్తారు, మీరు మీ స్వంత నిర్ణయాలు తీసుకుంటారు-మీరు డ్రైవర్ సీటులో ఉన్నారు కాబట్టి మీకు ఏమి జరుగుతుందో మీరు నిర్ణయిస్తారు. నియంత్రణ యొక్క బాహ్య స్థానం అంటే మీకు ఎటువంటి నియంత్రణ లేదని తెలియజేస్తుంది. మీరు నిష్క్రియంగా ఉంటారు. మీరు బాధితుల స్థానంలో ఉంటారు. ఇతర వ్యక్తులు ఏమి కోరుకుంటున్నారో దాని ద్వారా, మీ గత అనుభవాల ద్వారా, చెల్లించవలసిన బాకీలద్వారా, మీ ప్రస్తుత పరిస్థితి ద్వారా మీరు నియంత్రించబడతారు.

మీరు, బయటి వ్యక్తుల చేత, పరిస్థితులచేత నియంత్రించబడుతున్నారనే భావన, మీ జీవితంపై ఒత్తిడిని కలిగిస్తుంది. మీకు మీరుగా ఉన్నారనే భావన మీలో ఆనందాన్ని కలిగించడమే కాకుండా మీ పనిలోని నైపుణ్యాన్ని అధికంగా పెంచుతుంది.

మీరు నియంత్రణ సూత్రం ప్రకారం జీవిస్తున్నప్పుడు, మీకు జరిగే ప్రతిదానిపై మీరు పూర్తి నియంత్రణను కలిగి ఉంటారు, ఇది మనల్ని ఆసక్తికరమైన పరిశీలనకు తీసుకువస్తుంది: ప్రపంచంలో మీకు పూర్తి నియంత్రణ ఉన్న ఒకే ఒక విషయం ఏమిటంటే, అది మీ ఆలోచన. అదృష్టవశాత్తూ, మీరు యీ ప్రకృతిలో ఏదో ఒక స్వభావంతో రూపుదిద్దుకున్నారు, కాబట్టి మీరు మీ ఆలోచనపై పూర్తి నియంత్రణ కలిగి వుంటే, మిగతా వాటిపై కూడా మీరు పూర్తి నియంత్రణను కలిగి ఉంటారు.

మీ సామర్థ్యాన్ని నిర్ణయించే మూడవ చట్టం *విశ్వాసం యొక్క సూత్రం.* ఇది అన్ని మతాలు, తత్వాలు, భౌతిక విజ్ఞానంపై పునాదిగా ఉంటుంది. దీని ప్రకారం మీ మనసులో నిలుపుకున్న బలమైన విశ్వాసాలు వాస్తవాలుగా రూపొంది మీ జీవితాన్ని నిర్ణయిస్తాయని యీ సూత్రం విశదీకరిస్తుంది. మీరు విశ్వసించే నమ్మకాలకు అనుగుణంగా మీరు ఎల్లప్పుడూ ప్రవర్తిస్తారు. నమ్మకాలు మీ చర్యలను నిర్ణయిస్తాయి. తద్వారా మీ చర్యలు మీ ఫలితాలను నిర్ణయిస్తాయి.

అన్నింటికంటే యిబ్బందిపెట్టేవి వాస్తవంపై ఆధారపడని స్వీయ-పరిమిత నమ్మకాలు. అవి మీ గురించి, మీ సామర్థ్యం గురించి మీరు అంగీకరించిన ప్రాథమిక సత్యాలని అనుకుంటారు కానీ, అవి నిజం కాదు. మీరు ఏ పనిలోనైనా ప్రత్యేకంగా రాణించలేదని మీరు ఎప్పుడైనా భావించినట్లయితే, మీరు ఆ

విషయాన్ని మళ్లీ ప్రయత్నించి, ఆ పనిలో మీకు సహజంగానే సామర్థ్యం ఉందని గ్రహించారా? చేసివుండరు, ఎందుకంటే, మీరు అప్పటికే ఒక తప్పుడు విశ్వాసాన్ని కలిగి ఉన్నారు.

చాలామంది తప్పుడు నమ్మకాలను కలిగి ఉంటారు. వాటిని వారు తమ జీవితమంతా మోస్తూ ఉంటారు. ఒక మల్టీ మిలియనీర్ మాట్లాడుతూ, అతను కుర్రవాడిగా ఉన్నప్పుడు, అతని తండ్రి పదే పదే చెప్పేవాడు, "మన కుటుంబంలోని వాళ్లు కేవలం పని చేసుకుని బ్రతికే వ్యక్తులు. మన కుటుంబంలోని వ్యక్తులు ఎప్పుడూ ఆర్థిక విజయాన్ని సాధించలేరు. మనం జీవితమంతా జీవనోపాధి కోసం పని చేస్తాము. మనం ఎప్పటికీ కార్మికులమే."

ఈ వ్యక్తి అతను పెరుగుతున్నప్పుడు తండ్రి చెప్పిన నమ్మకాలను అంగీకరించాడు. పెద్దగా ప్రయత్నం చేయకుండానే హైస్కూలు మానేశాడు. అతనికి వచ్చిన మొదటి ఉద్యోగం కూలి పని. హైస్కూల్ వదిలిపెట్టిన రెండు మూడు సంవత్సరాల తర్వాత ఒకరోజు హైవే సిబ్బందిపై గుంట తవ్వుతున్నాడు. అతని పక్కనే ట్రాఫిక్ చాలా నెమ్మదిగా కదులుతోంది. అలా కదులుతున్నప్పుడు, అతను హైస్కూల్‌కి కలిసి వెళ్ళిన వ్యక్తిని చూశాడు. ఆ వ్యక్తి గొప్ప తెలివైనవాడు కాదు, మంచి గ్రేడ్‌లు పొందలేదు, అయినప్పటికీ అతను కొత్త కారు నడుపుతున్నాడు.

ఈ వ్యక్తి తన పాత క్లాస్‌మేట్‌తో పారతో నిలబడే మాట్లాడుతున్నాడు: "హాయ్, బిల్. ఎలా ఉన్నావు?"

"హాయ్, సామ్. ఎలా జరుగుతోంది?"

"నువ్వు ఇప్పుడు ఏమిచేస్తున్నావు?"

"ఓహ్, నాకు ఈ ఉద్యోగం వచ్చింది, నేను బాగా ఉన్నాను. నాకు కొత్త కారు వచ్చింది. నాకు రెండు నెలల్లో ఇల్లు వస్తుంది."

ఆ వ్యక్తి తన పాత క్లాస్‌మేట్ వైపు చూశాడు. అతని ముఖానికి తలుపు కొట్టినట్లుగా అనిపించింది. తన తండ్రి నుండి పనికిరాని నమ్మకాలను తీసుకున్నట్లు అతను గ్రహించాడు. ఇక్కడ తన స్నేహితుడు గొప్ప జీవితాన్ని గడుపుతుంటే తను మాత్రం ఎండ వేడిలో గుంటలు తవ్వుకుంటూ బ్రతుకుతున్నాడు. అతను పారను గుంటలోకి విసిరి, లేచి, బయటకు వెళ్లి, "నువ్వు చేసే పని నేను చేస్తాను" అన్నాడు. కొన్ని సంవత్సరాల తరువాత, అతను మల్టీ మిలియనీర్ అయ్యాడు. తను మోసుకు తిరుగుతున్న ప్రతికూల, స్వీయ-పరిమిత నమ్మకాలను వదిలి వేయడంతో అతని జీవితం మలుపు తిరిగింది.

నాలుగవది *నిరీక్షణ సూత్రం.* మీరు ఆత్మవిశ్వాసంతో ఏదైతే ఆశించారో అది మీ స్వంత స్వీయ-సంతృప్త ప్రవచనం అవుతుంది. అంచనాల సిద్ధాంతం అని పిలవబడే పుస్తకాలు లైబ్రరీల నిండా ఉన్నాయి. ప్రాథమికంగా, స్టాక్ మార్కెట్ మొత్తం అంచనాల ఆధారంగా కదులుతుందని వారు అంటున్నారు. మనం పెళ్లి చేసుకునే వ్యక్తులు, మనం తీసుకునే ఉద్యోగాలు, మన కోసం మనం నిర్దేశించుకునే లక్ష్యాలు, మన ప్రయత్నాల కోర్సులు కూడా కొన్ని అంచనాల మీద ఆధారపడి ఉంటాయి. ప్రతికూల అంచనాలు అపరిపక్వత, వైఫల్యానికి తోడుగా ఉంటాయి; సానుకూల అంచనాలు విజయ సాధనకు తోడుగా ఉంటాయి.

జీవితంలో మీరు కోరుకున్నది కాదు, కానీ మీరు ఆశించేది పొందే విధంగా ఉండాలి. అందులో పాటించవలసిన నియమం ఏమిటంటే మనం ఎల్లప్పుడూ, ప్రతి పరిస్థితిలోనూ ఉత్తమంగా ఆశించడం.మీరు కలిసే ప్రతి వ్యక్తి నుండి ఉత్తమమైన వాటిని ఆశించండి. అదే విధంగా అన్నింటికంటే మీ నుండి ఉత్తమమైన వాటిని ఆశించండి.

ఐదవ సూత్రం *ఆకర్షణ యొక్క సూత్రం.* ఇది మీరు సజీవ అయస్కాంతం అని చెబుతుంది. మీరు మీ ఆధిపత్య ఆలోచనలకు అనుగుణంగా ఉండే వ్యక్తులను, పరిస్థితులను మీ జీవితంలోకి నిరంతరం ఆకర్షిస్తారు.

ఆకర్షణ సూత్రం గురించి ఇటీవల చాలామంది పుస్తకాలు రాశారు, ఉపన్యాసాలు చెప్పారు. మీ జీవితాన్ని నిర్ణయించే ముప్పై కంటే ఎక్కువ సూత్రాలలో ఇది ఒకటి. ఇది చాలా సహాయకారిగా ఉంటుంది, కానీ ఇది ఏకైక సూత్రం కాదు, అత్యంత ముఖ్యమైనది కాదు. ప్రాథమికంగా, మీరు తీవ్రమైన భావోద్వేగంతో, గొప్ప స్పష్టతతో ఏదైనా దాని గురించి ఆలోచించగలిగితే, దానిపై మీ మనస్సును లగ్నం చేసి, ప్రతిరోజూ దాని కోసం గట్టిగా కృషి చేస్తే, మీరు మీ జీవితంలోకి మిమ్మల్ని వేగంగా ముందుకు తీసుకెళ్లడంలో సహాయపడే వ్యక్తులను, పరిస్థితులను ఆకర్షించడం ప్రారంభిస్తారు.

ఆరవ నియమం *పరస్పర సంబంధాల సూత్రం.* నేను గత ముప్పై సంవత్సరాలుగా చదువుకున్న దాదాపు ప్రతిదీ ఈ సూత్రంలోకి వస్తుంది. మీ బాహ్య ప్రపంచం, అద్దంలో ప్రతిబింబంలాగా మీ అంతర్గత ప్రపంచానికి అనుగుణంగా ఉంటుందని ఇది చెబుతుంది. ఎక్కడ చూసినా మీ ప్రతిబింబమే కనిపిస్తూ ఉంటుంది. ఇప్పుడు మీరు ఆనందించాలనుకుంటున్న బాహ్య ప్రపంచానికి అనుగుణంగా ఉండే అంతర్గత ప్రపంచాన్ని సృష్టించడం మీ పని.

గొప్ప మెటాఫిజిషియన్ ఎమ్మెట్ ఫాక్స్ కొన్ని సంవత్సరాల క్రితం *ది మెంటల్ ఈక్వలెంట్* అనే చిన్న కరపత్రాన్ని వ్రాసాడు. దాని ప్రకారం, జీవితంలో మీ ప్రాథమిక

పని మీరు బయట ఆనందించాలనుకుంటున్న దానికి సమానమైన మానసిక స్థితిని అందించడం. ప్రకృతి, విశ్వం యొక్క అన్ని శక్తులు కలిసి ఆ మానసిక సమానత్వాన్ని సృష్టించడంలో మీకు సహాయపడతాయి. అయితే మీరు మీ బాహ్య జీవితంలో ఏమి పొందాలనుకుంటున్నారో లోపలి భాగంలో స్పష్టమైన చిత్రాన్ని కలిగి ఉండాలి. ఇక, ఆ తర్వాత ప్రతిదీ జరగడం ప్రారంభమవుతుంది.

'మీరు విశ్వాసం కలిగి ఉండండి, అది మీకు చేయబడుతుంది' అని బైబిల్ చెబుతోంది. మరొక సామెత 'మీలో ఉన్నదే, మీకు ఉంటుంది' అని బోధిస్తుంది. మీకు ఏమి కావాలో మీకు స్పష్టంగా ఉన్నప్పుడు, మీ బాహ్య ప్రపంచం దానిని మూడు ప్రాంతాలలో ప్రతిబింబిస్తుంది. అన్నింటిలో మొదటిది, మీ సంబంధాలలో. మీరు మీ గురించి ఎలా ఆలోచిస్తారు, ఎలా అనుభూతి చెందుతారు అనేది అంచనా వేయబడుతుంది. మీరు అనుబంధించబడిన, ఆకర్షితులయ్యే వ్యక్తులను నిర్ణయిస్తుంది. మీ అంతర్గత ప్రపంచం, మీ జీవనశైలి, మీ జీవిత పరిస్థితులు, మీ ఆదాయంలో కూడా ప్రతిబింబిస్తుంది. మీ అంతర్గత తయారీ మీరు పొందగలిగే మొత్తాన్ని నిర్ణయిస్తుంది. వాస్తవానికి, మీ అంతర్గత ఆలోచన మాత్రమే మీ ఆరోగ్యం, ఫిట్‌నెస్‌ని నిర్ణయిస్తుంది. మీ చుట్టూ ఉన్న ప్రపంచాన్ని మీకు అనుకూలంగా సృష్టించే మానసిక సమానత్వంపై పని చేయడం అనేది మొదలవుతుంది.

చివరి నియమం నాకు ఇష్టమైనది: సూపర్‌కాన్షియస్ యాక్టివిటీ యొక్క చట్టం: మీ స్పృహలో నిరంతరం ఉండే ఏదైనా ఆలోచన, ప్రణాళిక, లక్ష్యం లేదా ఆలోచన మీ సూపర్‌కాన్షియస్ మైండ్ ద్వారా వాస్తవంలోకి తీసుకురావాలి. మరో మాటలో చెప్పాలంటే, విశ్వంలోని ఈ గొప్ప శక్తి కారణంగానే, మీరు నిరంతరంగా మీ మనస్సులో ఉంచగలిగే దేనినైనా కలిగి ఉంటారు.

సూపర్‌కాన్షియస్ మైండ్‌ని శక్తివంతం చేసే లక్షణాలు ఇక్కడ చెప్పుకుందాం: ముందుగా, మీరు మీ సూపర్‌కాన్షియస్ మైండ్‌కి మీ లక్ష్యాలను అందించిన తర్వాత అది రోజులో ఇరవై నాలుగు గంటలూ నిరంతరం పని చేస్తుంది. రెండవది, మీ లక్ష్యం స్పష్టంగా ఉన్నంత వరకు, మీ సూపర్ కాన్షియస్ మైండ్ మీ లక్ష్యాన్ని చేరుకునే మార్గంలో ప్రతి సమస్యను పరిష్కరిస్తుంది. మీకు ఎక్కడైనా అడ్డంకి లేదా కష్టం లేదా సవాలు ఉన్నప్పుడు, మరో మార్గం తెరుచుకుంటుంది. మీకు కొద్ది సమాచారం లభిస్తుంది; మీకు ఆలోచన లేదా అంతర్దృష్టి ఉంది; మీకు అంతర్ దృష్టి లేదా మెండుగా ధైర్యం ఉంది; మీరు మీ లక్ష్యం వైపు దూసుకు వెళ్లినప్పుడు, ప్రతి సమస్య ఆ క్రమంలో పరిష్కరించబడుతుంది.

మూడవది, మీ సూపర్ కాన్షియస్ మైండ్ మీకు సరైన సమయంలో మీకు అవసరమైన సమాధానాన్ని మీకు అందిస్తుంది. ఒకరోజు నేను విపరీతమైన గందరగోళంలో ఉన్నాను. నేను చాలా ముఖ్యమైన సమావేశానికి వెళుతున్నాను. నేను సమావేశానికి నడుస్తున్నప్పుడు, నాకు సరైన సమాధానం దొరికింది. మొత్తం పరిస్థితి పరిష్కరించబడింది.

సూపర్ కాన్షియస్ మీకు అవసరమైన సమాధానాన్ని మీకు అందిస్తుంది, కానీ ఇక్కడ ఒక నియమం ఉంది: సూపర్ కాన్షియస్ సమాధానానికి సమయం నిర్ణయించబడింది. మీరు వెంటనే దానిపై చర్య తీసుకోవాలి. మీరు డ్రైవింగ్ చేస్తుంటే, మీరు ఎవరికైనా ఫోన్ చేయాలనే అంతర్ దృష్టిని కలిగి ఉంటే, మీరు వెంటనే ఆ పని చేయాలి. మీరు ఒక పుస్తకాన్ని చూస్తున్నట్లయితే, దానిని కొనాలని మీకు అనిపిస్తే, వెంటనే ఆ పని చేయండి. మీరు మ్యాగజైన్‌ని చూస్తున్నట్లయితే, మీరు ఒక కథనాన్ని చదవాలని భావిస్తే, దాన్ని చదవండి. మీరు ఎవరినైనా చూసినట్లయితే, మిమ్మల్ని మీరు పరిచయం చేసుకోవాలని మీరు భావిస్తే, మిమ్మల్ని మీరు పరిచయం చేసుకోండి-ఎందుకంటే తరచుగా అదే మీ జీవితంలో మలుపు.

నాల్గవది, మీ సూపర్ కాన్షియస్ మైండ్ పని చేయడానికి స్పష్టమైన లక్ష్యాలు అవసరం. వాటిని వ్రాతపూర్వకంగా ఉంచుకోవడం మంచిది. వాస్తవానికి, మీరు దానిని స్పష్టంగా వ్రాయగలిగితే తప్ప మీకు నిజంగా తెలియదు లేదా అర్థం చేసుకోలేరు.

మీ తల నుండి చేతికి అనుసంధానం చేస్తూ ఒక ఆలోచనను మీరు వ్రాయలేకపోతే, బహుశా అది మీకు ఆ తర్వాత అర్థం కాకపోవచ్చు. మీరు *క్రిస్టల్ క్లారిటీతో* రాయగలిగితే తప్ప మీ సూపర్ కాన్షియస్ మైండ్ మీ లక్ష్యాన్ని చేరుకోలేకపోతుంది.

మీ లక్ష్యం చాలా స్పష్టంగా ఉండాలి. ఎంతగా అంటే, ఒక పిల్లవాడు దానిని చదివి మరొక పిల్లవాడికి ఏ మాత్రం తేడా లేకుండా వివరించగలిగేటంత. పిల్లవాడు మీ లక్ష్యాన్ని చదవగలగాలి. మీరు దానిని సాధించారా లేదా మీరు దానిని చేరుకోవడానికి ఎంత దగ్గరగా ఉన్నారో చెప్పగలగాలి. మీ లక్ష్యం పిల్లవాడు అర్థం చేసుకోగలిగేంత స్పష్టతతో వ్రాయబడకపోతే, మీరు దానిపై పని చేయాలి. మీ లక్ష్యం ఎంత సరళంగా ఉందో, అది వ్రాతపూర్వకంగా ఎంత ఎక్కువ స్పష్టతతో వ్యక్తీకరించబడిందో, మీ మానసిక శక్తులన్నీ మీ జీవితంలోకి తీసుకురావడానికి వేగంగా పని చేస్తాయి.

ఐదవది, విజువలైజేషన్ ద్వారా మీ సూపర్‌కాన్షియస్ మైండ్ యాక్టివేట్ చేయబడుతుంది. మీ కాన్షస్ మైండ్ నుండి మీ సబ్‌కాన్షియస్ మైండ్‌కి,

ముఖ్యంగా పదాలు, *'నన్ను నేను ఇష్టపడుతున్నాను'.* మీరు మీ లక్ష్యం గురించి ఆలోచించినప్పుడల్లా, *'నన్ను నేను ఇష్టపడుతున్నాను'. 'నన్ను నేను ఇష్టపడుతున్నాను'* పునశ్చరణ చేయండి. అది మీ మానసిక శక్తులను ఉత్తేజపరుస్తుంది.

ఆరవది, మీ సూపర్ కాన్షియస్ మైండ్ ప్రశాంతంగా, నమ్మకంగా నిరీక్షణతో కూడిన మానసిక వైఖరితో ఉత్తమంగా పనిచేస్తుంది. విషయాలు తల్లకిందులు అయినప్పుడు, "ఓహ్, చింతించకండి, ఏదో జరుగుతుంది. అంతా బాగానే ఉంటుంది, అంతా సవ్యంగానే ఉంటుంది" అని చెప్పేవాళ్లని మీరు చాలాసార్లు గమనించి ఉంటారు. ఆశ్చర్యం, ఆశ్చర్యం-ఈ వ్యక్తులకు, ఎప్పుడూ ఏదో ఒకటి తప్పకుండా జరుగుతుంది, పరిస్థితి మారుతుంది; వాళ్లకి ఎల్లప్పుడూ ఓకే. ప్రతిదీ బాగానే ఉంటుందని మీరు ఎంత ప్రశాంతంగా విశ్వసిస్తే, మీ జీవితంలో మీ లక్ష్యం అంత వేగంగా చేరుకుంటారు.

చివరగా, సంఖ్య ఏడు: మీ సూపర్ కాన్షియస్ మైండ్ నిరంతర ప్రాతిపదికన లక్ష్య సాధన కోసం ఆలోచనలను, శక్తిని విడుదల చేస్తుంది. మీరు నిజంగా మీకు ముఖ్యమైన దాని కోసం పని చేస్తున్నప్పుడు, మీలో శక్తి, ఆలోచనల యొక్క నిరంతర ప్రవాహం ఉంటుంది. కొన్నిసార్లు మీరు అలసట లేకుండానే ఎక్కువ గంటలు పని చేయవచ్చు. మీరు చేస్తున్న పని గురించి మీరు నిజంగా ఉత్సాహంగా ఉన్నప్పుడు, మీరు పదహారు గంటలు పని చేయవచ్చు, వారానికి ఏడు రోజులు పని చేయవచ్చు. మీరు నిద్రించాల్సిన అవసరం ఉండదు. ఎందుకంటే మీ సూపర్ కాన్షియస్ మైండ్ ఉచితంగా మీకు అలాంటి శక్తిని యిస్తుంది. ఇది మీ లక్ష్యం వైపు మిమ్మల్ని నడిపించే శక్తి. విశ్వం నుండి మిమ్మల్ని మీరు ఆకర్షించగల శక్తి. ఇది మీకు సాధ్యమయ్యే అన్ని రకాల ఆలోచనలు, అంతర్దృష్టులను కూడా యిది అందిస్తుంది.

మీ సామర్థ్యాన్ని ప్రదర్శించడం అనేది గోల్ ఓరియంటేషన్ లో కీలకం. ఈ మానసిక సూత్రాలన్నీ మీ తరపున పని చేస్తాయి. మీరు కోరుకున్న దాని వైపు మిమ్మల్ని కదిలిస్తాయి. మీరు యీ సూత్రాల గురించి ఆలోచించాల్సిన అవసరం లేదు. ఎందుకంటే మీకు స్పష్టమైన లక్ష్యం ఉన్నప్పుడు, కార్యకారణ ప్రభావ సూత్రం యిక్కడ పని చేస్తుంది. తద్వారా మీ లక్ష్యాల గురించి మీ ఆలోచనలు, ప్రభావం వాటి వైపు కదులుతాయి. నియంత్రణ సూత్రం తర్వాత పని చేస్తుంది. మీరు మీ ఆలోచనను ఎలా నియంత్రిస్తారు? మీరు మీ లక్ష్యాల గురించి ఆలోచిస్తారు. మీరు చేస్తున్న ప్రతి పని మిమ్మల్ని మీ లక్ష్యాల వైపుకు తీసుకువెళుతుందని మీరు విశ్వసించిన తర్వాత విశ్వాసం యొక్క సూత్రం పని చేస్తుంది. జరిగే ప్రతిదీ మీ లక్ష్యాలను సాధించడంలో మీకు సహాయపడుతుందని మీరు ఆశించినప్పుడు అంచనాల సూత్రం పనిచేయడం

ప్రారంభమవుతుంది. మీ లక్ష్యాన్ని సాధించడానికి వ్యక్తులు, పరిస్థితులు, ఆలోచనలను నిరంతరం ఆకర్షించడానికి ఆకర్షణ సూత్రం మిమ్మల్ని అనుమతిస్తుంది. అప్పుడు పరస్పర సంబంధాల సూత్రం–మీ బాహ్య ప్రపంచం మీ లక్ష్యాలకు ఎలా అనుగుణంగా ఉంటుందో తెలియజేస్తుంది. వాస్తవానికి, సూపర్‌కాన్షియస్ యాక్టివిటీ యొక్క సూత్రం, రోజుకు ఇరవై నాలుగు గంటలు పని చేస్తుంది. మిమ్మల్ని మీ లక్ష్యాల వైపు మరింత వేగంగా కదిలిస్తుంది. అలాగే మీ లక్ష్యాలను మీ వైపుకు మళ్లిస్తుంది. లక్ష్యాలు:

- మీ సామర్థ్యాన్ని ప్రదర్శిస్తూ, మీ ఆలోచనలు, మీ శక్తిని విడుదల చేయండి.
- మీ స్వీయ - భావనను మెరుగుపరచండి, మీ ఆత్మగౌరవాన్ని పెంచుకోండి. మిమ్మల్ని మీరు మరింతగా ఇష్టపడేలా చేయండి.
- మీ ఆత్మవిశ్వాసాన్ని పెంచుకోండి. మీ లక్ష్యాల సాధనలో మీరు నిలిచిపోకుండా ఉండండి.

నేను 5వ అధ్యాయంలో లక్ష్యాలను నిర్ణయించుకోవడం, వాటిని సాధించడం గురించి మరింత వివరిస్తాను.

1,000 శాతం ఫార్ములా

మీ ఉత్పాదకత, పనితీరు, మీ ఆదాయాన్ని 1,000 శాతం పెంచుకోవడం ఎలాగో నేను మీకు చూపించాలనుకుంటున్నాను—రాబోయే సంవత్సరాల్లో పది రెట్లు. నేను దీనిని *1,000 శాతం ఫార్ములా* అని పిలుస్తాను. ఇది ఇంక్రిమెంటల్ ఇంప్రూవ్‌మెంట్ చట్టంపై ఆధారపడి పనిచేస్తుంది. దీనివల్ల మనం కొద్దికొద్దిగా మెరుగుపడతామని ఋజువైంది. సగటు లేదా మధ్యస్థ స్థాయి నుండి అకస్మాత్తుగా అత్యుత్తమ స్థాయికి ఎవరైనా వెళ్లలేరు. గుర్తుంచుకోండి, మీరు మీ రంగంలో రాణించడానికి, నైపుణ్యం సాధించడానికి, అగ్రభాగపు 10 శాతంలో ఉండటానికి, ఐదు నుండి ఏడు సంవత్సరాలు పడుతుంది. దీనికి చాలా సమయం పడుతుంది కాబట్టి, మీరు యిప్పుడే ప్రారంభించడం మంచిది.

1,000 శాతం ఫార్ములా కూడా *సంచిత చట్టంపై* ఆధారపడి ఉంటుంది. ఎవ్వరూ గమనించని, అభినందించని, మెచ్చుకోని వందల వేల చిన్న ప్రయత్నాలు త్యాగాల ఫలితమే విజయం అని సంచిత చట్టం చెబుతోంది.

హెన్రీ వాడ్స్‌వర్త్ లాంగ్‌ఫెలో ఒక అద్భుతమైన విషయం చెబుతాడు:

"గొప్ప గొప్ప విజయాలు సాధించిన పురుషులు (స్త్రీలు కూడా) శిఖరాలను చేరుకోవటం అకస్మాత్తుగా సంభవించింది కాదు. ప్రపంచంలో వారి సహచరులు నిద్రిస్తున్న సమయంలో, రాత్రిపూట వాళ్ల ప్రయాణం కొనసాగించారు" చాలామంది ప్రజలు టెలివిజన్ చూస్తూ కాలక్షేపం చేస్తున్నపుడు, పార్టీల్లోనూ, స్నేహితులతోనూ సరదాగా గడుపుతున్నపుడు, భవిష్యత్తులో గొప్పవారు కాబోయే వ్యక్తులు తమ జ్ఞానాన్ని వృద్ధి చేసుకోవడంలో బిజీగా ఉన్నారు. వాళ్లు కొద్ది కొద్దిగా వృద్ధి చెందుతున్నారు. విజయానికి కీలకం చాలా సులభం: ప్రతిరోజూ గడచిన రోజుకంటే మెరుగ్గా ఉండండి– అది నిరంతరమైన అంతులేని అభివృద్ధి.

ఇక్కడ ఒక ప్రశ్న ఎదురౌతుంది: మీరు మీ ఉత్పాదకత, పనితీరు, సాధించే ప్రగతి ఒక రోజులో 0.1 శాతం పెంచగలరా? మీరు కొంచెం ముందుగా ప్రారంభించి, కొంచెం కష్టపడి పని చేస్తూ, కొంచెం ఎక్కువ సమయం పనిలో ఉంటూ, అధిక ప్రాధాన్యతలపై దృష్టి సారిస్తూ, ఒక రోజులో 1/1000 ఎక్కువ ఉత్పాదకతను పొందగలరా?

నేను నా ప్రేక్షకులను యీ ప్రశ్న అడుగుతాను. ప్రతి ఒక్కరూ, "తప్పకుండా. దానిని ముప్పై సెకన్లలో చేయగలం" అని బదులిస్తారు. నేను, "సరే, మొదటి రోజు చేసారు, రెండో రోజు చేయగలరా?" అవునని చెబుతారు. మూడవ రోజు, నాల్గవ రోజు, ఐదవ రోజు యిలాగే చేస్తుంటే ఎలా ఉంటుంది? వారు అవును అనే చెబుతారు. ఆ విధంగా మీరు దీన్ని ఒక వారం మొత్తం చేయవచ్చు. అంటే, 0.1 శాతం చొప్పున ఐదు రోజులు అంటే 0.5 శాతం. మీరు నిజంగా కోరుకుంటే వచ్చే వారంలో మీరు 0.5 శాతం ఎక్కువ ఉత్పాదకతను పొందగలరన్నమాట, అంతేగా? ప్రజలు అంగీకరిస్తారు. సరే, యిదే విధంగా, రెండో వారం చేయగలరా? చేయగలమనే చెబుతారు. మూడవ, నాల్గవ వారం ఎలా ఉంటుంది? అవుననే అంటారు.

ఇక్కడ ఆసక్తికరమైనది ఏదో జరగడం ప్రారంభమవుతుంది: దానిని *మొమెంటం సూత్రం* అంటారు. మీరు దాని లయలోకి ప్రవేశించండి. ఇది ఉదయం లేచి వ్యాయామం చేయడం లాంటిది: ఇది సులభంగా, అత్యంత సులభంగా ఉంటుంది. మొదటి వారం చేసిన తర్వాత, రెండవ వారం, మూడవ, నాల్గవ వారం చేయగలరా? అలా అయితే ఇది నెలలో 2 శాతానికి చేరుకుంటుంది.

మీరు రెండవ, మూడవ, నాల్గవ నెలలో మెరుగుపరచడాన్ని కొనసాగించగలరా? ప్రజలు అవుననే అంటున్నారు. అంటే మీరు దీన్ని ఏడాది పొడవునా చేయవచ్చు. ఇప్పుడు సంవత్సరంలో 52 వారాలు. నాలుగు వారాలు ఒక నెల చొప్పున 13 నెలలు

(4/52). నెలకు 2 శాతం చొప్పున 13 సార్లు మెరుగుపడడం ఒక సంవత్సరం వ్యవధిలో 26 శాతానికి సమానం.

మీరు యీ విధంగా చేయడం ద్వారా, మీ సమయాన్ని మెరుగ్గా నిర్వహించడం, అధిక-విలువైన పనులపై దృష్టి కేంద్రీకరించడం ద్వారా-ఒకే సంవత్సరంలో 26 శాతం ఎక్కువ ఉత్పాదకతను సాధించడం సాధ్యమేనా? సమాధానం అవును. వాస్తవానికి, మీరు నిజంగా కోరుకుంటే, మీరు ఒక నెలలో రెండు రెట్లు ఉత్పాదకతను పొందవచ్చు, కాబట్టి సంవత్సరానికి 26 శాతం సమంజసమైనది. మొదటి సంవత్సరం పూర్తి చేసి, రెండవ సంవత్సరం చేయగలరా? మూడవ సంవత్సరం, నాల్గవ సంవత్సరం? అవును.

మీరు మీ ఉత్పాదకత, పనితీరు, ఉత్పత్తిని సంవత్సరానికి 26 శాతం పెంచుకుంటే, మీరు మీ ఆదాయాన్ని అదే మొత్తంలో పెంచుతారు. పర్యవసానంగా, మీరు 2.7 సంవత్సరాలలో మీ ఉత్పాదకత, పనితీరు మరియు ఆదాయాన్ని రెట్టింపు చేస్తారు. 10 సంవత్సరాలలో కలిపి, అది మీ ఉత్పాదకత, పనితీరు, ఆదాయంలో 1,004 శాతం పెరుగుదలను ఇస్తుంది.

ఇది చాలా విశేషమైన విషయం: కేవలం రోజుకు 0.1 శాతం మెరుగ్గా, 5 రోజులకు 0.5 శాతం మెరుగ్గా, నెలకు 2 శాతం మెరుగ్గా, సంవత్సరానికి 26 శాతం మెరుగ్గా ఉండటం ద్వారా, మీరు దశాబ్ద కాలంలో 10 రెట్లు మెరుగ్గా అధిక వేతనం పొందుతారు.

నేను ఇటీవల సియాటెల్‌లో ఒక సెమినార్‌లో ఉన్నపుడు క్రిస్ అనే యువ స్నేహితుడు నా దగ్గరకు వచ్చాడు. అతను ఇలా అన్నాడు, "నేను మీ సెమినార్ తీసుకొని ఏడు సంవత్సరాలు అయ్యింది. నేను ప్రతిరోజూ మీ 1,000 శాతం సూత్రాన్ని ప్రాక్టీస్ చేసాను. అది పని చేయదు. పది సంవత్సరాల కాలంలో నేను నా ఆదాయాన్ని పదిరెట్లు పెంచలేకపోయాను" అన్నాడు.

నేను ఆశ్చర్యపోయి "అవునా? నిజంగానా?" అన్నాను.

అప్పుడు అతను నవ్వి, "ఏడేళ్లలో నా ఆదాయాన్ని పది రెట్లు పెంచుకున్నాను. ఈ సంవత్సరం నేను మిమ్మల్ని మొదటిసారి కలిసినప్పుడు సంపాదించిన దానికంటే పది రెట్లు సంపాదించాను. నాకు యిది గొప్ప విషయం. అది నా జీవితాన్ని మార్చేసింది. ఇప్పుడు నా కుటుంబంతో అద్భుతమైన జీవితం గడుపుతున్నాను. అందమైన ఇంట్లో నివసిస్తున్నాను. నా పిల్లలను ప్రైవేట్ పాఠశాలల్లో చేర్పించాను. ఇవన్నీ చేయడానికి మీ ఫార్ములా నాకు ఎంతో వీలు కల్పించింది. ఇది ఖచ్చితంగా అద్భుతమైనది"

1,000 శాతం ఫార్ములాలోని ఏడు ముఖ్యమైన విషయాలు ఇక్కడ ఉన్నాయి.

1. ప్రతి ఉదయం, మీరు పని ప్రారంభించడానికి రెండు గంటల ముందు లేచి, ముప్పై నుండి అరవై నిమిషాల పాటు విద్యాపరమైన, ప్రేరణాత్మకమైన, స్ఫూర్తిదాయకమైన వాటిని చదవండి. మీ ప్రస్తుత ఉద్యోగంలో ఎలా మెరుగ్గా ఉండాలో చదవడం అత్యుత్తమం. నేను చెప్పినట్లు, రోజుకు ముప్పై నుండి అరవై నిమిషాలు చదవడం అంటే వారానికి ఒక పుస్తకం. వారానికి ఒక పుస్తకం సంవత్సరానికి యాభై పుస్తకాలు; సంవత్సరానికి యాభై పుస్తకాలు పదేళ్లలో ఐదు వందల పుస్తకాలు. (మీ పుస్తకాలను ఉంచుకోవడానికి మీకు పెద్ద ఇల్లు కావాల్సి వస్తుంది. అంతే!) మీరు మీ పనిచేస్తున్న రంగం గురించి ప్రతి రోజు ఒక గంట చదివితే, అది మాత్రమే మీ ఆదాయాన్ని తదుపరి పది సంవత్సరాల కాలంలో 1,000 శాతం పెంచుతుంది.

2. ప్రతి ఉదయం మీరు పని ప్రారంభించే ముందు మీ ప్రధాన లక్ష్యాలను తిరిగి వ్రాయండి. వాటిని సమీక్షించండి. మీరు స్పైరల్ నోట్ పుస్తకం తీసుకుని, పేజీ ఎగువన, తేదీని వ్రాయండి. ప్రతిరోజూ మీ పది లక్ష్యాలను వ్రాయండి. వాటిని మీ సబ్‌కాన్షియస్ మైండ్ రీప్రోగ్రామ్ చేస్తుంది. మీ సూపర్‌కాన్షియస్ పవర్‌లను యాక్టివేట్ చేస్తుంది. మీరు ఏమి సాధించాలనుకుంటున్నారనే దాని గురించి చాలా స్పష్టంగా మీ రోజు ప్రారంభం అవుతుంది. మీరు యీ విధంగా ప్రతి ఉదయం మీ ప్రధాన లక్ష్యాలను తిరిగి వ్రాసి, సమీక్షించినట్లయితే, అది మాత్రమే మీ ఆదాయాన్ని రాబోయే పదేళ్లలో పది రెట్లు పెంచుతుంది.

3. ప్రతిరోజూ ముందుగానే ప్లాన్ చేసుకోండి; ముందు రోజు రాత్రి జాబితా తయారు చేయండి. మీరు చేసినదంతా ముందుగా ప్రతిరోజూ ప్రణాళికాబద్ధంగా ప్లాన్ చేస్తే, అది మీ ఉత్పాదకత, పనితీరు, సామర్థ్యాన్ని 25 శాతం పెంచుతుంది. మీరు దీన్ని చేయడం ప్రారంభించిన మొదటి రోజు, అది మొదటి రోజు ఉత్పాదకతలో మీ సంవత్సరపు వృద్ధిని అందిస్తుంది. ఇలా రోజూ చేస్తే పదేళ్లలో మీ ఆదాయం పది రెట్లు పెరుగుతుంది.

4. మీ పనులపై ప్రాధాన్యతలను గుర్తించండి. రోజంతా మీ సమయాన్ని అత్యంత విలువైన పని చేయడంపై దృష్టి పెట్టండి. ఇది అన్ని విజయ సూత్రాలలో గొప్పది: మీరు చేయగలిగే అతి ముఖ్యమైన పనిని గుర్తించడం, వెంటనే దానిని పూర్తి చేయడం అనేది మీ జీవితంపై మీరు ఊహించిన దానికంటే ఎక్కువ ప్రభావం చూపుతుంది. అదే పదేళ్లలో మీ ఆదాయాన్ని పది రెట్లు పెంచుతుంది.

5. మీ కారులో పాడ్‌క్యాస్ట్‌లు లేదా ఆడియో ప్రోగ్రామ్‌లను వినండి. నేను ప్రపంచవ్యాప్తంగా ఎక్కడికి వెళ్లినా, వాటిని ఒక వ్యసనంలా వినే వ్యక్తులను

కలుస్తాను. వారు లక్ష్యాలు, సమయ నిర్వహణ, సంబంధాలు, అమ్మకం, వ్యాపారం, ఆర్థిక సంచితం గురించి కార్యక్రమాలను వింటూ వుంటారు. దానివల్ల పూర్తిగా భిన్నమైన వ్యక్తులుగా మార్పు చెందినట్టు చెబుతున్నారు. ఎందుకంటే మీరు వింటున్నప్పుడు, ఆ సమాచారం మీ ఉపచేతన మనస్సులో ప్రోగ్రామ్ చేయబడుతుంది.

అప్పుడప్పుడూ కొందరు నాతో ఇలా అంటారు, "నేను ఒక గడ్డు పరిస్థితిలో ఉన్నాను. ఏమి చేయాలో నాకు తోచ లేదు; అప్పుడు నేను విన్న ఆడియో ప్రోగ్రామ్‌లోని కొన్ని పదాలు జ్ఞాపకానికొచ్చాయి. నేను ఆ విధంగా చేసాను. నేను నా కష్టం నుంచి బయటపడ్డాను". గొప్ప ఆలోచనలు ఎక్కడ నుండి వస్తాయో మీరు ఎప్పటికీ చెప్పలేరు, కాబట్టి మీరు అనేకమైన మంచి ఆలోచనల గురించి తెలుసుకోవాలి.

నేను ఇటీవల సెయింట్ లూయిస్‌లో ఒక యువకుడిని కలిశాను. అతను గొప్ప పాఠకుడు కాదు గానీ, విషయాన్ని శ్రద్ధగా వినేవాడినని చెప్పాడు. అతను నా కార్యక్రమానికి వచ్చాడు. అతను నా ఆరు ప్రోగ్రామ్‌లకు అటెండ్ కావాలని అనుకున్నాడు. అయితే, అతని వద్ద డబ్బు లేదు. అతను ఇంటికి పరిగెత్తి, భోజన విరామంలో తన తల్లి నుండి డబ్బు తెచ్చుకున్నాడు. అతను ప్రోగ్రామ్‌లు అటెండ్ కావడానికి వచ్చినప్పుడు, అతనికి ఒక పాత కారు ఉండేది, సాధారణ ఇంట్లో నివసించేవాడు, ఆదాయం చాలా తక్కువ. అంటే అతని దగ్గర డబ్బు లేదనుకోవచ్చు.

"ఈ సంవత్సరం, నాలుగు సంవత్సరాల తరువాత, నేను 500,000$ కంటే ఎక్కువ సంపాదించాను" అని అతను చెప్పాడు. "నా దగ్గర సరికొత్త కారు ఉంది, నాకు అందమైన ఇల్లు ఉంది; నాకు పెళ్లి అయ్యింది; నేను సంతోషంగా ఉన్నాను. ఇప్పుడు నా జీవితంలో నా ఆదాయం ప్రతి సంవత్సరం పెరుగుతూనే ఉంది. వీటన్నింటికీ ఆ కార్యక్రమాలు వినడమే కారణమని నేను ఖచ్చితంగా చెప్పగలను. మునుపటి కంటే భిన్నంగా నా జీవితంపై ఉన్న ఏకైక ప్రభావం ఇది.

అది పనిచేస్తుందా? అవును. కొన్నిసార్లు ప్రజలు నాతో, "అవును, కానీ అది పని చేయకపోతే ఏమి చేయాలి?" అని అంటారు. ఒకవేళ చేస్తే? మీరు ప్రయత్నించకుండా ఉండగలరా? కేవలం ఆడియో ప్రోగ్రామ్స్ వింటే వచ్చే పదేళ్లలో మీ ఆదాయం పది రెట్లు పెరుగుతుంది.

6. ప్రతి అనుభవం తర్వాత, మీరు మీ సామర్థ్యాన్ని మరింతగా విస్తరించడానికి, వేగంగా తెలివిగా మారడానికి, రెండు గమ్మత్తయిన ప్రశ్నలను మీకు మీరు వేసుకోండి.

మొదటి ప్రశ్న, *నేను సరిగ్గా ఏమి చేసాను?* మీ వృత్తిలో ఒక ప్రెజెంటేషన్ చేస్తే, వెంటనే, *"నేను సరిగ్గా ఏమి చేసాను?"* అని అడగండి. మీరు ప్యాడ్, పేపర్‌తో కూర్చుని మీరు చేసిన పనిని దానిపై రాయండి. మీకు తెలుస్తుంది. ఎందుకంటే పరిస్థితి ఎలా ఉన్నప్పటికీ కొన్ని పనులను మీరు సరిగ్గా చేశారు.

రెండవ ప్రశ్న, *నేను దీన్ని మరోమారు చేయవలసి వస్తే తదుపరిసారి భిన్నంగా ఏమి చేస్తాను?* మీ పనితీరును మెరుగుపరచగల అన్ని మార్గాలను వ్రాయండి.

ఈ రెండు ప్రశ్నల ప్రత్యేక నాణ్యతను గమనించండి: సమాధానాలు రెండూ సానుకూలంగా ఉంటాయి. తప్పు చేసిన వెంటనే "నేను ఎక్కడ తప్పు చేసాను?" అని చాలా మంది అనుకుంటారు. అంటే మీరు మీ మనసులో ప్రతిబింబించిన, మీరు ఊహించిన, చర్చించిన, గుర్తుకు తెచ్చుకునే విషయాన్ని మీరు మీ ఉపచేతన మనస్సులోకి రీప్రోగ్రామింగ్ చేస్తున్నారు. మీరు మీ తప్పులను పరిశీలిస్తే గనుక, భవిష్యత్తులో ఇలాంటి పరిస్థితుల్లో మరిన్ని తప్పులు చేయడానికి మీరే రీప్రోగ్రామింగ్ చేస్తున్నారు.

బదులుగా మీరు సరిగ్గా చేసిన అన్ని పనులను, తదుపరిసారి మీరు యింకా బాగా చేయగలిగిన అన్ని పనులను మీరు గుర్తుచేసుకుంటే, మీరు వాటిని మీ ఉపచేతన మనస్సులోకి ప్రోగ్రామ్ చేసి, తదుపరిసారి వాటిని సరిగ్గా చేయడానికి మిమ్మల్ని మీరు ముందుంచుకుంటారు.

ఎప్పుడూ ఆ రెండు ప్రశ్నలను అడగండి: నేను సరిగ్గా ఏమి చేసాను? నేను భిన్నంగా ఏమి చేస్తాను?

7. మీరు కలిసే ప్రతి వ్యక్తిని, మీ కుటుంబ సభ్యులయినప్పటికీ, వారిని మీ మిలియన్ డాలర్ల కస్టమర్‌గా భావించండి. గుర్తుంచుకోండి, ప్రతి వ్యక్తి తనను తాను ప్రపంచంలోనే అత్యంత ముఖ్యమైన వ్యక్తిగా భావిస్తాడు. మీ ఉత్పత్తి లేదా సేవ యొక్క మిలియన్ డాలర్లను కొనుగోలు చేయగల సామర్థ్యం వారిలో ఉన్నట్లు మీరు గుర్తించినప్పుడు, వారు మిమ్మల్ని అదే ఆప్యాయత, సానుకూలత, గౌరవంతో చూస్తారు.

ప్రతి పరిశ్రమలోనూ అత్యధికంగా ఆదాయం పొందే వ్యక్తులందరూ, వారి క్లయింట్లు, ఖాతాదారులకు అత్యంత ప్రియమైన వారుగా మీరు కనుగొంటారు. ఎందుకు?

ఎందుకంటే వారు తమ క్లయింట్లను, ఖాతాదారులను ప్రత్యేకమైన, ముఖ్యమైన వ్యక్తుల మాదిరిగా చూస్తారు.

మీరు సాధించేందుకు మూడు మార్గాలు

మీ సామర్థ్యాన్ని విస్తరించడానికి ఇక్కడ మూడు మార్గాలు ఉన్నాయి:

1. మీకు ఏది కావాలో ఖచ్చితంగా నిర్ణయించుకోండి. మీరు చూడలేని లక్ష్యాన్ని మీరు చేధించలేరు.
2. ప్రాధాన్యతలను సెట్ చేయండి. ప్రతిరోజూ మీరు అత్యంత ప్రాధాన్యత కలిగిన పనిని పూర్తి చేయండి.
3. మీరు మీ కోసం నిర్దేశించుకున్న లక్ష్యాలను సాధించే వరకు మీరు వదిలిపెట్టేది లేదని ముందుగానే నిర్ణయించుకోండి.

అద్భుతమైన పదాలను మీరు మననం చేసుకుంటూ ఉండండి: *వైఫల్యం ఒక ఎంపిక కాదు.* గొప్ప ఆవిష్కర్త థామస్ ఎడిసన్ చెప్పినట్లుగా, "మీ దగ్గర అన్ని అవకాశాలూ ఆవిరైపోయినప్పుడు, దీన్ని గుర్తుంచుకోండి: *మీరు ఏమీ పోగొట్టుకోలేదు*"

3

అత్యుత్తమ పనితీరుకు మిమ్మల్ని మీరు ప్రేరేపించుకోవడం

మనం ఇప్పుడు ఫీనిక్స్ పరివర్తనలో రెండు దశలను దాటాము. 'మనసు' అనేది మీ దగ్గర, ఆ మాటకొస్తే, అందరి దగ్గర, వున్న 'గొప్ప శక్తి'గా మీరు అర్థం చేసుకున్నారు. మీరు మీ మనసు మార్చుకున్నప్పుడు, మీరు మీ వాస్తవికతను మార్చుకుంటారు. మీకు కావలసినదాన్ని దృశ్యమానం చేయడం, దాని ఆధారంగా స్పష్టమైన, ఖచ్చితమైన లక్ష్యాలను నిర్దేశించడం వంటి పద్ధతుల ద్వారా మీరు ఈ అద్భుతమైన శక్తిని పొందవచ్చని మీరు తెలుసుకున్నారు.

ఇప్పుడు గరిష్ఠ పనితీరుపై దృష్టి పెడదాం—మీ నుండి ఉత్తమమైన వాటిని పొందడం. సగటు వ్యక్తి తన సామర్థ్యంలో యాభై శాతం కంటే తక్కువ పని చేస్తాడు. అందువల్ల, మిమ్మల్ని మీరు ప్రేరేపించుకోవడం ద్వారా, మీరు మీ సామర్థ్యాన్ని గరిష్ఠంగా ఉపయోగించుకుని మీ జీవితం నుండి చాలా ఎక్కువ పొందవచ్చు.

ప్రేరణ అనేది మానసిక ఆరోగ్యం లాంటిది. శారీరక ఆరోగ్యానికి మీరు శారీరక వ్యాయామాలు చేయవలసి ఉంటుంది; అదేవిధంగా, మానసిక ఆరోగ్యం-వ్యక్తిగత ప్రేరణ-మీరు మానసిక వ్యాయామాలు చేయవలసి ఉంటుంది.

మునుపెన్నడూ లేనంతగా మీరు ఇప్పుడు మరింత ఎక్కువ సామర్థ్యాన్ని కలిగి ఉన్నారు. మీరు జీవితంలో ఇప్పటివరకు ఏమి సాధించినా, అది మీకు సాధ్యమయ్యే దానిలో ఒక చిన్న భాగం మాత్రమే.

గతం కంటే భవిష్యత్తు బాగుంటుందని ఉన్నతమైన వ్యక్తులు విశ్వసిస్తారు. భవిష్యత్తు తమ జీవితంలో గొప్ప సమయంగా వుంటుందని వారు నమ్ముతారు.

అత్యధిక ఆదాయం పొందే రోజులు తమ ముందు ఉన్నాయని, వారి గొప్ప విజయాలు ఇంకా ముందు ముందు రాబోతున్నాయని వారు నమ్ముతారు. వారి సంతోషకరమైన, అత్యంత ప్రేమపూర్వకమైన క్షణాలు ఇంకా భవిష్యత్తులో ఉన్నాయని వారు నమ్ముతారు. దీపావళి పండుగ గురించి పిల్లలు ఎంత ఉత్సాహంగా ఎదురుచూస్తూ వుంటారో వీళ్లు కూడా తమ జీవితంలో జరగబోయే మార్పు పట్ల ఉద్వేగంతో ఉంటారు. అంచనాల సూత్రం కారణంగా, వారి జీవితాలు రోజు రోజుకూ మెరుగుపడతాయి.

మీ ఊహను ఉపయోగించండి

సగటు వ్యక్తి తన మానసిక సామర్థ్యంలో 10 శాతం లేదా అంతకంటే తక్కువ మాత్రమే ఉపయోగిస్తాడు. దీనర్థం, ఇప్పటికే మీలో వున్న ప్రతిభను ఉపయోగించుకోవడం ద్వారా, ఈ రోజు మీరు సాధిస్తున్న దానికంటే రెట్టింపు, మూడు రెట్లు, ఐదు లేదా పది రెట్లు సాధించవచ్చు.

మీరు వచ్చే ఏడాది లేదా రెండు సంవత్సరాల్లో మీ ఆదాయాన్ని రెట్టింపు చేయవచ్చని ఊహించడం ద్వారా ప్రారంభించండి: రెట్టింపు ఆదాయం ఎంత అవుతుంది? దీన్ని ఒక లక్ష్యంగా వ్రాసి, ప్రతిరోజూ ఆ సంఖ్య గురించి ఆలోచించడం ప్రారంభించండి. చాలా తక్కువ సమయంలోనే మీరు మీ ఆదాయాన్ని రెట్టింపు చేసే ఆలోచనలు, అవకాశాలను పొందడం ప్రారంభిస్తారు.

ఇక్కడ రెండవ అభ్యాసం యిలా ఉంది: మీ ఆదాయాన్ని పది రెట్లు పెంచుకోండి. ఆ సంఖ్యను పొందడానికి మీ ప్రస్తుత ఆదాయానికి సున్నాని జోడించండి. నేను సంవత్సరాలుగా అధ్యయనం చేసి కనుగొన్నది ఇప్పుడు మీకు వివరిస్తాను. “నేను ఈరోజు సంవత్సరానికి 50,000$ సంపాదిస్తున్నాను, కాబట్టి నేను ఒక సున్నాని జోడిస్తే, అది 500,000$” అని మీరు చెప్పినట్లయితే గనుక, మీ శరీరం కొత్త అవయవాన్ని తిరస్కరించినట్టుగానే, మీ మనస్సు ఆ ఆలోచనను తిరస్కరిస్తుంది. దాన్ని వెనక్కి తరిమివేస్తుంది. “కాదు; ఇది అసాధ్యం” ఎందుకంటే మీ మెదడు అటువంటి అద్భుతమైన మార్పును అంగీకరించదు. కాబట్టి మీరు దాన్ని మళ్లీ మీ మనసు లోపలికి నెట్టి, “సరే, సరే, నేను 500,000$ సంపాదించగలను” అని చెప్పండి. మీ మనస్సు దానిని మళ్లీ తొలగిస్తుంది, కానీ నిరంతరం ఇలా చెబుతూ ఉండండి, “X నుండి 10X వరకు. X అనేది నా ప్రస్తుత ఆదాయం: 50,000$. పది Xలు, 500,000$. X నుండి 10X వరకు” “50 నుండి 500, 50 నుండి 500” అని మీరు ఆలోచిస్తూనే ఉంటారు – చివరికి మీ మెదడు అలసిపోతుంది. మీ ఆలోచనను

బయటకు నెట్టడం మానేస్తుంది. ఏదో ఒక నిర్దిష్ట సమయంలో, "ఓహ్, సరే, బహుశా ఇది సాధ్యం కావచ్చు" అని చెబుతుంది.

అప్పుడు మీ సూపర్ కాన్షియస్ మైండ్ చొచ్చుకు వస్తుంది. "బహుశా మీరు ఇలా చేసి ఉంటే, అది మీకు కొంచెం సహాయపడవచ్చు" అని చెబుతుంది. ఇక అడ్డు తొలగిపోతుంది. మీరు మీ ఆదాయాన్ని 50,000$ నుండి 55,000$ వరకు, 55,000$ నుండి 60,000$ వరకు, $60,000 నుండి $70,000 వరకు పెంచే అన్ని రకాల ఆలోచనలను చేస్తారు.

పనులు జరగడం ప్రారంభిస్తాయి, కానీ అవి నెమ్మదిగా జరుగుతాయి. ఆకాశంలో మెరుపు మెరిసి, పనులన్నీ అకస్మాత్తుగా జరిగిపోతాయని కలలు కనొద్దు. మీరు ఈరోజు సంపాదిస్తున్న దానికంటే రెండింతలు లేదా మూడు రెట్లు లేదా పది రెట్లు సంపాదించాలనే ఆలోచన మీ మనస్సులో ఉన్నందువల్ల ఈ మార్పులు క్రమంగా జరుగుతుంటాయని గుర్తుంచుకోండి.

ఇప్పుడు మనకో మంచి ప్రశ్న ఎదురౌతుంది: ఈ సంఖ్యలు నిజంగా సాధ్యమేనా? వాస్తవానికి అవి సాధ్యమే. వేలకు వేలమంది ప్రజలు ఇప్పటికే ఈ మొత్తాలను సంపాదిస్తున్నారు. వారంతా ఈరోజు మీరు సంపాదిస్తున్న దానికంటే తక్కువ సంపాదనతోనే ప్రారంభించారు. మీకో విషయం తెలుసా? మీ కంటే తెలివైనవారు ఎవరూ లేరు; మీ కంటే గొప్పవారు ఎవరూ లేరు. వారు కేవలం పనులను విభిన్నంగా చేస్తున్నారు.

నేను ఒక్కసారిగా విస్మయం పొందాను. నేను కలుసుకున్న అతి సాధారణ వ్యక్తులు, మామూలుగా పనులు చేస్తూ నా కంటే ఐదు, పది రెట్లు ఎక్కువ సంపాదిస్తున్నారు. అది వాళ్లకి ఎలా సాధ్యమవుతుందనే విషయం గురించి నా బుర్ర బద్దలు కొట్టుకుంటాను. వాళ్లు ఏం చేస్తున్నారో నేను క్షుణ్ణంగా గమనిస్తాను:

వారు వేరు వేరు రంగాలలో పనులు విభిన్నంగా చేస్తున్నారు. నేను చేస్తున్న దాని కంటే వాళ్లు ఏమి చేస్తున్నారో వారికి బాగా తెలుసు. అంతేకాకుండా, వాళ్లు తమకు తెలిసిన విషయంపై దృష్టి పెడుతున్నారు. నాకంటే తక్కువ IQ లు ఉన్నవాళ్లని నేను కలుసుకున్నాను. కానీ వాళ్లు నాకంటే ఎక్కువ డబ్బు సంపాదిస్తున్నారు. ఎందుకు? వారు అనేక విషయాలలో చేతులు పెట్టకుండా ఉండటమే దీనికి కారణం. వారు ఏదో ఒక పనిని నైపుణ్యం పెంచుకుంటూ చేస్తున్నారు. పైగా ఒకే పనిని పదే పదే చేస్తారు.

నిజంగా ఇది సాధ్యమేనా? ఖచ్చితంగా సాధ్యమే. చరిత్రలో గొప్ప ఆవిష్కరణ ఏమిటంటే, మీరు ఎక్కువగా దేని గురించి ఆలోచిస్తుంటారో మీరు అదే తరహా

వ్యక్తిగా మారిపోతారు. తమపై తమకు నమ్మకం, ఆత్మగౌరవం, ఆత్మవిశ్వాసానికి కీలకం మీ గురించి ఎక్కువ సానుకూలంగా ఆలోచించడం. మీరు ఎక్కువ సమయం మీతో మీరు చెప్పుకునేది కూడా అవుతుంది: మీ స్వీయ తర్కము, మీ అంతర్గత సంభాషణ, మీ భావోద్వేగాలలో 95 శాతం నిర్ణయిస్తుంది.

ఉపేక్ష భావాన్ని (డిఫాల్ట్ సెట్టింగ్) అధిగమించండి

ఇప్పుడు మనం ఒక ముఖ్యమైన వాస్తవం గురించి మాట్లాడాలి: మీరు స్పృహతోనూ, ఉద్దేశపూర్వకంగానూ మీతో మీరు సానుకూలంగా మాట్లాడకపోయినట్లయితే, మీరు ప్రతికూల ఆలోచనకు స్వయంచాలకంగా లోనవుతారు.

మీరు మీ యిబ్బందులు, కష్టాలు, సమస్యలు, మిమ్మల్ని చిరాకుపెట్టే వ్యక్తులు, పరిస్థితుల గురించి ఆలోచిస్తున్నారా? మీరు జాగ్రత్తగా ఉండకపోతే, మీరు మీకు తెలియకుండానే ఒక విధమైన ఉపేక్ష భావానికి గురవుతారు: వ్యర్థమైన ఆలోచనలు. మీకు ఏది కావాలో, దానిని ఎలా సాధించాలో మీరు మీ మనస్సులో ఉంచుకోవాలి. ఎక్కువ కాలం సానుకూల విషయాలపై దృష్టి పెట్టండి. మీరు ఏదైనా పనిని పదే పదే చేస్తే, చివరికి అది ఒక అలవాటుగా మారిపోతుంది. చాలా తక్కువ సమయంలోనే మీరు మీ గురించి, మీ జీవితం గురించి ఎల్లప్పుడూ సానుకూలంగా, నిర్మాణాత్మకంగా ఆలోచించే అలవాటును అభివృద్ధి చేసుకుంటారు.

ప్రతి రోజు, *నాకు నేనంటే ఇష్టం లేదా నేనే చేయగలను లేదా నేనే బెస్ట్* అని చెప్పుకుంటూ మీతో మీరు సానుకూలంగా మాట్లాడుకోండి. వ్యాపారవేత్త, స్ఫూర్తిదాయకమైన ఆలోచనాపరుడైన W. క్లెమెంట్ స్టోన్ తరచుగా యిదే చెప్పేవాడు. *నేను సంతోషంగా ఉన్నాను, నేను ఆరోగ్యంగా ఉన్నాను, నేను అద్భుతంగా భావిస్తున్నాను* అనే పదాలను పదే పదే చెప్పేవాడు.

ఇది అద్భుతం-ఎందుకంటే మీ చేతన మనస్సు ఒక సమయంలో ఒక ఆలోచనను మాత్రమే కలిగి ఉంటుంది-మీరు ఈ పదాలను పునరావృతం చేస్తూ ఉంటే, అవి మీ వాస్తవికతగా మారడం ప్రారంభిస్తాయి. అందువల్ల మీ అంతర్గతంగా మిమ్మల్ని మీరు సానుకూలంగా రీప్రోగ్రామ్ చేసుకుంటారు.

ప్రతికూల ఆలోచనలను, భావాలను రద్దు చేసుకోవడం స్వీయ ప్రేరణకు, ఆత్మవిశ్వాసానికి ముఖ్యమైన మార్గం. ప్రకృతి శూన్యతను అసహ్యించుకుంటుంది. మీరు మీ మనస్సు నుండి ప్రతికూల ఆలోచనలు, భావాలు తొలగిస్తే, మీరు మానసిక శూన్యతను సృష్టిస్తారు. ప్రకృతి అప్పుడు దానిని సానుకూల ఆలోచనలు, భావాలతో నింపుతుంది.

నేను ఇప్పటికే చెప్పినట్లుగా, రెండు ప్రధాన భయాలు ప్రతికూల భావోద్వేగాలను ప్రేరేపిస్తాయి. మొదటిది వైఫల్యం భయం. మన జీవితంలో విజయానికి ఇదే అతి పెద్ద అడ్డంకి. ఇది నష్టం జరుగుతుందనే భయం-ధన నష్టం, సమయం నష్టం, ప్రేమ నష్టం-పేదరికంపట్ల భయం. మనందరికీ ఈ భయం ఉంటుంది. సాధారణంగా మనం ఆ సమయంలో చిన్ననాటి సంగతులను గుర్తుకు తెచ్చుకుంటాము.

రెండవది తిరస్కరణ భయం: విమర్శలు, అపహాస్యం లేదా ఇతరులు విమర్శిస్తారనే భయం. మనలో 54 శాతం మందికి మరణ భయంకంటే, బహిరంగంగా మాట్లాడటానికి భయపడుతున్నారని మీకు తెలుసా? ఎందుకో మీకు తెలుసా? ఎందుకంటే వారు మాట్లాడేందుకు ఇబ్బందికి భయపడతారు. వారు లేచి నిలబడి మాట్లాడితే, ప్రజలు తమను చూసి నవ్వుతారని వారు భయపడతారు; వారు లేచి నిలబడి మాట్లాడటం కంటే చనిపోవడమే మేలు అని అనుకుంటారు.

ఈ భయాలు చాలా పెద్దవి: అవి మన జీవితాలపై అపారమైన ప్రభావాన్ని చూపుతాయి. బాల్యంలో తల్లి, తండ్రి లేదా ఇద్దరి నుండి ఎదుర్కొన్న విధ్వంసక విమర్శల ఫలితంగా వచ్చిన భయాలు. ఈ భయాలు, మనం పెరిగి పెద్దయిన తర్వాత కూడా మనలోనే వుండిపోతాయి. ఎక్కడికీ తొలగిపోవు. ఆధునిక మనస్తత్వశాస్త్రం యొక్క అద్భుతం ఏమిటంటే, ప్రత్యామ్నాయ చట్టాన్ని ఉపయోగించడం ద్వారా యీ భయాలను తొలగించవచ్చు. మీ మనస్సు సానుకూలంగాగానీ లేదా ప్రతికూలంగాగానీ, ఒక సమయంలో ఒక ఆలోచనను మాత్రమే కలిగి ఉంటుందని ప్రత్యామ్నాయ చట్టం చెబుతోంది. మీరు ఉద్దేశపూర్వకంగా ప్రతికూల ఆలోచనలకు బదులుగా సానుకూల ఆలోచనలను ప్రత్యామ్నాయం చేయవచ్చు. ఇది వారి జీవితాలను మార్చిందని చాలామంది నాతో చెప్పారు. తమకు అంత నియంత్రణ ఉందని వారు కూడా గ్రహించలేదు. ప్రతికూల ఆలోచనలను సానుకూల ఆలోచనలతో భర్తీ చేయడాన్ని ఎంచుకోవచ్చని, సానుకూల ఆలోచన మనసులో స్థిరబడే వరకు లేదా కాంక్రీట్ లాగా బిగుసుకుపోయేంత వరకు దాన్ని పదే పదే చేయగలరని వారు గ్రహించలేదు.

ఓటమి భయం, తిరస్కరణ భయం యీ రెండు భయాలూ "నన్ను నేను ఇష్టపడుతాను" అని మీకు మీరు చెప్పుకోవడం ద్వారా తొలగించుకోవచ్చు. మిమ్మల్ని మీరు ఎంత ఎక్కువగా ఇష్టపడుతున్నారో, అంత తక్కువగా మీరు వైఫల్యానికి భయపడతారు; మిమ్మల్ని మీరు ఎంత ఎక్కువగా ఇష్టపడుతున్నారో, తిరస్కరణ, విమర్శలు, ఇతర వ్యక్తుల వ్యాఖ్యలకు మీరు అంత తక్కువగా భయపడతారు.

మీ ఆత్మగౌరవం పెరుగుతున్న కొద్దీ, మీ భయాలు తగ్గుతాయి. *నేను చేయగలను, నేను దీన్ని చేయగలను* అనే పదాలను పదే పదే చెప్పడం ద్వారా మీరు వైఫల్య భయాన్ని తొలగించుకోవచ్చు. *నేను చేయలేను, నేను చేయలేను, నేను చేయలేను* అనే ఆలోచనలోనే వైఫల్య భయం అంతర్లీనంగా ఉంది. ఈ భయం మనల్ని కొత్త దారులు వెళ్లకుండా, అసలు ప్రయత్నించకుండా అడ్డుకుంటుంది. మీరు ఏ పనిలోనైనా విజయం సాధించాలంటే, మీరు పదే పదే చెప్పండి, *నేను చేయగలను, నేను చేయగలను, నేను చేయగలను, నేను చేయగలను.* మీరు ఇలా చెప్పుకున్నట్లయితే, మీ ఆత్మవిశ్వాసం పెరుగుతుంది. మీ భయాలు తగ్గుతాయి.

మనం ఇప్పుడు ఒక ఆసక్తికరమైన ఆవిష్కరణ చెప్పుకుందాం. మనస్తత్వశాస్త్రంలో, దీనిని *బూమరాంగ్ ప్రభావం* అంటారు. మీరు మరొక వ్యక్తి మంచి కోసం చేసే ప్రతి పనీ, దాని పర్యవసాన ఫలితంగా, మీకు కూడా మంచి జరుగుతుంది.

మీ కుటుంబంలోగానీ, మీ స్నేహితులలోగానీ, మీరు సానుకూలంగా ప్రభావితం చేయాలనుకుంటున్న వ్యక్తులు ఉంటే, ఎల్లప్పుడూ వారికి చెప్పండి, *మీరు దీన్ని చేయగలరు, మీరు దీన్ని చేయగలరు, మీరు దీన్ని చేయగలరు.* వారిని ప్రోత్సహించండి; పని చేయకపోవడానికి అన్ని కారణాలను వారికి చెప్పవద్దు. జీవితంలో చాలామంది అలా చేస్తారు. బదులుగా, వారు దీన్ని చేయగలరని చెప్పడం ద్వారా ఎల్లప్పుడూ వ్యక్తులను ప్రోత్సహించండి. మీ ప్రోత్సాహం కొన్నిసార్లు వారి జీవితాన్ని మార్చవచ్చు – వారిని సానుకూలంగా ప్రోత్సహించడం ద్వారా వారిలో ధైర్యం నింపండి. *మీరు దీన్ని చేయగలరు.* వారే తర్వాత మీతో ఇలా అంటారు, "మీకు తెలుసా, నాకు నిజంగా తెలియదు, నేను నిజంగా చేయలేననే నిరాశతో ఉన్నాను, కానీ నేను దీన్ని చేయగలనని మీరు నాకు చెప్పినప్పుడు, ధైర్యం తెచ్చుకున్నాను. 'సరే చేసేద్దాం' అనుకున్నాను. ఇప్పుడు అది నా జీవితాన్ని మార్చేసింది" మీరు ఇతరులను ప్రోత్సహిస్తూ, వారి ధైర్యాన్ని పెంపొందింస్తున్నప్పుడు, మీరు కూడా అదే విధమైన నమ్మకంగా ఉంటారు. ఒక చేతిని కడిగేందుకు మరొకటి ఉపయోగపడుతుంది.

మానసిక క్రాస్-ట్రైనింగ్

స్వీయ-గౌరవానికి, స్వీయ-ప్రేరణకూ అత్యవసరమైనది 'ఆశావాదం'. ఏ రంగంలోనైనా అగ్రశ్రేణిలో వున్న 10 శాతం మంది ఆశావాదులు. వారు తమను తాము నమ్ముతారు. వారికి జరిగే ప్రతిదాన్నీ-ప్రతీ ఎదురుదెబ్బ, ప్రతీ కష్టం, ప్రతీ సవాలు-ఒక రకమైన అవకాశంగా చూస్తారు.

ఆశావాదం మానసిక దృఢత్వం లాంటిది. ఇది మానసిక ఆరోగ్యం, సానుకూల వ్యక్తిత్వానికి కొలమానం. మీరు శారీరకంగా ఫిట్‌గా ఉండాలంటే జిమ్‌కి వెళ్లి వ్యాయామం చేస్తారు. మీరు మానసికంగా దృఢంగా ఉండాలనుకుంటే, మీరు మెంటల్ క్రాస్-ట్రైనింగ్ చేయండి.

ఆశావాదానికి, మానసిక క్రాస్-ట్రైనింగ్‌కు ఇక్కడ నాలుగు మార్గాలు ఉన్నాయి.

1. మీరు ఏమి కోరుకుంటున్నారో, దానిని ఎలా పొందాలో ఆలోచించండి. దాని గురించి మాట్లాడండి. ఎందుకంటే మీరు దేని గురించి ఆలోచించినా, మాట్లాడినా, మీరు మీ జీవితంలో దానిని అందుకోబోతున్నారు. మీరు చాలా జాగ్రత్తగా ఉండాలి. కొన్నిసార్లు నా భార్య బార్బరా, నేను మేము చేసిన తప్పుల గురించీ, పెట్టుబడులలో తప్పు జరగటం గురించీ మాట్లాడుతున్నాము. అకస్మాత్తుగా నా భార్య బార్బరా ఇలా అంది, "ఒక నిమిషం ఆగండి. మన జీవితంలో ఇలాంటివి యింకా ఎక్కువ కావాలా?" నేను లేదన్నాను. "అయితే మనం వాటి గురించి మాట్లాడటం మానేద్దాం"

   దీన్నే *ప్యాటర్న్ ఇంటరప్ట్* అంటారు: మీ మనసులో తిరుగుతున్న దాని గురించి మాట్లాడటం మానేయడానికి, స్టాప్ అనే పదాన్ని చాలా గట్టిగా చెప్పండి. ఇది మీకు ఒక విధంగా చెంప చెళ్లుమనటం గుర్తుకు తెస్తుంది. అయినప్పటికీ, మీ ఆలోచనా సగళిని ఆపివేస్తుంది. మీ లక్ష్యాల గురించి ఆలోచించవడం ద్వారా వెంటనే ఈ ఆలోచనలను భర్తీ చేస్తారు.

   నిజానికి, మిమ్మల్ని మీరు ఆశాజనకంగా ఉంచుకోవడానికి అత్యంత అద్భుతమైన మార్గాలలో ఒకటి మీ లక్ష్యాల గురించి ఆలోచించడం. మీరు ట్రాఫిక్‌లో చిక్కుకు పోయినప్పుడల్లా, మీ లక్ష్యాల గురించి ఆలోచించండి. మీరు దేని గురించైనా ఆందోళన చెందుతున్నప్పుడు, మీ లక్ష్యాల గురించి ఆలోచించండి. మీకు సమస్య వచ్చినప్పుడు, మీ లక్ష్యాల గురించి ఆలోచించండి. మీరు మీ రోజువారీ జీవితాన్ని గడుపుతున్నప్పుడు, మీరు ఏమి కోరుకుంటున్నారో, దానిని ఎలా పొందగలరో ఆలోచించండి. మీతో మీరు మాట్లాడుకోండి. మీరు అలా చేస్తున్నప్పుడు, మీరు మరింత సానుకూలంగా, ఆశాజనకంగా ఉంటారు.

2. ఆశావాదానికి రెండవ మార్గం ఏమిటంటే, ప్రతి పరిస్థితిలో మంచిని చూడటం. ఏదైనా తప్పు జరిగినప్పుడు—మీకు సమస్య వచ్చినప్పుడు—వెంటనే ఆగి, "అలా జరగటం మంచిది" అనుకోండి; ఆ తర్వాత పరిస్థితిలోకి వెళ్లి ఏది మంచిదో తెలుసుకోండి.

మీరు ప్రతి కష్టంలోనూ మంచి కోసం వెతుకుతున్నప్పుడు, మీరు తప్పకుండా దానిని కనుగొంటారు. మీ చేతిలో యిప్పుడు 'డిమ్మర్ స్విచ్' వున్నట్టుగా భావించండి. ఈ స్విచ్‌ని యిప్పుడు మాన్యువల్‌గా నియంత్రిస్తారు: మీరు దాన్ని పైకి లేదా క్రిందికి తిప్పండి. మీరు దానిని ఆన్ చేస్తే, మీ లైట్లు ప్రకాశవంతంగా ఉంటాయి. మీరు దానిని ఆపివేస్తే, మీ లైట్లు తక్కువ స్థాయిలో వెలుగుతాయి.

మీ మెదడుపై కూడా యిటువంటి 'డిమ్మర్ స్విచ్' ఉంది. ఇది మీ ఆలోచనలచే నియంత్రించబడుతుంది. మీ మానసిక డిమ్మర్ స్విచ్ పెరిగినప్పుడు, మీరు సానుకూలంగా ఉంటారు, మీరు సృజనాత్మకంగా ఉంటారు, మీరు సంతోషంగా ఉంటారు, మీకు అధిక శక్తి ఉంటుంది, మీరు చతురతతో ఉంటారు; మీరు ఉత్తమ వ్యక్తి. మీ డిమ్మర స్విచ్ తక్కువగా ఉన్నప్పుడు, మీరు ప్రతికూలంగా ఉంటారు, మీరు కోపంగా ఉంటారు, మీరు ఆందోళన చెందుతారు, మీరు భయపడతారు. మీ పని ఎక్కువ సమయం మీ డిమ్మర్ స్విచ్‌ని పూర్తిగా ఆన్ చేసి ఉంచడం, కానీ మీరు దీన్ని ఎలా చేస్తారు? మీకు కావలసిన దాని గురించి మీరు ఆలోచించి, మాట్లాడినప్పుడల్లా, ఒక పరిస్థితిలో మంచి కోసం మీరు వెతుకుతున్నప్పుడల్లా, మీ డిమ్మర్ స్విచ్ పూర్తి అవుతుంది. మీరు సానుకూలంగానూ, సృజనాత్మకంగానూ మారతారు.

3. ప్రతి సమస్యలోనూ విలువైన పాఠాన్ని వెతకండి. ప్రతి సమస్య, కష్టం, ఎదురుదెబ్బ లేదా ప్రతిబంధకం భవిష్యత్తులో మరింత విజయవంతం కావడానికి సహాయపడే విలువైన పాఠాన్ని కలిగి ఉంటాయని విజయవంతమైన వ్యక్తులు గ్రహిస్తారు. నా దివంగత మిత్రుడు, ది పవర్ ఆఫ్ పాజిటివ్ థింకింగ్ రచయిత నార్మన్ విన్సెంట్ పీల్ ఒకసారి ఇలా అన్నాడు, "దేవుడు మీకు ఒక బహుమతి పంపాలనుకున్నప్పుడు, అతను దానిని ఒక సమస్యతో చుట్టబెడతాడు. దేవుడు మీకు పంపాలనుకున్న బహుమానం ఎంత పెద్దదో, అంత పెద్ద సమస్యను ఆయన మూటగట్టి యిస్తాడు."

మీ ఇంటి చుట్టూ క్రిస్మస్ ఉదయం వచ్చినట్లు మీకు అనిపించవచ్చు. అన్ని చోట్లా బోలెడు బహుమతులు ఉన్నాయి. కానీ మీకు ఎదురయ్యే ప్రతి సమస్య లేదా కష్టం తప్పకుండా ఏదో ఒక బహుమతితో కలగలిపి ఉంటుంది.

మీరు భవిష్యత్తులో విజయవంతంగా, సంతోషంగా ఉండాలని కోరుకునే గొప్ప శక్తి విశ్వంలో ఉందని ఊహించుకోండి. మీకు దిక్కుమాలిన స్వభావం ఉందని ఈ గొప్ప శక్తికి తెలుసు: మీరు విజయవంతం కావడానికి మీరు నేర్చుకోవలసిన పాఠాలు మిమ్మల్ని బాధించే వరకు మీరు నేర్చుకోరు. అందువల్ల

ఈ గొప్ప శక్తి మీకు క్రమ పద్ధతిలో పాఠాలు పంపుతుంది. ఒక్కొక్కరికి ఒక్కో రకమైన బాధ ఉంటుంది. ఇది శారీరకమైనది కావచ్చు, ఆర్థిక సంబంధమైనది కావచ్చు, లేదంటే మానసికమైనది కావచ్చు, కానీ ఇది ఖచ్చితంగా, ఎల్లప్పుడూ బాధతో జతపడి ఉంటుంది. ఎందుకంటే ఆ బాధ మీ దృష్టిని ఆకర్షించడం అనేది అవసరం.

మీకు నొప్పి, ఆందోళన, బాధ కలిగించే ఏదైనా అనుభవాన్ని మీరు ఎదుర్కొంటున్నప్పుడు, "ఈ పరిస్థితిలో ఉన్న పాఠం ఏమిటి? దీనివల్ల నేను ఏమి నేర్చుకుంటున్నాను?" మీరు గమనించినట్లయితే, మీరు ఎల్లప్పుడూ ఒకటి లేదా అంతకంటే ఎక్కువ పాఠాలను నేర్చుకుంటారు. చిన్న సంఘటనల నుండి గొప్ప పాఠాలు నేర్చుకునే వారిని గొప్ప వ్యక్తులుగా చెప్పుకుంటారు.

గుణపాఠం నేర్చుకోకముందే కొందరు తల కొట్టుకుంటారు. ఇతర వ్యక్తులు నొప్పిని అనుభవించినప్పుడు, వారు అది తమ పాఠంగా భావిస్తారు. "ఇది గొప్ప గుణపాఠం! ఇలా జరిగినందుకు నాకు ఆశ్చర్యంగా వుంది"

మీరు పాఠం కోసం ఎదురు చూస్తున్నప్పుడు, మీ డిమ్మర్ స్విచ్ పూర్తిగా పైకి లేస్తుంది. మీరు సానుకూల వ్యక్తిగా మారిపోతారు. మీరు ప్రతి సమస్యలో పాఠం కోసం చూసిన్నప్పుడు, మీరు ఎల్లప్పుడూ ఏదో విషయాన్ని కనుగొంటారు. కొన్నిసార్లు మీరు నేర్చుకున్న పాఠం మిమ్మల్ని విజయం వైపు నడిపిస్తుంది. చాలా సార్లు మీరు వెనక్కి తిరిగి చూసుకుని, "ఇంతకుముందు జరిగిన దానికి ధన్యవాదాలు, ఎందుకంటే అది నాకు ఆ పాఠాన్ని నేర్పింది. ఈ పరిస్థితిలో నేను విజయవంతంగా, సంతోషంగా ఉండగలిగానంటే అదే కారణం" ఎల్లప్పుడూ రహదారిని ఎన్నుకోండి, అనుభవం కోసం నిరీక్షించండి.

బూమరాంగ్ సూత్రాన్ని కూడా గుర్తుంచుకోండి: మీరు ఇతర వ్యక్తులను ప్రభావితం చేయాలనుకుంటే, విషయాలు తప్పుగా జరుగుతున్నప్పుడు మంచిని చేసేందుకు వారికి సహాయపడండి. ఎవరికైనా సమస్య ఉన్నప్పుడు, "మీకు తెలుసా, జరిగే ప్రతిదానిలో ఏదో ఒక మంచి ఉంటుంది. ఇలా జరగటంలో ఏదో వుంది." మంచిని కనుగొనడంలోనూ, వారి మనస్సులను కేంద్రీకరించడంలోనూ వారికి సహాయపడండి. ఒక వ్యక్తికి ఓటమి లేదా ఎదురుదెబ్బ తగిలినప్పుడు, "ప్రతి సమస్యలో ఏదో ఒక పాఠం ఉంటుంది. ఇక్కడ ఏం జరిగిందా అని నేను ఆశ్చర్యపోతున్నాను" పాఠాలను గుర్తించడంలో వారికి సహాయపడండి. రెండు సందర్భాల్లోనూ, మీరు ఈ వ్యక్తులు వాస్తవికతతో తిరిగి సన్నిహితంగా ఉండటానికి, వారి డిమ్మర్ స్విచ్‌లను పూర్తిగా ఆన్

చేయడానికి, సానుకూలంగానూ, సృజనాత్మకంగానూ మార్పు చెందటానికి, వారి ఇబ్బందులలో నుంచి వారు బయటపడేందుకు మీరు సహాయం చేస్తారు. అదే సమయంలో, మీరు మిమ్మల్ని మరింత సానుకూలంగానూ, నిర్మాణాత్మక వ్యక్తిగానూ మార్చుకుంటారు.

4. సానుకూలంగానూ, నిర్మాణాత్మకంగానూ ఉండే వ్యక్తులచే రాయబడిన పుస్తకాలు, ఆడియోలు, కోర్సులు, సానుకూల సంభాషణలు, సెమినార్‌లు, సమావేశాలు వంటి సానుకూలమైన, ఉత్తేజపరిచే అంశాలతో మీ మనస్సును నింపడం అనేది మీ మనస్సుపై విపరీతమైన ప్రభావాన్ని చూపుతుంది. ఆన్‌లైన్‌లో లేదా టెలివిజన్‌లో భయంకరమైనవి, పనికిమాలినవి చూడటం కాకుండా, ఇది మిమ్మల్ని సంతోషంగానూ, మరింత సానుకూలంగానూ చేస్తుంది, మీకు మరింత శక్తిని ఇస్తుంది. మరిన్ని పనులు చేయడానికి మిమ్మల్ని ప్రేరేపిస్తుంది.

మీరు బాధ్యత వహించండి

భయం, సందేహం, ఆందోళనలను అధిగమించి, మరింత ఆశాజనకంగా రూపొందడానికి ఒక సాధారణ విరుగుడు ఉంది: మనలో వున్న ప్రతికూలతలు నియంత్రణలో వుంచాలి. మీరు వేరొకరిని నిందిస్తున్నప్పుడు మాత్రమే మీరు ప్రతికూలంగా ఉంటారు. మీరు మరొకరిని నిందించే సమయాలలో మాత్రమే మీరు కోపంగా ఉంటారు. మీరు వేరొకరిపై నిందలు వేసేటప్పుడు మాత్రమే మీరు ఆగ్రహంతో ఉంటారు. మీరు నిందలు వేయడం మానేసినప్పుడు, మీ ప్రతికూల భావోద్వేగం అదే సమయంలో ఆగిపోతుంది.

నేను బాధ్యత వహిస్తున్నాను అనే పదాలను పదే పదే చెప్పడం అనేది మీలో వున్న ప్రతికూల భావోద్వేగాలను నియంత్రించుకునేందుకు మార్గం. *నేను బాధ్యత వహిస్తున్నాను* అనే పదాలను మీరు చెప్పినప్పుడల్లా, మీరు ప్రతికూల భావోద్వేగాన్ని అదుపులో వుంచుకోవడమే కాకుండా దానిని అసలు రానీయకుండా చేయగలుగుతారు. ఎందుకంటే మీరు బాధ్యత అంగీకరించిన సమయంలోనే ప్రతికూలంగా ఉండలేరు.

నేను బాధ్యత వహిస్తాను అనే పదాలు చాలా శక్తివంతమైనవి. దీని అధ్యయనంలో నేను నాలుగు వేల గంటలు, మూడు సంవత్సరాల కాలాన్ని గడిపాను. ఎందుకంటే ఈ భావన యొక్క ప్రాముఖ్యతతో నేను గాఢంగా పెనవేసుకుపోయాను. జీవితంలో ఆనందం, విజయం అనేవి మనలో వున్న సానుకూల భావోద్వేగాల నుండి వస్తాయి. మనలో సానుకూల భావోద్వేగాలు

లేనప్పుడు, ప్రతికూల భావోద్వేగాలు స్వయంచాలకంగా ఉద్భవిస్తాయి. అయితే, *నేను బాధ్యత వహిస్తాను* అని చెప్పటం ద్వారా ప్రతికూల భావోద్వేగాలను నిలుపుదల చేయవచ్చు. *నేను మరొకరిని నిందించను. నేను బాధితుడిగా వుండను. తప్పు జరిగింది. నేను ఎవరిగురించీ ఫిర్యాదు చేయను, వాళ్లను విమర్శించను, వాళ్లమీద కేకలు వేయను, కోపగించుకోను. ఎవరిదీ ఏమీ లేదు. నేను బాధ్యత వహిస్తాను.*

కానీ *నేను బాధ్యత వహిస్తాను* అని చెప్పడం ద్వారా మీరు గొప్ప శక్తిని కలిగి వున్నట్టుగా అనుభూతి చెందుతారు. మీకు ఏమి జరుగుతుందో అర్థం చేసుకుంటారు. మిమ్మల్ని మీరు నియంత్రించుకుంటారు. మీ మనస్సు ప్రశాంతంగా ఉంటుంది. అన్నిటికంటే మించి, ఆ తదుపరి ఏమి చేయాలనే దాని గురించి మీకు స్పష్టమైన ఆలోచనలు ఉంటాయి.

నాయకులందరూ స్వీయ బాధ్యత గల వ్యక్తులు. విజయ సాధన గురించి తెలిపే ప్రతి పుస్తకం, అది జాక్ కాన్‌ఫీల్డ్ *సక్సెస్ ప్రిన్సిపల్స్* అయినా, లేదా స్టీఫెన్ కోవే యొక్క *సెవెన్ హ్యాబిట్స్ ఆఫ్ హైలీ సక్సెస్ ఫుల్ పీపుల్* అయినా, "టేక్ ఛార్జ్; బాధ్యత వహించు; సాకులు చెప్పడం ఆపండి. మీకు ఏమి కావాలో నిర్ణయించుకోండి. దాని కోసం బయల్దేరండి."

బాధ్యత అనేది బాల్యానికి, యుక్తవయస్సుకీ మధ్య వుండే విభజన రేఖ. మీరు చిన్నతనంలో, మీరు మీ సమస్యలను మీ తల్లిదండ్రులపై ఉంచుతారు. వారు చేసిన పనులు గురించీ, చేయని పనుల గురించీ వారిని నిందిస్తారు. కానీ మీరు పెద్దవారైనప్పుడు, బైబిల్ చెప్పినట్లుగా, మీరు *"పిల్ల విషయాలను పక్కన పెట్టండి"* (1 కొరింథీయులు 13:11). మీరు పెద్దవారైనప్పుడు, మీరు ఆ రేఖను దాటి, "నేను పెద్దవాడిని. ఇక నుండి నాకు ఏమి జరుగుతుందో దానికి నేనే బాధ్యత వహిస్తాను" అనుకుంటారు. ఇక అప్పటి నుండి, మీ జీవితం భిన్నంగా ఉంటుంది.

మీరు మీ చుట్టూ ఉన్న వ్యక్తులను ప్రేమిస్తే, గౌరవిస్తే, బాధ్యతను స్వీకరించమని వారిని ప్రోత్సహించండి. నా కంపెనీలో, నేను ఇలా అంటాను, "ఇక్కడ ఉన్న ప్రతి ఒక్కరూ వారి స్వంత వ్యక్తిగత సేవల కార్పొరేషన్‌కు అధ్యక్షులే. మీరే బాధ్యులు. ఏదైనా తప్పు జరిగితే, దాన్ని పరిష్కరించే బాధ్యత మీపై ఉంది". వాళ్లకు సమస్య వచ్చినపుడు నా దగ్గరకు వచ్చి, "నాకు ఒక సమస్య ఉంది, కానీ నేను కంపెనీకి అధ్యక్షుడిని. సమస్య నివారణ కోసం మనం యిలా చేయొచ్చని నేను ప్రతిపాదిస్తున్నాను." అని ధైర్యంతో చెబుతారు.

నేను నా పిల్లలకు కూడా అదే చెబుతాను: ఎల్లప్పుడూ బాధ్యతను అంగీకరించండి. ఏదైనా తప్పు జరిగినప్పుడు నా దగ్గరకు వస్తే, నేను "ఏమైంది?" అని అడుగుతాను. వారు, "నాకు ఈ సమస్య ఉంది, నాకు ఈ కష్టం ఉంది, కానీ నేను బాధ్యత వహిస్తాను. దీని నుంచి బయటపడటం నేను నేర్చుకున్నాను"

చిన్నప్పటి నుండి, నా పిల్లలు స్వీయ బాధ్యత గురించిన పాఠాలు నేర్చుకుంటారు. తద్వారా వారు పెద్దయ్యాక, వారి ఆత్మవిశ్వాసం, ఆత్మగౌరవం పెరిగింది. వారు ఏ పరిస్థితినైనా నిర్వహించగలరని వారికి తెలుసు. ఎందుకంటే వారు బాధ్యత తీసుకుంటారు. జరిగిన దానిలో పాఠం కోసం చూస్తారు. అనుభవం సంపాదిస్తారు. అలాగే మీరు కూడా చేయగలరు.

ప్రతికూల భావోద్వేగాలు మిమ్మల్ని బాధించేలా చేస్తాయి. మిమ్మల్ని మీరు బలిపశువులా భావిస్తారు. బాధ్యతను అంగీకరించడం వలన మీరు శక్తివంతంగా మారుతారు. మీ జీవితం మీ నియంత్రణలో ఉన్నట్లు భావిస్తారు. బాధ్యతను అంగీకరించడం, నియంత్రణా భావం మధ్య ప్రత్యక్ష సంబంధం ఉంది. నేను ఇప్పటికే ప్రత్యేకించి చెప్పినట్లుగా, నియంత్రణ, సానుకూల భావోద్వేగాల మధ్య ప్రత్యక్ష సంబంధం కూడా ఉంది. మీరు మీ జీవితంపై నియంత్రణ కలిగి ఉన్నారనే భావం వల్ల మీ గురించి మీరు గొప్ప అనుభూతి చెందుతారు. మీరు బాధ్యతను అంగీకరించినప్పుడు, మీరు పూర్తి నియంత్రణను తీసుకుంటారు. అలా మీరు పూర్తి నియంత్రణను తీసుకున్నప్పుడు, మీరు సంతోషంగా ఉంటారు.

సానుకూల ధృవీకరణలు-మీకు మీరు భావోద్వేగంతో చేసే సానుకూల ప్రకటనలు-మీ భావోద్వేగాలపై పూర్తి నియంత్రణను తీసుకోవడానికి, భవిష్యత్తులో విజయం కోసం మిమ్మల్ని మీరు ప్రోగ్రామ్ చేయడానికి మార్గం.

సానుకూల ధృవీకరణలు మీరు ఎప్పుడైనా సాధ్యం అనుకున్నదాని కంటే ఎక్కువ స్థాయిలో మీ సామర్థ్యాన్ని బహిర్గతం చేయడానికి మిమ్మల్ని అనుమతిస్తుంది. అత్యంత శక్తివంతమైన విశ్వాసాన్ని పెంపొందించే ప్రకటనలు ఏమంటే, *నన్ను నేను ఇష్టపడుతున్నాను. నన్ను నేను ఇష్టపడుతున్నాను. నేను బాధ్యత వహిస్తాను. నేను చేయగలను.*

తరచుగా మీరు ఉదయం లేచినప్పుడు, "శుభోదయం భగవంతుడా" అని చెప్పకండి; మీరు, "భగవంతుడా, ఇది శుభోదయం" అని చెప్పండి. నన్ను నేను ఇష్టపడుతున్నాను అని వెంటనే చెప్పుకోవడం ద్వారా మిమ్మల్ని మీరు ఉత్తేజపరుచుకోవచ్చు. *నేను నా పనిని ప్రేమిస్తున్నాను. నేనంటే నాకు ఇష్టం. నేను నా పనిని ప్రేమిస్తున్నాను. నేనంటే నాకు ఇష్టం.* దానివల్ల మీరు సత్వరమే మంచి

అనుభూతి చెందుతారు; మీరు సంతోషంగా ఉంటారు. మీ మెదడు ఎండార్ఫిన్‌లను విడుదల చేస్తుంది. ఇది ప్రకృతిపరంగా సంతోషకరమైన ఔషధం. మీ కాలేయం గ్లైకోజెన్‌ను విడుదల చేస్తుంది, ఇది శక్తి యొక్క రూపం. ఇప్పుడు మీరు అన్ని రకాలుగా సిద్ధంగా ఉన్నట్లు అనిపిస్తుంది.

సానుకూల దృక్పథానికి ఐదు మార్గాలు

ఆశావాదం, ఆత్మవిశ్వాసం, సానుకూల మానసిక దృక్పథాన్ని పెంపొందించడానికి ఐదు మార్గాలు ఉన్నాయి:

1. మీకు పరిమితులు అనేవి లేనట్లుగా మీ భవిష్యత్తు కాలం గురించి ఉత్తేజకరమైన దృష్టిని సృష్టించండి. ఉత్తేజకరమైన భవిష్యత్తు గురించి ఆలోచించే చర్య మీ ఆత్మగౌరవాన్ని పెంచుతుంది. మీ స్వీయ-చిత్రాన్ని మెరుగుపరుస్తుంది. అద్భుతమైన జీవితాన్ని ఊహించుకోవడం మిమ్మల్ని ఉత్సాహపరుస్తుంది, అలాగే సంతోషపరుస్తుంది. మీరు ఊహించుకోండి. దృశ్యపరంగా మిమ్మల్ని మీరు ఊహించుకోండి. ఈరోజు మీరు సంపాదిస్తున్న దానికంటే రెండింతలు సంపాదిస్తున్నట్లుగా ఊహించండి. ఆ తర్వాత మూడు రెట్లు ఎక్కువ, ఐదు రెట్లు, పది రెట్లు ఎక్కువ సంపాదిస్తున్నట్లు ఊహించుకోండి.

   ప్రతి విషయంలోనూ మీరు అద్భుతమైన జీవితాన్ని గడుపుతున్నట్లు ఊహించుకోండి. అందమైన నివాసం, రకరకాల చిత్రాలు, వాహనాలు, గడియారాలు, బట్టలు, ఖరీదైన రిసార్ట్‌లను చూపించే *ది రాబ్ రిపోర్ట్* లేదా *ఆర్కిటెక్చరల్ డైజెస్ట్* వంటి సంపన్నులు చదివే మ్యాగజైన్‌లను చదవండి. ఆ పత్రికలు చదివి, *'నేను దీన్ని చేయగలను'; 'నేను అలా చేయబోతున్నాను'* అని మనసులో దృఢంగా ఊహించండి.

   ప్రకటనలలోని చిత్రాలలో మీరు ఉన్నట్లుగా భావించండి. ప్రకటనలలోని నివాసాలలో మీరు కూడా నివసించవచ్చు. సెలవులను ఆస్వాదించవచ్చు. మీరు ఇలాంటి విహార యాత్రలు చేయవచ్చు. మీరు ఇలాంటి బట్టలు ధరించవచ్చు. ఈ చిత్రాలతో మీరు మీ మనసును ఎంతగా నింపుతారో, వాటిని నిజం చేసే మార్గాలను కనుగొనడానికి మీ సూపర్ కాన్షియస్ మైండ్ అంత ఎక్కువగా పని చేస్తుంది.

2. భవిష్యత్తులో మీరు సాధించవలసిన లక్ష్యాలు, ప్రణాళికలను రాతపూర్వకంగా రూపొందించండి. వాటిని ప్రతిరోజూ సమీక్షించుకుంటూ మీరు పని చేయండి. స్ఫూర్తిదాయక వక్త ఎర్ల్ నైటింగేల్ చెప్పినట్లుగా, "ఆనందం అనేది విలువైన

ఆలోచన యొక్క భవిష్యత్ సాక్షాత్కారం". మీరు ముఖ్యమైన విషయంలో మీరు ముందుకు సాగుతున్నట్లుగా మీరు భావించినప్పుడు, మీరు సంతోషంగా ఉండగలుగుతారు. మీరు శక్తివంతులుగా భావిస్తారు. మీ జీవితం మీ నియంత్రణలో ఉన్నట్లుగా భావిస్తారు. ఇది గమ్యాన్ని చేరుకోవడం కాదు; ఇది మీకు సానుకూల ప్రేరణ యొక్క అనుభూతిని అందించే 'ముందుకు సాగడం'.

మూడు P లను ఉపయోగించడం ద్వారా మీ లక్ష్యాలను వ్రాయండి: *సానుకూల (positive), వ్యక్తిగత (personal), వర్తమానం (present)*. ముందుగా, వర్తమాన కాలాన్ని ఉపయోగించండి. మీ ఉపచేతన మనస్సు వర్తమానం తప్ప మరే ఇతర కాలంతోనూ వ్యవహరించదు. మీరు సాధించవలసిన లక్ష్యం ఇప్పటికే సాధించినట్లుగా వ్రాయండి. ఉదాహరణకు, "నేను ప్రతి సంవత్సరం X సంఖ్యలో డాలర్లు సంపాదిస్తాను". "నేను X పౌండ్ల బరువుతో ఉంటాను." ఇది ఇప్పటికే వాస్తవం అయినట్లుగా చెప్పండి. ఇది మీ ఉపచేతన, సూపర్ కాన్షియస్ మైండ్‌లో ఒక డైనమిక్‌ను సెట్ చేస్తుంది, ఇది మీ కొత్త ఆదేశాన్ని మీ వాస్తవికతగా చేయడానికి రోజుకు ఇరవై నాలుగు గంటలు పని చేయడం ప్రారంభిస్తుంది.

రెండవది, ఎల్లప్పుడూ మీ లక్ష్యాలను సానుకూల పరంగా చెప్పండి. మీ ఉపచేతన మనస్సు ప్రతికూల ఆదేశాన్ని అంగీకరించదు. "బరువు తగ్గాలి" అని అంటే అంగీకరించదు. దానికి బదులుగా, "నేను X పౌండ్ల బరువుతో ఉంటాను" అని చెప్పండి. "ధూమపానం మానేయండి" అని చెప్పే బదులు, "నేను ధూమపానం చేయని వాడిని" అని చెప్పండి.

మూడవది, మీ భాషలో ప్రథమ పురుషను ఉపయోగించండి. "నేను" అనే పదాన్ని ఉపయోగించండి. మీకు సంబంధించి 'నేను' అనే పదాన్ని విశ్వంలో ఉపయోగించగల ఏకైక వ్యక్తి మీరు తప్ప మరొకరు కాదు. మీరు 'నేను' అనే పదాన్ని ఉపయోగించినప్పుడల్లా, మీ ఉపచేతన మనస్సు దీనిని ప్రధాన కార్యాలయం నుండి వచ్చిన ఆదేశంగా గుర్తిస్తుంది: *నేను సంపాదిస్తాను, నేను అమ్ముతాను, నేను సాధిస్తాను, నేను పరిగెత్తాను, నేను పూర్తి చేస్తాను*. మీరు 'నేను' అనే పదంతో ఒక యాక్షన్ క్రియను ఉపయోగించినప్పుడు, అది మీ ప్రవర్తనను మార్చడంలో శక్తివంతమైన ప్రభావాన్ని చూపుతుంది.

మీ లక్ష్యాలు మీ కోసం పని చేయడానికి మరొక మార్గం ఏమిటంటే, వాటిని ప్రతి ఉదయం PPP రూపంలో– పాజిటివ్, పర్సనల్, ప్రెజెంట్ –స్పైరల్ నోట్‌బుక్‌లో వ్రాయడం, మళ్లీ తిరిగి వ్రాయడం. లేదంటే మీరు ప్రతి లక్ష్యాన్ని ఒక పెద్ద ఇండెక్స్

కార్డ్‌లో పెద్ద అక్షరాలతో వ్రాసి రోజంతా అవి మీకు కనబడే విధంగా ఏర్పాటు చేసుకోవడం కూడా చేయొచ్చు. మీరు వాటిని క్రమం తప్పకుండా చదవాలి. కార్డును చదవండి, మీ కళ్ళు మూసుకోండి, లక్ష్యాన్ని వాస్తవంగా ఊహించుకోండి. వీటిని చిన్న చిన్న కార్డులుగా రాసుకుని మీ వెంట తీసుకువెళ్లండి. మీకు ఖాళీ సమయం దొరికినప్పుడల్లా, వాటిని బయటకు తీసి, లక్ష్యాలను మీరే చదవండి. మీరు లక్ష్యాన్ని చదివిన ప్రతిసారీ, మీ ఉపచేతన మనస్సు ఆదేశాన్ని ఫోటో తీస్తుంది. అది మీ ఉపచేతన మనస్సులోకి లోతుగా వెళుతుంది.

చివరగా, మీరు మీ లక్ష్యాలను వ్రాస్తున్నప్పుడు, తిరిగి వ్రాసేటప్పుడు, గ్రహించిన లక్ష్యాలతో పాటుగా మీలో ఒక అనుభూతిని సృష్టించండి. మీరు గర్వంగా భావిస్తే, మీరు గర్వపడుతున్నట్లు ఊహించుకోండి. మీరు ఆత్మవిశ్వాసంతో, ఇష్టపడ్డారు, ప్రేమించబడ్డారు—అది ఏమైనా జరిగితే—మీరు భావోద్వేగాన్ని లక్ష్యంతో అనుసంధానించగలిగితే, రెండూ కలిసి మీ ఉపచేతన, అతీంద్రియ మనస్సులపై మరింత ఎక్కువ ప్రభావాన్ని చూపుతాయి. ఫలితాలు మీ జీవితంలోకి వేగంగా వస్తాయి.

3. మీ ఉద్యోగంలో మీరు అత్యుత్తమంగా ఉండాలని నిర్ణయించుకోండి. అగ్రభాగంలో వున్న 10 శాతం మందిలో మీరు ఉండాలని నిర్ణయించుకోండి. దీనిని ఒక లక్ష్యంగా పెట్టుకోండి. మీరు దానిని ఒక లక్ష్యంగా పెట్టుకోనంత వరకు మీరు అగ్రభాగానికి చేరుకోలేరు. "ఇక్కడ ఎంత మంది వ్యక్తులు తమ కెరీర్‌లో మధ్యస్థంగా ఉండాలని నిర్ణయించుకున్నారు?" అని నా సమావేశాలలో నేను ప్రశ్నించినపుడు, ఒక్కరు కూడా చేయి పైకి లేపరు. నేను ఇలా అంటాను, "మీ మెదడులో ఆటోమేటిక్ డిఫాల్ట్ మెకానిజం ఉందని, అద్భుతంగా ఉండాలని మీకై మీరు నిర్ణయించుకోకపోతే, మీరు సామాన్యుడిలా వుండేందుకు సిద్ధపడిపోతారని మీకు తెలుసా?"

చాలామంది ఆశ్చర్యపోతారు. "నేను నా ఉద్యోగంలో బాగా ఉండాలనుకుంటున్నాను" అని వారు అంటారు. "అవును, అయితే మీరు మంచి ఉద్యోగిగా ఉండాలని నిర్ణయించుకున్నారా? మీరు యీ విషయం ఎక్కడన్నా రాసి పెట్టుకున్నారా? మీరు దానిని లక్ష్యంగా పెట్టుకున్నారా? మీరు ప్రతిరోజూ దానిపై పని చేస్తున్నారా? మీరు నిరంతరం మిమ్మల్ని మీరు సమీక్ష చేసుకుంటూ, ఇతరులతో పోల్చుకుంటున్నారా? అప్పుడే మీరు ఎంత బాగా పని చేస్తున్నారో మీకు తెలుస్తుంది?" "లేదు, నేను అలా చేయను, కానీ నేను చేసే పనిలో నేను బాగా ఉండాలనుకుంటున్నాను"

ఇది చాలదు. మీరు అగ్రభాగంలో వుండే 10 శాతం మందిలో చేరడం గురించి స్పష్టంగా ఉండాలి. మీరు అలా అగ్రభాగంలో చేరే వరకూ మీమీద మీకు కనికరం లేకుండా పని చేయాలి.

మీకు ఒక శుభవార్త. మీ రంగంలో మెరుగ్గా మారడానికి మీరు వేసే ప్రతి అడుగు మీ ఆత్మగౌరవాన్ని, ఆత్మవిశ్వాసాన్ని పెంచుతుంది. లక్ష్య సాధన కోసం మీ ఆలోచనలు, శక్తిని సిద్ధం చేస్తుంది. మిమ్మల్ని ప్రేరేపిస్తుంది. మీ చుట్టూ ఉన్న వ్యక్తుల నుండి గౌరవం, ప్రతిష్ఠ, ప్రశంసలను సంపాదించడానికి మిమ్మల్ని ముందుకు నడిపిస్తుంది. ఆ ప్రయాణానికి ప్రతిఫలమే గమ్యాన్ని చేరుకోవడం.

ఇక్కడ ఒక ప్రశ్న ఎదురవుతుంది: మీరు ఖచ్చితంగా అద్భుతంగా ఉన్నట్లయితే, మరి, మీరు అగ్రశ్రేణి 10 శాతంలో చేరడానికి మీకు సహాయపడే నైపుణ్యం ఏమిటి? అది ఏదైనాగానీ, ఆ నైపుణ్యం గురించి రాసుకోండి. అగ్రశ్రేణిలో చేరేందుకు మీరు చేయగలిగిన ప్రతి పనినీ ఒక జాబితాగా రూపొందించండి. గుర్తుంచుకోండి, 'ఆత్మగౌరవం' అనే నాణానికి అవతలి వైపు 'స్వయం సమర్థత'. మీరు శ్రేష్ఠతకు కట్టుబడి ఉన్నప్పుడు, మీరు చేసే పని ఉన్నతంగా ఉండేందుకు, మిమ్మల్ని మీరు ఎక్కువగా ఇష్టపడతారు. అదే సమయంలో మీరు మీ రంగంలోని ప్రతి విషయంలోనూ అత్యంత మెరుగ్గా పని చేస్తారు.

4. సమస్యలు, అడ్డంకులను సమర్థవంతంగా ఎదుర్కోండి. సముద్రంలోని అలలకు అంతమనేది లేనట్లే జీవితంలో సమస్యలు పరంపరగా వస్తుంటాయి. హెన్రీ కిస్సింజర్ చెప్పినట్లుగా, "ఒక సమస్యను పరిష్కరించడం కోసం మనకు లభించే అవకాశం మరి కొంచెం పెద్ద సమస్యను ఎదుర్కోవడమే". మీ వ్యక్తిగత శక్తిసామర్థ్యాలు, ఆత్మగౌరవం, ఆత్మవిశ్వాసాల వెనుక అసలు రహస్యం సమస్యలను సమర్థవంతంగా ఎదుర్కోగల మీ సామర్థ్యమే! ఏం జరిగినా సరే, *నేనే బాధ్యుడిని* అని చెప్పడం ప్రారంభించండి. నియంత్రణ తీసుకోండి. ఆపైన మీకు ఎదురైన సమస్య కంటే మీరు తీసుకునే పరిష్కారంపై దృష్టి పెట్టండి. 'ఏమి జరిగింది?' అనే దాని కంటే 'ఏమి చేయగలం' అని ఆలోచించండి. పరిస్థితిని పరిష్కరించడానికి మీరు వెంటనే తీసుకోగల చర్యల గురించి సానుకూలంగా ఆలోచించండి. సానుకూల, నిర్మాణాత్మక చర్యలకూ, ఆత్మవిశ్వాసానికి మధ్య ప్రత్యక్ష సంబంధం తప్పకుండా ఉంటుంది.

5. రోజంతా మీ లక్ష్యాలను సాధించడంలో బిజీగా ఉండండి. ఇరవై ఒక్కరోజుల పాజిటివ్ మెంటల్ యాటిట్యూడ్ డైట్‌లోకి వెళ్లాలని ఈరోజే నిర్ణయించుకోండి.

మీడియం సంక్లిష్టత యొక్క కొత్త అలవాటును అభివృద్ధి చేయడానికి దాదాపు ఇరవై ఒక్క రోజులు పడుతుంది. ఇరవై ఒక్కరోజుల సానుకూల మానసిక వైఖరి ఆహారంతో, మీరు మీ వర్తమానం, మీ భవిష్యత్తుపై పూర్తి నియంత్రణను పొందుతారు. ఇరవై ఒక్క రోజులు, మీకు కావలసిన దాని గురించి ఆలోచించి మాట్లాడాలని మీరు నిర్ణయించుకుంటారు. ఇలా అనుకోండి, "సరే, ఇరవై ఒక్క రోజుల తర్వాత, నేను తిరిగి వెళతాను. కానీ ఇప్పటి వరకూ, నేను నాకు ఏమి కావాలో మాత్రమే ఆలోచిస్తాను. నేను కోరుకున్నది సాధించడానికి నేను తీసుకోగల చర్యల గురించి మాత్రమే ఆలోచిస్తాను". ఇక అప్పుడు, మీరు ఇతరులను విమర్శించడం, వాళ్ల గురించి ఫిర్యాదు చేయడం, నిందించడం మీరు పూర్తిగా మానేస్తారు.

మీరు యీ విధంగా చేయగలిగితే, ఇరవై ఒక్క రోజుల్లో మిమ్మల్ని మీరు రీప్రోగ్రామ్ చేసుకుంటారు. మీరు మీ మెదడులో సరికొత్త న్యూరల్ ట్రాక్‌లను ఉంచుతారు. తద్వారా మీరు ఎక్కువ సమయం సులభంగా, స్వయంచాలకంగా సానుకూలంగా ఆలోచించగలుగుతారు. జర్మన్ కవి, తత్వవేత్త గోథే చెప్పినట్లుగా, "సులభం కావటానికి ముందు ప్రతిదీ కష్టం"

సానుకూల ఆలోచనలు, భవిష్యత్తు ప్రణాళికలతో, అత్యధిక శక్తివంతమైన వ్యక్తిగా మారడం సులభమా? లేదు. అంత సులభం కాదు. కానీ ఇది అభ్యాసం ద్వారా సాధించుకోవచ్చు. ఒకసారి మీరు యీ విధంగా అభ్యాసం చేసారంటే, మీరు సానుకూల ఆలోచన చేయటం అందుకు తగిన విధంగా పనులు చేసుకోవటం త్వరలోనే స్వయంచాలకంగానూ, సులభంగానూ మారిపోతాయి. మీరు ఉదయాన్నే నిద్ర లేస్తారు. మిమ్మల్ని మీరు ఇష్టపడతారు. మీ పనిని ఇష్టపడతారు. "నేను చేయగలను. నేను నా మనసు పెట్టి ఏదైనా చేయగలను." మీకు సమస్యలు వచ్చినప్పుడల్లా, "నేను బాధ్యత వహిస్తాను. నా జీవితానికి నేను బాధ్యత వహిస్తున్నాను. " మీరు పూర్తిగా సానుకూల వ్యక్తి అవుతారు. మీరు మీ మనస్సు, మీ భావోద్వేగాలపై పూర్తి నియంత్రణను కలిగి ఉంటారు.

4

ఇతరులను ఎలా ప్రభావితం చేయాలి

ఫీనిక్స్ పరివర్తన యొక్క మొదటి, పునాది దశలు మీరు చేయవలసి ఉంటుంది: మీ మనస్సు యొక్క శక్తిని ఉపయోగించడం, జీవితంలో మీరు ఏమి కోరుకుంటున్నారో నిర్ణయించుకోవడం, దానికి అనుగుణంగా మీరు ప్రవర్తించడం. ఇప్పుడు మీ విజయంలో మరొక ప్రధాన అంశంగా మారడానికి సమయం ఆసన్నమైంది: ఇతర వ్యక్తులు.

మీ విజయంలో దాదాపు 85 శాతం ఇతరులతో సమర్థవంతంగా కమ్యూనికేట్ చేయగల మీ సామర్థ్యం ద్వారా నిర్ణయించబడుతుంది. మీరు సాధించిన దాదాపు ప్రతిదీ ఏదో ఒక విధంగా ఇతర వ్యక్తులతో అనుబంధించబడుతుంది. మీ సంతోషం, మీ ఫలితాలకు సంబంధించి 85 శాతం ఇతర వ్యక్తులు ఉన్నారు. అందువల్ల మీ కమ్యూనికేషన్‌ల నాణ్యత మీ అన్ని రకాల సంబంధాల నాణ్యతను, అలాగే మీ జీవిత నాణ్యతను నిర్ణయిస్తుంది. శుభవార్త ఏమిటంటే, కమ్యూనికేట్ చేయడం అనేది మీరు అభ్యాసంతో నేర్చుకోగల నైపుణ్యం.

పరస్పర చర్యలకు ఐదు లక్ష్యాలు

ఇతరులతో మీ పరస్పర చర్యలలో సాధించడానికి ఐదు అత్యంత ముఖ్యమైన లక్ష్యాలు ఇక్కడ ఉన్నాయి:

1. మీ స్వీయ చిత్రాన్ని బలోపేతం చేయడానికి, ధృవీకరించడానికి వ్యక్తులు మిమ్మల్ని ఇష్టపడాలని, గౌరవించాలని మీరు కోరుకుంటున్నారు. మన గురించి మనం ఎలా ఆలోచిస్తాము, ఎలా భావిస్తున్నాము అనేది ఇతర వ్యక్తులు మన గురించి ఎలా ఆలోచిస్తున్నారు, అనుభూతి చెందుతున్నారు అనే దాని ద్వారా బలంగా

ప్రభావితమవుతుంది. మనల్ని ఇష్టపడే వ్యక్తులు, మనల్ని గౌరవించినట్లయితే, మనల్ని మనం ఎక్కువగా ఇష్టపడతాము. మనం మంచి పని చేస్తాము, మంచి ఫలితాలను పొందుతాము, ఇతరులతో మనం మెరుగ్గా ఉంటాము.

2. మీ ఆత్మగౌరవం, యోగ్యత యొక్క భావాలను పెంపొందించడానికి, మీరు విలువైనవారు, ముఖ్యమైనవారు అని ప్రజలు భావించాలని మీరు కోరుకుంటారు. మన ఆత్మగౌరవం వెనీషియన్ గాజు ముక్కలా పెళుసుగా ఉంటుంది. వ్యక్తులు చేసేవి లేదా చేయనివి, చెప్పేవి లేదా చెప్పని పనుల ద్వారా మన ఆత్మగౌరవాన్ని పెంచుకోవచ్చు లేదా తగ్గించవచ్చు. ప్రజలు మన ఆత్మగౌరవాన్ని ధృవీకరించాలని మనం ఆశిస్తూ ఉంటాము. మన విలువను ఇతరులు గుర్తించాలని మనం భావిస్తాము.

3. మనం ఇతరులకు మన ఉత్పత్తులు, సేవలు, ఆలోచనలను విక్రయించడానికి వీలుగా ప్రజలను మన దృక్కోణానికి ఒప్పించగలగాలి.ఇతరులను ఒప్పించగల మీ సామర్థ్యమే మీ వ్యక్తిత్వ ఏకీకరణకు గుర్తు అని మీకు తెలుసా? గొప్ప వ్యక్తిత్వం ఉన్న వ్యక్తులు ఒప్పించగలరు. తక్కువ వ్యక్తిత్వం ఉన్న వ్యక్తులు ఒప్పించలేరు.

   మీ ఉద్యోగం అమ్మకాలు లేదా వ్యాపారంలో ఉంటే, ఇతరులను ఒప్పించే మీ సామర్థ్యం చాలా కీలకంగా ఉంటుంది. బ్యాంకులు మీకు రుణాలు ఇవ్వడం, కస్టమర్‌లు మీ ఉత్పత్తిని కొనుగోలు చేయడం, సరఫరాదారులు మీకు క్రెడిట్ ఇవ్వడం మీ విజయానికి ఇది చాలా అవసరం.

4. ప్రజలు తమ మనసు మార్చుకునేలా, మీ లక్ష్యాలను సాధించడంలో మీకు సహకరించేలా మీరు కోరుకుంటున్నారు.

5. మీరు మీ వ్యక్తిగత, వ్యాపార జీవితంలో మీ అన్ని సంబంధాలలో వ్యక్తిగతంగా శక్తివంతంగా, ప్రభావవంతంగా ఉండాలనుకుంటున్నారు.

జీవితంలో విజయం, ప్రేమ, నాయకత్వంలో ఇవి కూడా కీలకమైనవి.

భావోద్వేగపు మేధస్సు (Emotional Intelligence)

1995లో, మనస్తత్వవేత్త డేనియల్ గోలెమాన్, ఎమోషనల్ ఇంటెలిజెన్స్ అనే ఆలోచనను ప్రచురించాడు. అందులో, అతను EQ, లేదా ఎమోషనల్ కోటీన్–అంటే, మీ ఎమోషనల్ ఇంటెలిజెన్స్–IQ లేదా ఇంటెలిజెన్స్ కోషెంట్ కంటే చాలా ముఖ్యమైనదని వాదించాడు. ఇతరులను ఒప్పించే మీ సామర్థ్యం మీరు అభివృద్ధి చేయగల అత్యున్నత భావోద్వేగ మేధస్సు, ఒక వ్యక్తిగా మీరు ఎంత ప్రభావవంతంగా ఉన్నారనే దానికి నిజమైన కొలమానం అని అతను ముగించాడు.

అలాంటప్పుడు, మీరు మీ ఆలోచనలను ఇతరులకు ఎలా అందిస్తారు, వ్యక్తులు మీతో సహకరించేలా చేయడం, ఇతరులను కమ్యూనికేట్ చేయడం, ప్రభావితం చేయడం, ఒప్పించడం వంటి సామర్థ్యాలను ఎలా అభివృద్ధి చేస్తారు? అర్థం చేసుకోవలసిన మొదటి విషయం ఏమిటంటే, వ్యక్తులు తమ కారణాల కోసం పనులు చేస్తారు, మీ గురించి కాదు. ప్రభావవంతంగా కమ్యూనికేట్ చేయడానికి, ఒప్పించడానికి, మీరు అవతలి వ్యక్తుల స్వంత ఉద్దేశాలు ఏమిటో తెలుసుకోవాలి.

ఇప్పుడు మీ నుండి బయటపడి, ఎదుటి వ్యక్తి యొక్క మనస్సు, హృదయం, స్థితిలోకి ప్రవేశించడం తదుపరి ముఖ్యమైన మార్గం. మీ అవసరాల కోసం కాకుండా ఆ వ్యక్తి అవసరాలు, కోరికలపై దృష్టి పెట్టండి. నా స్నేహితుడు ఎడ్ ఫోర్‌మాన్ ఇలా అంటుండేవాడు, "జో జోన్స్ కళ్లతో మీరు జో జోన్స్‌ని చూడగలిగితే, జో జోన్స్ కొనుగోలు చేసే వాటిని మీరు జో జోన్స్‌కు అమ్మవచ్చు" అవతలి వ్యక్తి దృష్టితో పరిస్థితిని చూడటానికి నిరంతరం ప్రయత్నించండి.

నేను ఏదైనా ఒక పెద్ద విక్రయం లేదంటే చర్చలకు వెళ్లే ముందు, నేను కూర్చుని, ఈ చర్చలలో అవతలి వ్యక్తి కోరుకునే అన్ని విషయాల జాబితాను వ్రాస్తాను. నేను దానిని పూర్తి చేసిన తర్వాత, ఆ చర్చలలో నేను అవతలి వ్యక్తికి యివ్వగలిగేది ఏమిటని, అప్పటి అవసరాలకు అనుగుణంగా, ఆలోచిస్తాను. నేను యిలా చేసిన ప్రతిసారీ, నాకు అద్భుతమైన ఫలితాలు వచ్చాయి. అవతలి వ్యక్తి గురించి ఆలోచించడం ద్వారా ప్రారంభించండి. మీరు ఎంత మంచి కమ్యూనికేటర్ అని మీరు ఆశ్చర్యపోతారు.

ఇతరులను ఒప్పించడానికి మూడవ మార్గం ఏమిటంటే, మీరు వారి కోసం ఏదైనా చేయగలరని వారు విశ్వసిస్తేనే మీరు అలా చేయగలరని గుర్తుంచుకోండి. మరో మాటలో చెప్పాలంటే, ప్రజలు చాలా స్వార్థపరులు. వారు మిమ్మల్ని చూసి, "ఈ వ్యక్తి నా కోసం ఏమి చేయగలడు?" అని ఆలోచిస్తారు. లేదంటే "ఈ వ్యక్తి నాకు ఏ విషయంలో అడ్డుపడతాడు?"

ప్రజలు రెండు ప్రధాన కారకాలచే ప్రేరేపించబడతారు. మొదటిది లాభం కోసం కోరిక. ప్రతి వాడూ ఎంతో కోరుకుంటాడు. ఆరు వేల సంవత్సరాల రికార్డు కలిగిన చరిత్రలో, పురాతన సుమేరియాలోని ప్రారంభ మార్కెట్‌లను మనం గమనిస్తే, వినియోగదారులు ఆ కాలంలో ఒక వస్తువును మాత్రమే కొనుగోలు చేసారు – ఆ తర్వాత అభివృద్ధి జరిగింది. ఏదైనా వస్తువు కొనుగోలు చేసిన తర్వాత వారి జీవితం మునుపటి కంటే మెరుగైనదిగా మారుతుందని వాళ్లు అనుకుంటేనే వాళ్లు ఆ వస్తువు కొనుగోలు చేస్తారు. వాళ్లు భౌతిక, ఆర్థిక, భావోద్వేగ లాభాలను కోరుకుంటారు– అహంకారం, భద్రత, మనశ్శాంతి, సంపదలు, విలువ, పెరుగుదల, లాభాలు.

రెండవ ప్రేరణ నష్టం భయం. ఇది భౌతిక నష్టం కావచ్చు లేదంటే ప్రమాదం, అభద్రత, ఆర్థిక నష్టం, భావోద్వేగ నష్టం, ప్రేమ కోల్పోవడం, ఆప్యాయత, గౌరవం మొదలైనవి కూడా కావచ్చు. మీరు మాట్లాడే ప్రతి వ్యక్తి మనసులో ఆ రెండు శక్తులు పోటీ పడుతూ వుంటాయి. రెండు సందర్భాల్లోనూ మీ పని ఏమిటంటే, వాళ్లు మీకు సహకరిస్తే గనుక మరింత సుఖంగా వుంటారని వాళ్లని ఒప్పించడం.

ఇక్కడ ఒక నియమం ఉంది: మానవ ప్రవర్తనను ప్రేరేపించడంలో లాభం కోసం కోరిక కంటే నష్ట భయం 2.5 రెట్లు ఎక్కువ శక్తివంతమైనది. మీరు ఒక ఉత్పత్తిని లేదా సేవను అందించబోతున్నట్లయితే, వారు ఆ వస్తువును కొనుగోలు చేస్తే వారికి ఎలా ప్రయోజనంగా వుంటుందో చూపించండి. వారు ఆ వస్తువును పొందనట్లయితే వాళ్లకు కలిగే నష్టాలను కూడా చూపించండి. రెండు ప్రేరణలను ట్రిగ్గర్ చేయండి: లాభం కోసం కోరిక మరియు నష్ట భయం.

మనం అనుకోవడంలోనే అంతా వుంటుంది. వ్యక్తులు మిమ్మల్ని ఎలా అర్థం చేసుకుంటారు–వారికి మీరు సహాయం చేస్తారని లేదా ఏదో ఒక విధంగా వారిని బాధపెట్టడం జరుగుతుందని–వారు మీ పట్ల ఎలా స్పందిస్తారనేది ఎక్కువగా నిర్ణయిస్తుంది. మీరు ఎవరితోనైనా మాట్లాడుతూ ఉన్నారనుకోండి. ఆ వ్యక్తి మీకు సహాయం చేయడానికి లేదా మిమ్మల్ని బాధపెట్టడానికి ఏమీ లేదనే భావన మీకు ఉండవచ్చు. అదంతా అప్రస్తుతం. అప్పుడు ఎవరో వచ్చి, "ఓహ్, మీరు ఈ వ్యక్తిని కలుసుకున్నారా? ఈ వ్యక్తి మీ ఉత్పత్తికి మిలియన్ డాలర్ల కస్టమర్, అతను ప్రస్తుతం మార్కెట్‌లో ఉన్న మీ ఉత్పత్తులు కొనుగోలు చేయడానికి చాలా ఆతురుతలో ఉన్నాడు" అని చెప్పాడనుకోండి. అకస్మాత్తుగా అప్పటివరకూ మీరు మాట్లాడిన వ్యక్తి గురించి మీ మొత్తం అవగాహన మారుతుంది.

మానవ ప్రవర్తన ఏదో ఒక దానిని కోరుకోవడంతోనే ముడిపడి వుంటుంది. కోరుకున్న దానిని పొందడంలో దీర్ఘకాలిక పరిణామాలపై తక్షణ ఆందోళన లేకుండా, వారు కోరుకున్న వాటిని అత్యంత వేగంగా, సులభమైన మార్గంలో పొందడానికి ఎల్లప్పుడూ ప్రయత్నిస్తారు. మరో మాటలో చెప్పాలంటే, ప్రజలు సోమరితనం, అత్యాశ, అసహనంతోనూ ఉంటారు. వారు ఏదో కోరుకుంటారు. అది వారికి తక్షణమే కావాలి. కొన్నిసార్లు తరుచూ కోరుకుంటారు. దీర్ఘకాలిక పరిణామాల గురించి వారు నిజంగా పట్టించుకోరు. తల్లిదండ్రులు తమ పిల్లలలో అభివృద్ధి చెందడానికి అన్ని విషయాలలో కష్టతరమైనది దీర్ఘకాలిక దృక్పథం: వారు ప్రస్తుతం చేస్తున్న పనుల గురించి దీర్ఘకాలికంగా ఆలోచించడం. "నాకు చీజ్ ముక్క కావాలి" అని ప్రజలు అంటారు. కానీ వారు ఆ చీజ్ ముక్కను తినడంవల్ల ఎంత సమయం వ్యాయామం చేయవలసి వస్తుందనే విషయాన్ని వారు ఆలోచించరు.

ప్రేరేపించే గొప్ప అంశం ఏమిటంటే, ప్రజలు తమకు కావలసిన వాటిని పొందడానికి వేగవంతమైన, సులభమైన, శీఘ్రమైన, అనుకూలమైన మార్గాలను కోరుకుంటారు. అందువల్ల అవతలి వ్యక్తికి, వాళ్లకు కావాల్సిన విధంగా అన్నీ సమకూర్చే వ్యక్తిగా మీరు కనిపించాలి. అది మీరు చేయవలసిన పని. వారికి కావాల్సిన దానిని అందించడంలో మీరు వేగవంతమైన, సులభమైన మార్గం వాళ్లకు మీరు చూపించలేకపోతే, మీ సిఫార్సును అంగీకరిస్తారని ఏ మాత్రం నమ్మకం లేదు.

ఒప్పించటానికి నాలుగు మార్గాలు

వీటిని మనం *నాలుగు P లు* అంటాము. మొదటిది *వ్యక్తిగత శక్తి. (Personal Power)* ఎక్కువ మంది వ్యక్తులు మిమ్మల్ని డబ్బు లేదా ఇతర వనరులపై అధికారం కలిగి ఉన్న వారిగా చూస్తారు. మీ నుంచి మెప్పు పొందాలని వాళ్లు మీతో చాలా కలివిడిగా ఉంటారు. యునైటెడ్ స్టేట్స్ ప్రెసిడెంట్ మీ వద్దకు వచ్చి, మిమ్మల్ని ఏదైనా చేయమని కోరితే, ఒక వెయిటర్ వచ్చి మిమ్మల్ని అదే విషయం అడిగిన దానికంటే మీరు ఎక్కువగా ప్రభావితమవుతారు, ఎందుకంటే ప్రజలు, డబ్బు, వనరులవంటి వాటిపై అధ్యక్షుడికి గల వ్యక్తిగత అధికారం ఏమిటన్నది మనకు తెలుసు.

రెండవ మార్గం *సమాజంలో మీ స్థితి (Positioning)* ప్రజలు మీ గురించి ఎలా ఆలోచిస్తారు? ఏ విధంగా మాట్లాడతారు? మీరు ఒప్పించడానికి ప్రయత్నిస్తున్న వ్యక్తులలో మీ కీర్తి ఏ విధంగా వుంటుంది ? మీరు సమర్థుడిగా, మంచి వ్యక్తిగా, నిజాయితీగా, ధనవంతులుగా, మీ రంగంలో నిపుణుడిగా గొప్ప ఖ్యాతిని గడిస్తే గనుక, మీరు ఇతర వ్యక్తులపై ఎక్కువ ప్రభావం చూపుతారు.

ఇక మూడవ మార్గం *పనితీరు (Performance)* మీ రంగంలో మీ సామర్థ్యం, యోగ్యత. నైపుణ్యం, జ్ఞానానికి సంబంధించిన ఖ్యాతి ఇతర వ్యక్తులను మీ దృక్కోణానికి ఒప్పించటానికి మిమ్మల్ని అనుమతిస్తుంది.

నాల్గవది *మర్యాద (Politeness)* ఇతరులతో మీ వ్యవహారాలలో దయ, మర్యాద, గౌరవాన్ని ఉపయోగించడం. ప్రతి వ్యక్తికి ఉన్న గాఢమైన అవసరం ప్రాముఖ్యత, విలువ యొక్క భావన. మీరు ఈ గాఢమైన కోరికను తీర్చుకున్నప్పుడు, మీరు ఒప్పించటానికి, కమ్యూనికేట్ చేయడానికి మీరు చేసే ప్రయత్నాలకు ప్రజలు మరింత దగ్గరవుతారు.

మనస్తత్వశాస్త్రంలో అత్యంత శక్తివంతమైన ప్రభావ కారకం 'ఇష్టం'. మిమ్మల్ని ఎంత మంది ఇష్టపడితే, వారు మీ ద్వారా ఒప్పించబడటానికి, ప్రభావితం చేయబడటానికి మరింత బహిరంగంగా ఉంటారు. సమర్థవంతమైన కమ్యూనికేషన్‌కు ఇది కీలకం.

వ్యక్తులను ముఖ్యమైన వాళ్లుగా భావించడం

నేను యింతకు ముందు చెప్పినట్లుగా, అన్ని కమ్యూనికేషన్ సాధనాల్లో అత్యంత సరళమైనది ప్రజలను ముఖ్యమైన వాళ్లుగా భావించడం. వ్యక్తులు ముఖ్యమైన వారుగా అనుభూతిని కలిగించడానికి ఐదు మార్గాలు ఉన్నాయి. మనం వాటిని ఐదు A లు అని పిలుస్తాము.

మొదటి A *అంగీకారం* acceptance. అంగీకార అభ్యాసం మనలో వున్న గాఢమైన, ఉపచేతన అవసరాన్ని సంతృప్తిపరుస్తుంది. ప్రతి వ్యక్తి తమను యితరులు అంగీకరించాలనే అనుకుంటారు. ఆఫీసులో, ఇంటిలో, మిత్రుల దగ్గరా వాళ్లు అలాంటి వాతావరణాన్నే కోరుకుంటారు. ఇద్దరు వ్యక్తులు కలిసినప్పుడల్లా, వాళ్ల మధ్య ఒక రకమైన అంగీకార స్థాయి ఏర్పటుతుందనేది మొదటి విషయం.

మీరు ఇతర వ్యక్తులపట్ల అంగీకారాన్ని వ్యక్తీకరించే విధానం చాలా సులభం: మీరు నవ్వుతూ, వారిని చూసి సంతోషిస్తున్నట్లుగా ప్రవర్తిస్తారు. నేను ఒక వారం లేదా రెండు వారాల తర్వాత సెలవునుంచి వచ్చిన తర్వాత నా కార్యాలయంలోకి వెళ్లినప్పుడు, నేను చేసే మొదటి పని వ్యక్తి నుండి వ్యక్తికి, పువ్వు నుండి పువ్వుకు వెళ్ళే తేనెటీగ మాదిరిగా అందరినీ దగ్గరకు వెళ్లి నవ్వుతూ పలకరిస్తాను. "ఎలా ఉన్నావు? నిన్ను చూడడం ఆనందంగా ఉంది; ఆఫీసుకు రావడం ఆనందంగా ఉంది" నేను ప్రతి వ్యక్తి దగ్గరకు వెళ్లి, వారు కంపెనీకి ఎంత ముఖ్యులో నేను గుర్తించినట్లుగా అందరికీ చెబుతాను. మీరు అదే పని చేయవచ్చు.

అదే విధంగా, మీరు మీ కుటుంబ సభ్యుడిని, మీ జీవిత భాగస్వామిని, మీ పిల్లలను చూసిన ప్రతిసారీ నవ్వుతూ: "వావ్, ఇది మీరే!" మీరు వారిని మళ్లీ చూడటం ఆనందంగా ఉన్నట్లు, వారు మీకు ఎంత ముఖ్యమైన వారో తెలియజేయడం చాలా ముఖ్యం. మీ ప్రభావానికి వారు ఎంత ఓపెన్‌గా ఉన్నారు అనే దానిపై ఇది చాలా సానుకూల ప్రభావాన్ని చూపుతుంది.

రెండవ A అనేది *ప్రశంసలు* appreciation. ప్రశంసలను వ్యక్తపరచడం చాలా సులభం: ప్రజలు మీ కోసం చేసే ఏ పనికైనా,-అది చిన్నదైనా, పెద్దదైనా- ప్రతిదానికీ ధన్యవాదాలు చెప్పండి. అన్ని సమయాలలో ధన్యవాదాలు చెప్పండి. ఒక వెయిటర్ మీకు ఒక గ్లాసు నీరు తెచ్చినప్పుడు, *ధన్యవాదాలు చెప్పండి*. మీ కోసం ఎవరైనా పక్కకు తప్పుకున్నప్పుడు, *ధన్యవాదాలు* చెప్పండి. ఎవరైనా మీ కోసం లేఖను టైప్ చేసినప్పుడు, కస్టమర్‌లను చూడటానికి మిమ్మల్ని తీసుకువచ్చినప్పుడు, *ధన్యవాదాలు చెప్పండి.*

మీరు ఎంతగా ఎదుటివారికి కృతజ్ఞతలు చెబితే అంతగా వారి ఆత్మగౌరవం పెరగడానికి కారణం అవుతుంది. వారు మరింత విలువైన, ముఖ్యమైన అనుభూతి చెందుతారు. వారు తమను తాము బాగా ఇష్టపడతారు. వారు మెరిసిపోతారు. వారు మిమ్మల్ని బాగా ఇష్టపడతారు. మీరు చాలా తరచుగా ధన్యవాదాలు చెప్పలేరు.

చాలా దూర ప్రాచ్య దేశాలకు ప్రయాణిస్తున్నట్లు నా స్నేహితుడు నాకు లేఖ వ్రాసాడు. నేను ప్రపంచవ్యాప్తంగా చాలా దేశాల్లో పర్యటించాను కాబట్టి, అక్కడి ప్రజలతో ఎలా కలిసిపోవాలనే దానిపై నేను అతనికి సలహా ఏదైనా ఇవ్వగలనా అని అడిగాడు. నేను అన్నాను, “గుర్తుంచుకోండి, అక్కడ మీరు వ్యవహరించే ప్రతి ఒక్కరూ మీరు ఊహించిన దానికంటే తక్కువ సంపాదిస్తారు చాలా తక్కువ. వారి స్వంత వ్యక్తిగత విలువ తప్ప వారికి ఏమీ లేదు. మీరు దానిని అంగీకరిస్తే, మీరు ఒక గొప్ప యాత్ర అనుభూతిని మిగుల్చుకుంటారు. వారి భాషలో ‘దయచేసి’ మరియు ‘కృతజ్ఞతలు’ ఎలా చెప్పాలో నేర్చుకోవడమే మీరు చేయవలసినది. మీరు వ్యక్తులను కలిసినప్పుడల్లా, చిరునవ్వుతో ‘దయచేసి’ లేదా ‘ధన్యవాదాలు’ ఎక్కువగా ఉపయోగించండి. వారు మీ కోసం ఏమి చేసినా, కృతజ్ఞతలు తెలియజేయండి. మీకు ఆ యాత్ర అద్భుతమైన అనుభవాన్ని మిగుల్చుతుంది.

నా స్నేహితుడు రెండు నెలల తర్వాత నాకు ఉత్తరం వ్రాశాడు. నేను చెప్పిన సలహా అతని జీవితంలో పొందిన ఉత్తమ సలహా అని చెప్పాడు. అతను నమ్మలేకపోయాడు. అతను వెళ్లిన ప్రతిచోటా, ప్రజలు నిలబడటానికి గుర్తైనప్పుడు, రిజర్వ్‌గా ఉన్నప్పటికీ, ‘దయచేసి’ మరియు ‘ధన్యవాదాలు’ అని చెప్పి నవ్వినప్పుడు, అతను కోరుకున్నవన్నీ పొందాడు. హోటళ్లలో అతను చాలా మంచి గదులను పొందాడు. రెస్టారెంట్‌లలో మెరుగైన టేబుల్‌లను పొందాడు-ఇవన్నీ అతనికి ఎలా సాధ్యమైనదంటే అతను ఇతరులను తనకు ముఖ్యమైన వారిగా భావించడం ద్వారా మాత్రమే.

మూడవ A *ప్రశంస* admiration: మీరు ఇతర వ్యక్తుల లక్షణాలు, విజయాలు, ఆస్తులకు హృదయపూర్వక అభినందనలు తెలియజేస్తారు. అందరూ పొగడ్తలను ఇష్టపడతారు. వాటివల్ల వాళ్లు విలువైన, ముఖ్యమైన వారిగా భావిస్తారు.

ప్రజలు తమ జీవితంలోని వివిధ అంశాలలో చాలా భావోద్వేగ పెట్టుబడిని పెడతారు. ఒక వ్యక్తి సమయస్ఫూర్తితో వ్యవహరిస్తే, "మీకు తెలుసా, ఈ మొత్తం కంపెనీలో అత్యంత సమయపాలన పాటించే వ్యక్తి మీరే" అని చెప్పండి. ఒక వ్యక్తి పట్టుదలతో ఉంటే, “అబ్బాయ్, మీరు ఖచ్చితంగా పట్టుదలతో ఉన్నారు; మీరు ఎప్పటికీ వదిలిపెట్టరు" వ్యక్తులు వారి వ్యక్తిగత లక్షణాల గురించి చాలా గర్వంగా ఉంటారు. ఎందుకంటే వాటిని అభివృద్ధి చేసుకోవడానికి వారికి చాలా సమయం

పట్టింది. ఒక వ్యక్తి ఏదైనా సాధించినట్లయితే, కళాశాల నుండి పట్టభద్రుడై, డిగ్రీ పూర్తి చేసి, సర్టిఫికేట్ పొందినట్లయితే, దానిని మెచ్చుకుని, "వావ్, ఇది నిజంగా గొప్ప విషయం. అందుకు మీరు నిజంగా గర్వపడాలి. ఈ విషయంలో మీరు చాలా శ్రమ పడ్డారు". ఆ విజయాలలో చాలా గంటలు గడిపిన వ్యక్తులకు తమ గురించి యిలా వినడం చాలా సంతోషం కలిగిస్తుంది.

వారి ఆస్తులను, ముఖ్యంగా దుస్తులను ఆరాధించండి. మీరు ఒక వ్యక్తిని, వారి జుట్టు లేదా దుస్తులపై- పురుషుడైతే, అతని చొక్కా లేదా బూట్లపై, ఒక స్త్రీని ఆమె దుస్తులు, హ్యాండ్‌బ్యాగ్, హెయిర్‌స్టైల్‌పై పొగడ్తలతో ముంచెత్తినప్పుడు-వారు ఉత్తేజితులవుతారు. విలువైన వారిగా భావిస్తారు, వారి ఆత్మగౌరవం పెరుగుతుంది. వారు తమను తాము ఎక్కువగా ఇష్టపడతారు. మీ సమక్షంలో వారు సంతోషంగా ఉంటారు. మీరు అభినందించడానికి, విలువైనదాన్ని గుర్తించడానికి, దాని గురించి ప్రస్తావించడానికి కొన్ని సెకన్ల సమయం పడుతుంది.

సంఖ్య నాలుగు ఆమోదం approval. మీరు చిన్న, పెద్ద విజయాలకు ప్రశంసలు ఇవ్వడం ద్వారా ఆమోదం తెలియజేస్తారు. ఆత్మగౌరవం అనేది ఒక వ్యక్తి ప్రశంసించదగినదిగా భావించే స్థాయి. ఒక మంచి పని చేస్తున్నందుకు మీరు ఒక వ్యక్తిని ప్రశంసించినప్పుడు, దాని ఫలితంగా, వారు కృషి చేసిన విషయంలో వారు ప్రశంసకు పాత్రులవుతారు. వారి ఆత్మగౌరవం పెరుగుతుంది. వారు తమ గురించి నిజంగా సంతోషంగా ఉంటారు.

మీ ప్రశంసలతో నిర్దిష్టంగా ఉండటమే ముఖ్య విషయం, కనుక ఆ విషయంలో ఆలస్యం చేయకండి. మీ సెక్రటరీ మీ కోసం లేఖను టైప్ చేస్తే, "మీరు గొప్ప సెక్రటరీ" అని చెప్పకండి. "ఇది నిజంగా అద్భుతమైన లేఖ" అని చెప్పండి. అది కూడా టైప్ చేసిన వెంటనే ఆమెకు చెప్పండి. వెంటనే పొగడ్త ఇవ్వండి. ఎందుకంటే తక్షణం మీరు చెప్పిన పొగడ్త ఆ వ్యక్తి ప్రవర్తనను మరింత ప్రభావితం చేసి, ఆ పనులను పునరావృతం చేయడానికి ఎక్కువ అవకాశం ఉంది.

ఆలస్యమైన లేదా వాయిదా వేసిన ప్రశంసలు అవతలి వ్యక్తి యొక్క భావోద్వేగాలు, ప్రవర్తనపై తక్కువ ప్రభావం చూపుతాయి. మీరు వ్యక్తిని ప్రశంసించడానికి ఒక వారం లేదా ఒక నెల సమయం తీసుకుంటే, అది చాలా ఆలస్యం. వారు పూర్వాపరాల గురించి మరచిపోతారు. జరిగిన విషయం వారికి ఏ మాత్రం గుర్తు ఉండదు. కాబట్టి వెంటనే మీ ప్రశంసను వాళ్లకు తెలియజేయండి. నేను వ్యక్తులకు ఫోన్ చేస్తాను. ఒక్కోసారి ఇమెయిల్ పంపుతాను. వారు ఏదైనా మంచి చేశారని విన్నప్పుడు వారిని మెచ్చుకుంటూ మెసేజ్ చేస్తాను.

చివరగా, ఐదవది *శ్రద్ధ* attention. ఇది ప్రజలు మాట్లాడేటప్పుడు వినడం. ఇది శక్తివంతమైనది. మీరు వ్యక్తుల మాటలు వింటున్నప్పుడు, వారు తమ గురించి మంచి అనుభూతి చెందుతారు. తాము ఎంతో విలువైన, ముఖ్యమైన వారిగా భావిస్తారు. వారు మీచే ప్రభావితం చేయబడటానికి పువ్వుల మాదిరిగా వికసిస్తారు.

ఈ ప్రవర్తనల్లో ప్రతి ఒక్కటి అవతలి వ్యక్తి యొక్క ఆత్మగౌరవాన్ని పెంచుతుంది. ఇది వారిని మీ ఆలోచనలకు మరింత దగ్గరయ్యేలా చేస్తుంది. మీ లక్ష్యాలను సాధించడంలో మీకు సహాయపడటానికి మరింత ఇష్టపడేలా చేస్తుంది.

శ్రద్ధగా వినండి

నిజానికి, సమర్థవంతమైన శ్రవణం అనేది మీలో నాయకత్వం పెంచుతుంది. అది మంచి కమ్యూనికేషన్‌లకు కీలకంగా ఉంటుంది. ఇది చాలా శక్తివంతమైనది. దీనిని తరచుగా వైట్ మ్యాజిక్ అని పిలుస్తారు. గొప్ప శ్రోతగా ఉండటానికి నాలుగు మార్గాలు ఉన్నాయి:

1. శ్రద్ధగా వినండి, ముందుకు వంగి ఉండండి, అంతరాయం కలిగించవద్దు. మీరు శ్రద్ధగా వింటున్నప్పుడు, మీరు అవతలి వ్యక్తి యొక్క ఆత్మగౌరవాన్ని పెంచుతారు. వారికి ముఖ్యమైన వారిగా అనిపిస్తారు. అందువల్ల వారు సంతోషపడి మిమ్మల్ని విలువైన వారిగా భావిస్తారు. వారి మెదడు ఎండార్ఫిన్‌లను విడుదల చేస్తుంది. ఇది మీ సమక్షంలో ఉన్నందుకు వారిని సంతోషపరుస్తుంది. అంతరాయం కలిగించే ప్రయత్నం లేకుండా ప్రభావవంతంగా వినడం చాలా శక్తివంతమైనది.

   మీరు మరొక వ్యక్తి చెప్పేది వింటున్నప్పుడు, మీ కళ్ళు కాంతితో నిండి వుండాలని గుర్తుంచుకోండి. మీరు అవతలి వ్యక్తి భావాలకు పదును పెడుతున్నారు. మీరు ఎంత తీవ్రంగా వింటుంటే, మీ కళ్లలోని సూర్యకాంతులు మరింత శక్తివంతంగా ఉంటాయి. అందువల్ల మీరు ఆ వ్యక్తికి ఉత్తేజాన్ని అందిస్తారు. మీ కళ్లను పైకి క్రిందికి కదిలించడం కొనసాగించండి. అతని కళ్లను చూసి నవ్వండి. వారు తమ గురించి మంచి అనుభూతిని కలిగించడంలో, మిమ్మల్ని ఇష్టపడేలా చేయడంపై ఇది అపారమైన ప్రభావాన్ని చూపుతుంది.

2. ప్రత్యుత్తరం ఇచ్చే ముందు కొద్ది సమయాన్ని తీసుకోండి. మరో మాటలో చెప్పాలంటే, ఒక వ్యక్తి శ్వాస తీసుకోవడం ఆపినప్పుడు, మీరు వేగంగా దూకవద్దు; సంభాషణలో నిశ్శబ్దాన్ని పాటించండి.

ఇది మీకు మూడు విధాలుగా ప్రయోజనం చేకూరుస్తుంది. అన్నింటిలో మొదటిది, వ్యక్తి తన ఆలోచనలను పునర్వ్యవస్థీకరిస్తున్నట్లయితే మీరు అంతరాయం కలిగించే ప్రమాదాన్ని నివారించవచ్చు. రెండవది, ఇది లోతైన స్థాయిలో వినడానికి మిమ్మల్ని అనుమతిస్తుంది. మీరు కొద్ది విరామం పాటిస్తే, మీరు అతని మాటలపై దూకడం కంటే ఆ వ్యక్తి చెప్పేది చాలా మెరుగ్గా వింటారు. అతను చెప్పింది అర్థం చేసుకుంటారు. మూడవ ప్రయోజనం ఏమిటంటే, కొద్దిపాటి విరామం పాటించడం అనేది అవతలి వ్యక్తికి, అతని లేదా ఆమె మాటలను ముఖ్యమైనవిగా మనం భావిస్తున్నామని వాళ్లు గ్రహిస్తారు.

3. స్పష్టీకరణ కోసం ప్రశ్న. అతను లేదా ఆమె చెప్పినదాని ద్వారా వారి వ్యక్తిత్వాలను అంచనా వేయకండి. వారి గురించి మీకు అంతా తెలుసని ఎప్పుడూ అనుకోకండి. బదులుగా, ఏదైనా ప్రశ్న ఉంటే, "మీ ఉద్దేశ్యం ఏమిటో సరిగ్గా చెప్పండి?" అని చెప్పండి. మీరు ఆ ప్రశ్న అడిగినప్పుడల్లా, అవతలి వ్యక్తి వారు ఇప్పుడే చెప్పినట్లు విస్తరిస్తారు. అప్పుడు మీరు ఆగి, "సరే, ఇందులో మీ ఉద్దేశ్యం ఎలా వుంది?" వాళ్లు మళ్లీ విస్తారంగా వివరిస్తారు. కొన్నిసార్లు మీరు ఈ ఒక్క ప్రశ్నను పునరావృతం చేయడం ద్వారా మొత్తం సంభాషణను పూర్తి చేయవచ్చు.

మీరు మరొక ప్రశ్న అడగవచ్చు: "అయితే, అప్పుడు మీరు ఏమి చేసారు?" వారు మీకు ఏదైనా జరిగిందని చెబితే, మీకు నిజంగా ఆసక్తి ఉందో లేదో తెలుసుకోవడానికి వారు విరామం యిస్తే, అడగండి "అప్పుడు మీరు ఏమి చేసారు?" ఇప్పుడు వారు చెప్పే సమాధానాలను శ్రద్ధగా వినండి.

మూడవ ప్రశ్న, "దాని గురించి మీకు ఎలా అనిపించింది?" ప్రజలు ఎప్పుడూ భావోద్వేగంగా ఉండే ప్రశ్నకు సమాధానం ఇస్తారు. మీరు అడిగినప్పుడు, ఈ రోజు మీకు ఎలా అనిపిస్తుంది? ప్రజలు ఎల్లప్పుడూ మీకు సమాధానం ఇస్తారు. కాబట్టి మీరు అడగవచ్చు, ఆ ఒప్పందం గురించి మీకు ఎలా అనిపిస్తుంది? మీ కొత్త పరిసరాల గురించి మీకు ఎలా అనిపిస్తుంది? ప్రజలు ఎప్పుడూ అనుభూతి చెందే ప్రశ్నకు సమాధానం ఇస్తారు, ఇది మీకు తల పంకిస్తూ వినడానికి అవకాశం ఇస్తుంది.

ప్రశ్నలు అడిగే వ్యక్తి ప్రశ్నలకు సమాధానమిచ్చే వ్యక్తిపై నియంత్రణ కలిగి ఉంటాడు. మీరు ఎన్ని ఎక్కువ ప్రశ్నలు అడుగుతారో, ఆ సంభాషణలో మీకు మరింత నియంత్రణ ఉంటుంది.

4. మీరు విన్నదాన్ని తిరిగి ఫీడ్ చేయండి, మీ స్వంత మాటల్లో దాన్ని పునర్నిర్మించండి. *ఇది శ్రవణ యాసిడ్ పరీక్ష.* ఒక వ్యక్తి మాట్లాడటం ముగించినప్పుడు, "మీరు

చెప్పేది నాకు అర్థమైంది" "కాబట్టి మీరు చెప్పేది ఇదేగా.." "అవును, అంతే. అదే నేను కోరుకునేది. నేను చెప్పేది అదే."

మీరు నిజంగా వింటున్నారని ఇది అవతలి వ్యక్తికి రుజువు చేస్తుంది. మీరు కారు వెనుక సీటులో కూర్చుని తోకలు ఆడించే కుక్కపిల్లలు కాదు. మీరు అవతలివారు చెప్పేది నిజంగా వింటున్నారు. మీరు వారి గురించి, వారు చెప్పే విషయాలపై శ్రద్ధ వహిస్తున్నారని ఇది అవతలి వ్యక్తికి రుజువు చేస్తుంది.

విశ్వసనీయత

ఒప్పించడం, ప్రభావం, శక్తితో కమ్యూనికేట్ చేయడంలో అత్యంత ముఖ్యమైన పదం విశ్వసనీయత. ఒక వ్యక్తి మిమ్మల్ని ఎంతగా ఇష్టపడతారు, మిమ్మల్ని ఎంతగా విశ్వసిస్తారు, మీరు చెప్పేదానిపై ఎంత నమ్మకం కలిగి ఉంటారు? అనేది మీ విశ్వసనీయత ద్వారా నిర్ణయించబడుతుంది. విశ్వసనీయతకు సంబంధించి నియమం ప్రతిదీ లెక్కించబడుతుంది. ప్రతిదీ సహాయపడుతుంది లేదా బాధిస్తుంది; ప్రతిదీ జతచేస్తుంది. మీ విశ్వసనీయతను దూరం చేస్తుంది. ఏదీ లెక్కలేకుండా వుండదు. ఏదీ విస్మరించబడదు.

విశ్వసించబడటానికి కీలకం నమ్మదగినదిగా ఉండటం. మీ వాగ్దానాలను నిలబెట్టుకోండి. మీరు చెప్పింది చేస్తారు. ప్రతి సమావేశానికి సమయపాలన పాటించండి. నిజాయితీ, విశ్వసనీయత కోసం ఖ్యాతిని పెంపొందించుకోండి. ప్రజలు మెరుగైన, తక్కువ ధర ఉత్పత్తి లేదా సేవను అందించే కంపెనీ కంటే నమ్మదగిన కంపెనీ నుండి ఎక్కువ కొనుగోలు చేస్తారు. ఎక్కువ చెల్లిస్తారు, కానీ నమ్మదగినది కాకపోతే దగ్గరకి రారు.

విజయం కోసం దుస్తులు

ఇతరులతో సమర్థవంతంగా కమ్యూనికేట్ చేయడానికి, మీరు ఆహ్లాదంగా కనబడాలి. ప్రజలు తమ ఆలోచనలో 95 శాతం దృశ్యమానంగా ఉంటారు. వారు మీ గురించి దృశ్యంగా ఆలోచిస్తారు. మీపై తొలి అభిప్రాయం ఏర్పరచుకోవడానికి కేవలం నాలుగు సెకన్లు మాత్రమే పడుతుంది. మీరు ఒక వ్యక్తిని మొదటిసారి కలిసినప్పుడు, వారు మెరుపులాగా మీ వైపు ఒక్కసారి చూస్తారు. వారు మినుకుమంటూ వెలిగిపోతూ ఉంటారు. అప్పుడే మీపై మొదటి ముద్ర వేస్తారు. మీ పట్ల వ్యక్తిగత అభిప్రాయాన్ని ఖరారు చేయడానికి కేవలం ముప్పై సెకన్లు మాత్రమే పడుతుంది.

మరో మాటలో చెప్పాలంటే, మీపై మొదటి అభిప్రాయాన్ని ఏర్పరచుకున్న తర్వాత మాత్రమే మీతో లావాదేవీలు ప్రారంభిస్తారు. ఇక ఆపై వారి మనస్సు మెల్లగా సిమెంట్ కాంక్రీటు మాదిరిగా బిగుసుకోవడం ప్రారంభమవుతుంది. తర్వాతి ముప్పై సెకన్లలోపు మొదటి అభిప్రాయాన్ని మార్చుకోకపోతే, అది స్థిరపడిపోతుంది. ఈ ముద్ర పటిష్టమైన తర్వాత, దానిని సమర్థించడానికి, ధృవీకరించడానికి కారణాలను వెతుకుతాడు. దీనినే 'సెలెక్టివ్ పర్సెప్షన్' అంటారు. వారు విరుద్ధమైన సమాచారాన్ని తిరస్కరిస్తూ, వారు ఇప్పటికే నిర్ణయించుకున్న వాటిని ధృవీకరించడానికి సమాచారం కోసం చూస్తారు.

విజయం సాధించడం కోసం దుస్తులు ధరించండి. ఇతరులు మీపై ఒక అభిప్రాయాన్ని ఏర్పరచుకునేందుకు అవి 95 శాతం ఉపయోగపడతాయి. పైగా, ఎండలు మండిపోయే రోజుల్లో కూడా, మీ శరీరాన్ని 95 శాతం దుస్తులు కవర్ చేస్తాయి.

నేను సేల్స్‌మెన్‌గా ఉన్న తొలి రోజుల్లో, నాకు సరిగ్గా సరిపోయే చౌకరకం సూట్‌ను ఒకదాన్ని కొన్నాను. దానికి తోడు అందమైన టై కూడా కొన్నాను. నా కుటుంబంలో ఎవరూ టై కట్టుకోలేదు. కాబట్టి దాని గురించి నాకు పెద్దగా ఏమీ తెలియదు.

ఒకరోజు సీనియర్ సేల్స్‌మాన్ ఒకాయన నన్ను పక్కకు తీసుకెళ్ళి, "నీ డ్రెస్ గురించి నన్ను కొంచెం చెప్పమంటావా?" అన్నాడు. ఆయన చాలా మామూలుగా అన్నాడు. ఎందుకంటే చాలామంది వ్యక్తులు తమ వస్త్రధారణ గురించి చాలా సున్నితంగా ఉంటారు. అయితే, నేను మాత్రం "అయ్యో తప్పకుండా చెప్పండి. నేనింకా మెరుగుపర్చుకోవలసింది ఉందా?" అన్నాను. ఆయన, "అవును, వ్యాపారంలో సరైన దుస్తులు ధరించడం గురించి కొంచెం చెబుతాను" అని మొదలుపెట్టాడు. అతను సూట్, దానిని కత్తిరించే విధానం, అతుకులు, షర్టుతో టై ఎలా ఉండాలి, ప్యాంటు పొడవు, సాక్స్, వేసుకునే షూ రంగు గురించి మాట్లాడటం ప్రారంభించాడు. వస్త్రధారణ గురించి యింత ఉందని నేను నమ్మలేకపోయాను. ఆ తర్వాత ఆయన నాకు సూట్ కుట్టే టైలర్‌ను (ఖరీదైనవాడు కానప్పటికీ) పరిచయం చేశాడు. సైకాలజీ టుడేలో వివరించిన ఒక అధ్యయనంలో, బెస్పోక్ (కస్టమ్-టైలర్డ్) సూట్ ధరించిన వ్యక్తుల యొక్క కొన్ని చిత్రాలను చూపించి, వ్యక్తులు వారిని "ఎక్కువ నమ్మకంగా, విజయవంతమైన, అనువైనవారు"గానూ, కొనుగోలు చేసిన సూట్ వాడిన వారి కంటే ఎక్కువ సేల్స్ చేయగలిగినట్లుగానూ చెప్పారు.

నా కోసం కుట్టిన సూట్, నేను కొనుగోలు చేసిన సూట్ మధ్య వ్యత్యాసం నిజంగానే అద్భుతంగా ఉంది. ఆ తరువాత, నేను సరైన దుస్తులు ధరించడం

గురించి పుస్తకాలు చాలా కొన్నాను. నేను ఈ అంశంపై ఉత్తమ వ్యక్తుల నుండి సలహాలను పొందాను. ఇప్పుడు నేను సెమినార్ చేస్తున్నప్పుడు, కొందరు నా దగ్గరకు వచ్చి, "మీకు తెలుసా, నేను ఇమేజ్ కన్సల్టెంట్‌ని, సరైన దుస్తులపై ప్రజలకు సలహా ఇవ్వడానికి నేను రోజుకు $500 లేదా $1,000 వసూలు చేస్తాను. కానీ, మీరు మాత్రం వంకపెట్టేందుకు వీలు లేని దుస్తులు ధరించారు" అంటూ వుంటారు. ఇతర వ్యక్తులను ఆకట్టుకునే విధంగా మీరు నెమలి ఈకల్లాంటి దుస్తులు ధరించడం మీపై చెరగని ముద్ర వేస్తుంది.

వృత్తిపరమైన ప్రపంచంలోని మహిళలకు వస్త్రధారణ కూడా చాలా ముఖ్యమైనది-ఎంతగా అంటే, ఒక అంతర్జాతీయ లాభాపేక్షలేని సంస్థ, 'డ్రెస్ ఫర్ సక్సెస్' (ప్రసిద్ధ బెస్ట్ సెల్లర్ జాన్ మోలోయ్ ద్వారా పేరు పెట్టబడింది) "నెట్‌వర్క్‌ను అందించడం ద్వారా ఆర్థిక స్వాతంత్ర్యం సాధించడానికి మహిళలను శక్తివంతం చేయడానికి ఏర్పాటు చేయబడింది. మద్దతు, వృత్తిపరమైన వస్త్రధారణ, వారు పనిలోనూ, జీవితంలోనూ అభివృద్ధి చెందడానికి సహాయపడే అభివృద్ధి సాధనాలు.

మీ వ్యాపారం లేదా వృత్తిలో ఎలాంటి విజయవంతమైన దుస్తులు ధరించాలనే దానిపై పుస్తకాలు, కథనాలను చదవండి. కొన్ని బట్టలు, రంగుల కలయికలు ప్రజలు వెంటనే లేచి నిలబడి నమస్కరించేలా చేస్తాయి. మరి కొన్ని, మిమ్మల్ని డౌన్‌గ్రేడ్ చేయడానికి, మిమ్మల్ని అనుమానంతో చూసేలా చేస్తాయి.

మీ చుట్టూ ఉన్న అత్యంత విజయవంతమైన, గౌరవనీయమైన వ్యక్తులను గమనించండి. వారిని మీ రోల్ మోడల్‌గా చేసుకోండి. వారి దుస్తులు, వస్త్రధారణ విధానాలను అనుసరించండి. నేను వ్యాపారంలో విజయం సాధించాలనుకున్నాను కాబట్టి, నేను వ్యాపార పత్రికలను చదివాను. నేను మరిన్ని సీనియర్ స్థానాలకు నియమించబడిన వ్యక్తుల ఫోటోగ్రాఫ్‌లను చూపించే పేజీలను కూడా చదువుతాను. వాళ్ళు వేసుకున్న దుస్తుల తీరు గమనించండి. ఆడ, మగ అనే తేడా లేకుండా ప్రతి విషయంలోనూ గొప్పగా కనిపిస్తారు.

వేగంగా మారుతున్న యీ కాలంలో దుస్తుల ప్రమాణాలు కూడా మారిపోతున్నాయి. ఇటీవలి దశాబ్దాలుగా, అనేక వృత్తులు ఒకప్పుడు ప్రామాణికమైన సూట్, టై (పురుషుల కోసం) నుండి "సాధారణ వ్యాపార" దుస్తులకు మారుతున్నాయి. పురుషులకు, సాధారణంగా డ్రెస్ స్లాక్స్ లేదా చినోస్, డ్రెస్ షూస్ (స్నీకర్స్ కాదు), కాలర్డ్ షర్టులు (నెక్టీలు లేకుండా), స్పోర్ట్స్ జాకెట్లు. మహిళలకు, మోడ్ సాధారణంగా బ్లౌజ్, స్కర్ట్ లేదా డ్రెస్ స్లాక్స్, తగిన హీల్స్ లేదా ఫ్లాట్‌లతో కూడిన బూట్లు. వాస్తవానికి, పరిశ్రమలు, వృత్తుల మధ్య శైలులు చాలా మారుతూ

ఉంటాయి, కాబట్టి మీరు చూసే వ్యక్తులను మీరు గమనించాలి. వారు దుస్తులు ధరించే విధానం నుండి సూచనలు తీసుకోవాలి.

భవిష్యత్తులో మీరు కోరుకునే ఉద్యోగం కోసం ఎల్లప్పుడూ దుస్తులు ధరించండి. మీ యజమాని మిమ్మల్ని కస్టమర్‌లకు, మీ కంపెనీని సందర్శించే వారికి మిమ్మల్ని పరిచయం చేయడానికి గర్వపడేలా దుస్తులు ధరించండి. జీవితంలో మీరు ఎక్కడ ఉన్నా ఆహ్లాదమైన దుస్తులు ధరించండి. మీరు ఆరాధించే వ్యక్తులను చూసినప్పుడు, వారిని మీ రోల్ మోడల్‌లుగా చేసుకోండి: వారి దుస్తులను అనుసరించండి. వారి వస్త్రధారణ పద్ధతులను కాపీ చేయండి. ఒకే రకం పక్షులు కలిసి ఎగురుతాయి. ప్రజలు తమలా కనిపించే వ్యక్తులను ప్రోత్సహిస్తారు.

మీరు ఎవరికైనా ఏదైనా విక్రయించబోతున్నట్లయితే, మీరు వారికి సలహా ఇస్తున్నారనుకోండి. వారికి సలహాలు ఇచ్చే వ్యక్తులు-వారి బ్యాంకర్లు, లాయర్లు, అకౌంటెంట్లు ఎలా దుస్తులు ధరిస్తారో, ఆ విధంగానే మీరు కూడా దుస్తులు ధరించండి. సంభాషించడానికి, విశ్వసనీయతను పెంపొందించడానికి సంసిద్ధతతో కనబడటం ఒక శక్తివంతమైన మార్గం.

సంసిద్ధత మరియు విశ్వసనీయత

ప్రతి సమావేశానికి ముందు, హోంవర్క్ చేయండి. మీరు సమావేశానికి బాగా సిద్ధమైనప్పుడు వెంటనే తెలుస్తుంది. మీరు యీ విధంగా చెప్పినప్పుడు విశ్వసనీయత కలుగుతుంది, "మీరు సమయం కేటాయించినందుకు ధన్యవాదాలు. నేను ఇంటర్నెట్‌లోకి వెళ్లి మీ సైట్‌ని చూడటానికి కొంచెం సమయం తీసుకున్నాను. మీరు పన్నెండు సంవత్సరాలుగా వ్యాపారంలో ఉన్నారని, మీ కంపెనీలో 127 మంది ఉద్యోగులు ఉన్నారని, మీరు మార్కెట్‌లో ఈ ఉత్పత్తి యొక్క అగ్ర పంపిణీదారుడని చూసి నేను చాలా ఆశ్చర్యపోయాను. మీరు దానిని ఎలా సాధించారు?"

ఆ మాటలతో మీ విశ్వసనీయత శిఖరం చేరుకుంటుంది: "ఏమిటి? మీరు మా గురించి కొంత పరిశోధన చేసారా? మీరు ఇక్కడికి రాకముందే మా గురించి తెలుసుకున్నారా?" అమ్మకాల విషయంలో మీరు చేయగలిగే అత్యంత శక్తివంతమైన పనులలో ఇది ఒకటి. అదే విధంగా మీరు సమావేశానికి సిద్ధంగా లేనప్పుడు కూడా ఆ విషయం వెంటనే తెలుస్తుంది. "మీరు ఏమి చేస్తారు? మీరు వ్యాపారంలో ఎంతకాలంగా ఉన్నారు? మీ కంపెనీ ఏం చేస్తుంది?" లాంటి ప్రశ్నలు మీ విశ్వసనీయతను పాతాళంలో తొక్కుతుంది. (నేను చిన్నతనంలోనే యిలాంటి విషయాలు చెప్పాను.)

అలాగే, సంసిద్ధతకు సంబంధించి నియమం ఏమిటంటే, మీరు బయట ఎక్కడైనా సమాధానం తెలుసుకోండి, అంతేగానీ, సంస్థలోని వ్యక్తిని ఎప్పుడూ సమాచారం అడగవద్దు. డేల్ కార్నెగీ, ది పవర్ ఆఫ్ పాజిటివ్ థింకింగ్ రచయిత, మీరు కస్టమర్‌ను సంప్రదించే ముందుగానే మీరు హోంవర్క్ చేయడం ద్వారా అతని గురించి పూర్తి సమాచారం పొందుతారు.

వ్యాపారంలో వ్యక్తులను ప్రభావితం చేయడానికి, ఎల్లప్పుడూ అనుకూలత సూత్రాన్ని వాడుతూ ఉండాలి. ముఖ్యంగా వ్యాపారంలో, వ్యక్తులు ప్రస్తుతం వారు కోరుకున్న వాటిని పొందడానికి మీరు అత్యంత వేగవంతమైన, ఉత్తమమైన మార్గం అని నిర్ణయించుకుంటే గనుక వారు తక్షణం కొనుగోలు చేస్తారు లేదా కొనుగోలు చేయడానికి నిరాకరిస్తారు.

వ్యాపారంలో ప్రభావవంతంగా కమ్యూనికేట్ చేయడానికి ఇష్టపడటం కూడా చాలా ముఖ్యమైన అంశం. మిమ్మల్ని ఎంత మంది ఇష్టపడితే, అంతమంది మీ నుండి కొనుగోలు చేయడానికి మరింత ఉత్సాహంగా ఉంటారు. విశ్వసనీయత, నమ్మకం అవతలి వ్యక్తిని ఒప్పించటానికి అత్యంత శక్తివంతమైన కారణాలు. మీరు మరింత విశ్వసనీయంగా, మరింత నమ్మకమైన వారిగా ఎలా ఉండవచ్చో ఎల్లప్పుడూ ఆలోచించండి.

వ్యాపారంలో అత్యంత ముఖ్యమైన సామర్థ్యం 'విశ్వసనీయత' అని ఎవరో ఒకసారి చెప్పారు. ప్రజలను ప్రభావితం చేయడానికి సామాజిక రుజువు కీలకంగా ఉంటుంది. సమాజంలో మీ ఉత్పత్తిని ఆమోదించిన వారి గురించి యితరులకు మరింతగా చెప్పండి. అది తప్పకుండా ప్రభావం చూపుతుంది.

ప్రజలు తమ నిర్ణయాలతో సారూప్యమైన ఇతరులపట్ల విపరీతంగా ప్రభావితమవుతారు: వ్యక్తులు వారిని ఇష్టపడతారు. మీరు సేల్స్‌పర్సన్‌గా ఒక వైద్యుడి దగ్గరకు వెళ్లినపుడు "చాలామంది ఇతర వైద్యులు ఇప్పుడు ఈ ఉత్పత్తిని గొప్ప ఫలితాలతో ఉపయోగిస్తున్నారు" అని మీరు చెప్పారనుకోండి, అది వెంటనే మీ విశ్వసనీయతను పెంచుతుంది. వెంటనే మీ ఉత్పత్తి గురించి మరింతగా తెలుసుకోవడానికి డాక్టర్ ఉత్సాహం చూపిస్తాడు. అలాగే మీరు ట్రక్ డ్రైవర్‌తో మాట్లాడుతున్నట్లయితే, 'ఇప్పుడు చాలా మంది ట్రక్ డ్రైవర్లు ఫలానా కారణంగా ఈ ఉత్పత్తిని ఉపయోగిస్తున్నారని' మీరు చెబుతారు. మీరు రియల్ ఎస్టేట్ ఏజెంట్‌తో మాట్లాడుతున్నట్లయితే, 'అగ్రశ్రేణి రియల్ ఎస్టేట్ ఏజెంట్లు ఫలానా ఉత్పత్తి ఎక్కువగా ఉపయోగిస్తారు' అని మీరు చెబుతారు.

మరో మాటలో చెప్పాలంటే, మీరు ఒక కొనుగోలుదారుతో మాట్లాడుతున్నప్పుడు, వారి రంగంలో మీ ఉత్పత్తిని ఉపయోగిస్తున్న ప్రముఖుల గురించి చెప్పండి. లేదంటే

అటువంటి ప్రముఖుల నుండి లేఖలను చూపించండి. ఆయా రంగాలలో వున్న ప్రముఖ వ్యక్తుల పేర్ల జాబితాను ఉపయోగించండి. మీ ఉత్పత్తి లేదా సేవను ఇదే రంగంలో ఉపయోగిస్తున్న వ్యక్తుల ఫోటోగ్రాఫ్‌లను ఉపయోగించండి.

కొనుగోలుదారుడి ప్రశ్న "నాకు ఏమిటి ప్రయోజనం?" అనే దానికి నిరంతరం సమాధానం ఇవ్వడం ద్వారా కొనుగోలుదారుడి కోరికను పెంచుతారు. మీరు పదే పదే సమాధానం చెప్పాల్సిన ప్రశ్న ఇదే. మీ ఉత్పత్తి లేదా సేవను ఉపయోగించడం ద్వారా, ఆ వ్యక్తి మెరుగ్గా ఉండగలడో, వివిధ మార్గాలను ఎల్లప్పుడూ వివరించండి. వారు మీ సలహాను అంగీకరించినప్పుడు వారి జీవితం లేదా పని ఎలా మెరుగుపడుతుందో ఎల్లప్పుడూ వివరించండి.

లింగ భేదాలు

కమ్యూనికేట్ చేయడం, ఒప్పించడం, ప్రభావితం చేయడంలో పురుషులు, స్త్రీల మధ్య అనేక వ్యత్యాసాలు ఉన్నాయి. ప్రతి సందర్భంలోనూ మినహాయింపులు ఉన్నప్పటికీ, ప్రాథమికంగా, పురుషులు ప్రత్యక్షంగానూ, మహిళలు పరోక్షంగానూ ఉంటారు. పురుషులు జావెలిన్‌ల వంటివారు. మహిళలు బాక్సర్‌ల వంటివారు: వారు విషయం చుట్టూ తిరుగుతారు. పురుషులకు సిఫార్సు కావాలి; మహిళలు అందుబాటులో ఉన్న వస్తువులను ఎంచుకోవడానికి ఇష్టపడతారు.

ఏదైనా విక్రయం చేయాల్సిన విషయంలో, మీరు ఒక వ్యక్తితో మాట్లాడుతున్నారని అనుకుందాం. మీరు ఇలా అంటారు, "ఇక్కడ మూడు ఎంపికలు ఉన్నాయి. మీరు చెప్పిన దాని ఆధారంగా, ఫలానా కారణాల వల్ల, నేను మీకు యిది సిఫార్సు చేస్తున్నాను" అదే ఒక స్త్రీతో చెప్పవలసి వస్తే, మీరు ఇలా అంటారు, "ఇక్కడ మూడు ఎంపికలు ఉన్నాయి. వాటి లాభాలు, నష్టాలు యిలా ఉన్నాయి; ఇప్పుడు మీరు దేనిని ఎంచుకుంటారు?" మహిళలు ఎంచుకోవడానికి ఇష్టపడతారు; పురుషులు సిఫార్సును ఇష్టపడతారు.

పురుషులు, స్త్రీల మధ్య కమ్యూనికేషన్లలో మరొక వ్యత్యాసం ఏమిటంటే, పురుషులు పనిని సాధించడానికి 'పదాలను' సాధనాలుగా ఉపయోగిస్తారు: వారు అవసరమైనంత తక్కువ సాధనాలను ఉపయోగిస్తారు. స్త్రీలు కనెక్ట్ అవ్వడానికి, పెంపొందించడానికి, సంబంధాలను పెంచుకోవడానికి పదాలను ఉపయోగిస్తారు. పురుషులు త్వరగా ఆచరణాత్మక నిర్ణయాలు తీసుకోవడానికి ఇష్టపడతారు. మహిళలు తమ భావోద్వేగాలను వినడానికి ఇష్టపడతారు, నిర్ణయాలు తీసుకోవడంలో ఎక్కువ సమయం తీసుకుంటారు. పురుషులు విజయం, హోదా, శక్తి, ఫలితాలు, సాధనల ద్వారా ప్రేరేపించబడ్డారు. మహిళలు కుటుంబం, పిల్లలు, స్నేహితులు, సంబంధాలపై ఎక్కువ శ్రద్ధ చూపుతారు.

పురుషులు క్రీడలు, వ్యాపారం, రాజకీయాల గురించి మాట్లాడటానికి ఇష్టపడతారు. మహిళలు వ్యక్తులు, సంబంధాలు, భావోద్వేగాల గురించి మాట్లాడటానికి ఇష్టపడతారు. మీరు ఎప్పుడైనా ఇద్దరు లేదా ముగ్గురు జంటలు ఉండే సామాజిక ఫంక్షన్‌కి వెళ్లినట్లయితే, పురుషులు గుమిగూడి క్రీడలు, వ్యాపారం, రాజకీయాల గురించి మాట్లాడటం ప్రారంభిస్తారని మీరు తెలుసుకుంటారు. మహిళలు సమూహంగా ఉంటారు. వాళ్లు వ్యక్తులు, కుటుంబం, సంబంధాలు, భావోద్వేగాల గురించి మాట్లాడటం ప్రారంభిస్తారు. ఇది స్వయంచాలకంగా జరిగిపోతుంది.

నేను మూడు జంటలతో రాత్రి భోజనానికి వెళ్ళినప్పుడల్లా, నేను ఎప్పుడూ ముగ్గురు స్త్రీలను, ముగ్గురు పురుషులను కలిపి ఉంచుతాను. జనం అంటారు, "అబ్బాయి, అమ్మాయి, అబ్బాయి, అమ్మాయి సెటప్ గురించి ఏమిటి?" నేను, "మీరు అవతలి వ్యక్తితో ఎక్కువ సమయం గడుపుతారు.మహిళలను ఒకచోట చేర్చుదాం, ఎందుకంటే వారు తక్షణమే మహిళలకు ఆసక్తి కలిగించే విషయాల గురించి మాట్లాడటం ప్రారంభిస్తారు. అలాగే పురుషులు వెంటనే పురుషులకు ఆసక్తి కలిగించే విషయాల గురించి మాట్లాడటం ప్రారంభిస్తారు. ఆ విధంగా రెండు సమూహాలకు కావాల్సినంత సమయం ఉంటుంది"

మరొక ఆసక్తికరమైన విషయం: పురుషులు ఒక సమయంలో ఒక విషయంపై మాత్రమే దృష్టి పెట్టగలరు. స్త్రీలు ఏకకాలంలో మాట్లాడగలరు, వినగలరు, స్పందించగలరు అలాగే ఇతర పనులు చేయగలరు.

స్త్రీలతో మెరుగ్గా ఉండటానికి, పురుషులు ఎక్కువ ప్రశ్నలు అడగాలి, మరింత శ్రద్ధగా వినాలి, తక్కువ సూచనలు లేదా పరిష్కారాలను అందించాలి. ఒక స్త్రీ పురుషుని దగ్గరకు ఒక సమస్యను తీసుకురావచ్చు, "నాకు పనిలో ఈ సమస్య ఉంది, ఇలా జరిగింది. మీరు ఏంచేస్తే బావుంటుందని అనుకుంటున్నారు?" నిజానికి, ఆమె ఏమి చేయాలో అప్పటికే నిర్ణయించుకుంటుంది.

ఆమె సంభాషణను ప్రారంభించమని మాత్రమే అడుగుతోంది. ఎందుకంటే మహిళలు తమ జీవితంలోని పురుషులతో మాట్లాడటానికి ఇష్టపడతారు. వారు ఈ రకమైన పరిస్థితిని ఇంజిన్‌ను ప్రారంభించడానికి, సంభాషణ చేయడానికి అవకాశంగా ఉపయోగిస్తారు. వారు కోరుకునే చివరి విషయం పరిష్కారం.

పురుషులు నిర్దిష్ట పరిష్కారాన్ని అందించడం ద్వారా ప్రత్యుత్తరం ఇస్తారు. తిరిగి టెలివిజన్‌ని చూస్తూ కూర్చుంటారు. స్త్రీ కోరుకునేది అది కాదు. ఆమె మాట్లాడాలనుకుంటుంది: "ఓహ్, ఇది ఎలా జరిగింది? మీరు ఏమి చేయాలని

అనుకుంటున్నారు?" అని ఒక స్త్రీ ఒక ప్రశ్న అడగవచ్చు, "నేను ఈ చెవిపోగులు ధరించాలా లేదా వాటిని ధరించాలా? ఆ డ్రెస్‌కి ఏది బాగా సరిపోతుందని మీరు అనుకుంటున్నారు? ఏది ధరించాలి-ఈ బూట్లు లేదా ఆ బూట్లు? మీకు ఏది బాగా ఇష్టం?" "నాకు బ్రౌన్ రంగులు నచ్చుతాయి" అని మీరు చెబితే, "నేను లేత గోధుమరంగు వాటిని ధరిస్తారని అనుకుంటున్నాను" అని ఆమె చెబుతుంది. ఆమె ఏమి ధరించాలో చాలా చక్కగా నిర్ణయించుకుంది, కాబట్టి చెప్పవలసింది ఆమెకే తిరిగి ఇవ్వండి; ఆమె మాట్లాడాలనుకుంటుంది. సూచనలు లేదా పరిష్కారాలను అందించడం కంటే ప్రశ్నలు అడగడం నేర్చుకోండి. ప్రతి విషయంలోనూ ఆమె అభిప్రాయాన్ని అడగండి.

పురుషులతో మెరుగ్గా ఉండటానికి, మహిళలు మరింత ప్రత్యక్షంగా ఉండాలి. వారు ఏమి కోరుకుంటున్నారో స్పష్టంగా ఉండాలి. సహాయం లేదా ప్రమేయం కోసం అడగాలి. స్త్రీలు మనసును చదవగలిగినా, పురుషులు చదవలేరు. ప్రతి మనిషికి అతను ఇంటికి ఫోన్ చేసి, "హలో" అని చెప్పే అనుభవం ఉంటుంది. అప్పుడు స్త్రీ అడుగుతుంది, "ఏంటి? ఏం జరిగింది? మీ బాస్ ఏమైనా అన్నాడా? ఈ ఉదయం ఏం జరిగింది?" మీ ఒక్క 'హలో' తో ఇన్నిటిని చెబుతుంది. ఇది జెర్రీ మాగైర్ చలనచిత్రంలో ఒక పాత్ర అంటుంది. "మీరు నాకు హలో చెప్పండి. మీ గురించి మొత్తం నేను చెబుతాను". మీరు చెప్పే 'హలో' నుండి ఆమెకు ప్రతిదీ తెలుస్తుంది. స్త్రీలు అలాంటివారే.

ఒక సమస్య ఏమిటంటే, పురుషులు, స్త్రీలతో ఉత్పన్నమయ్యే ఒక సమస్య ఏమిటంటే, స్త్రీలు ఇతర స్త్రీలతో పరస్పర సంభాషణ చేసినప్పుడు, వారు ఒకరి మనస్సులను మరొకరు చదవగలరు. వారు ఏమి ఆలోచిస్తున్నారో, ఎలాంటి అనుభూతి చెందుతున్నారో తెలుసుకుంటారు. వారు దానికి చాలా సున్నితంగా ఉంటారు. వారు తగిన విధంగా స్పందిస్తారు. పురుషులు కూడా అలాగే ఉండాలని మహిళలు ఆశిస్తారు. కానీ మనం అలా కాదు, ఎందుకంటే మన నిర్మాణం ఆ విధంగా లేదు. దానికి స్త్రీలు కొన్నిసార్లు కోపం తెచ్చుకుంటారు. "ఎందుకు అలా వుండలేరు? ప్రయత్నించకపోవడమే దీనికి కారణం. అంతకంటే మరేం లేదు: అతనికి సామర్థ్యం లేనందు వల్ల. ఇది అర్థం చేసుకోవడం చాలా ముఖ్యం.

పురుషులు సంబంధాలు, కమ్యూనికేషన్ల గురించి పెద్దగా ఆలోచించరు. మహిళలు సంబంధాలు, కమ్యూనికేషన్ల గురించి చాలా ఆలోచిస్తారు. ఇది వాళ్ల మధ్య ప్రాథమిక వ్యత్యాసం. పురుషులు చాలా సరళమైన అంతర్గత జీవితాలను కలిగి ఉంటారు; స్త్రీలు చాలా క్లిష్టమైన అంతర్గత జీవితాలను కలిగి ఉంటారు.

మంచం మీద కూర్చొని టెలివిజన్ చూస్తున్న స్త్రీ, పురుషుడిని తీసుకుంటే, రాత్రిపూట ఆఫీసు భవనంలో లైట్ల మాదిరిగా పురుషుడి మెదడు సామర్థ్యంలో 20 శాతం వరకు తగ్గిపోతుంది. అదే కార్యక్రమం చూస్తున్నప్పుడు మీరు స్త్రీ తలపై EEGని ఉంచినట్లయితే, ఆమె మెదడులో 80 శాతం పూర్తిగా యాక్టివేట్ అవుతుంది. ఇది కొనసాగుతూనే ఉంటుంది. ఆమె చూస్తూనే ఉంటుంది. ఆమె మెదడులో మాత్రం చాలా అభివృద్ధి జరుగుతూ వుంటుంది. ఆమె ముందు రోజు ఏమి చేసింది, రేపు ఏమి చేయబోతోంది మొదలైన వాటి గురించి కూడా ఆలోచిస్తుంది.

హాస్యనటుడు జెర్రీ సీన్‌ఫెల్డ్‌ను ఒకసారి అడిగారు, "పురుషులు దేని గురించి ఆలోచిస్తారు?" అతని సమాధానం, "ఎక్కువగా కాదు. వాళ్ళు అక్కడే కూర్చుంటారు, ఎక్కువ ఆలోచించరు."

ఒక స్త్రీ వచ్చి, "ఏం ఆలోచిస్తున్నావు?" అతను ఏమీ ఆలోచించనప్పటికీ, అతను ఏదో చెప్పాలని పురుషుడు ప్రయత్నిస్తాడు. అన్నింటికంటే దారుణమైన విషయం ఏమిటంటే, ఒక స్త్రీ పురుషుడి వద్దకు వచ్చినప్పుడు, "మీకు ఏమి అనిపిస్తోంది?" లేదా, "మీకు ఎలా అనిపిస్తుంది?" నిజానికి పురుషుడికి ఏమీ అనిపించదు; అతను అక్కడే కూర్చుంటాడు. అంతే. అందువల్ల పురుషులు, మహిళలు కమ్యూనికేట్ చేసే మార్గాల్లోని ప్రాథమిక వ్యత్యాసాలను అర్థం చేసుకోవడం చాలా ముఖ్యం.

శక్తితో కమ్యూనికేట్ చేయడంలో నిపుణుడిగా మారడానికి ఈరోజే నిర్ణయించుకోండి. ఈ సబ్జెక్టుపై పుస్తకాలను చదవండి. సమర్థవంతమైన కమ్యూనికేషన్‌పై కోర్సులకు హాజరవ్వండి, ఆడియో ప్రోగ్రామ్‌లను వినండి. అన్నింటికంటే, ముఖ్యమైనది సాధన, సాధన, సాధన.

5

లక్ష్యాలు: బిల్డింగ్ బ్లాక్స్

మనం ఇప్పటికే తెలుసుకున్న దాని ప్రకారం, విజయానికి ప్రాథమిక మార్గాలలో ఒకటి మీకు ఏమి కావాలో తెలుసుకోవడం, దానిని పొందడానికి మిమ్మల్ని మీరు నిబద్ధతతో ఉంచుకోవడం. మిమ్మల్ని మీరు ఒక మార్గంలో ఉంచుకోవడానికి, నిర్దిష్ట లక్ష్యాలను ఎలా నిర్ణయించుకోవాలో, వాటిని ఎలా నిర్దేశించుకోవాలో కూడా మీరు తెలుసుకోవాలి.

ఒకప్పుడు, చాలామంది విజయవంతమైన వ్యక్తులు ఒకచోట చేరారు. వారు ఏమి సాధించారో, ఎందుకు సాధించారో అనే దాని గురించి మాట్లాడుతున్నారు. వారిలో ఒకరు మాట్లాడి, “విజయం అంటే ఏమిటో తెలుసా?” అన్నాడు. అందరూ నిశ్శబ్దంగా విన్నారు. అతను ఇలా చెప్పాడు: “లక్ష్యాలు కలిగి వుండటం విజయం; మిగతావన్నీ దాని వ్యాఖ్యానం”

ఇది జీవితంలోని గొప్ప సత్యాలలో ఒకటి: *విజయం అనేది లక్ష్యాలు కలిగి వుండటమే. మిగతావన్నీ దాని వ్యాఖ్యానం.* మానవ చరిత్రలో ఇది గొప్ప ఆవిష్కరణ. మీకు కావలసినదాన్ని మీరు స్పష్టంగా గుర్తించి, దానిని సాధించడానికి ఒక ప్రణాళికను రూపొందించి, ప్రతిరోజూ ఆ ప్రణాళికపై పని చేసినప్పుడు మాత్రమే మీ జీవితం గొప్ప జీవితంగా మారుతుంది.

నెపోలియన్ హిల్ ఒకసారి ఇలా అన్నాడు, “పరాజయానికి ప్రధాన కారణం ఏమిటంటే, పని చేయని ప్రణాళికలను భర్తీ చేయడానికి, కొత్త ప్రణాళికలను అభివృద్ధి చేయకపోవడమే” మీరు కొత్త లక్ష్యం లేదా కార్యాచరణను ప్రారంభించినప్పుడు, చాలా విషయాలు పని చేయవని నేను గ్రహించాను. కనీసం మొదటిసారి కాదు. చాలామంది వ్యక్తులు ఒకసారి ఏదైనా ప్రయత్నించి, ఆ తర్వాత విరమించుకుంటారు. విజయవంతమైన వ్యక్తులు నిర్విరామంగా ప్రయత్నాలు చేస్తుంటారు. మళ్లీ... మళ్లీ...

మళ్లీ ప్రయత్నిస్తారు: వారు కొత్త ప్రణాళికలు వేస్తారు, విభిన్న ప్రణాళికలు చేస్తారు, రకరకాలుగా ప్రయత్నాలు చేస్తారు. అందువల్ల అవి కొనసాగుతూనే ఉంటాయి.

సంవత్సరాలుగా, నేను వేలకొద్దీ రేడియో, టెలివిజన్ ఇంటర్వ్యూలు చేసాను. ప్రజలు నన్ను ఎప్పుడూ ఇలా అడుగుతారు, "మీ జీవితంలో టర్నింగ్ పాయింట్ ఏమిటి? డమాస్కస్‌కు వెళ్లే మార్గంలో మద్దిచెట్టు మిమ్మల్ని నిరుపేద స్థాయినుంచి ధనవంతుల స్థాయికి తీసుకెళ్లిన అనుభవం ఏమిటి?"

ఆ ప్రశ్న విన్నప్పుడు నాకు చిరాకు వచ్చేది. ఎందుకంటే ఒక వ్యక్తి విజయవంతం కావటానికి ఏదో ఒక చిన్న జిమ్మిక్కు, లేదంటే ఒకే ఒక్క శీఘ్ర ఉపాయం ఉందని ఊహించడం నాకు చిరాకు పుట్టిస్తుంది. అందువల్ల అలాంటి ప్రశ్న వినగానే ఒంటికాలిమీద పైకి లేస్తాను. కానీ ఒక రోజు నేను అనుకున్నాను, "నా జీవితంలో మలుపులు ఉన్నాయి" అనుకున్నాను. నా జీవితంలో మూడు మలుపులు ఉన్నాయని నేను గ్రహించాను. ప్రతి ఒక్కరి జీవితంలోనే ఆ మూడు మలుపులు ఉంటాయని నేను గుర్తించాను.

మొదట, నా జీవితానికి, నాకు జరిగిన ప్రతిదానికీ నేనే కారణమని నేను కనుగొన్నాను. ఈ జీవితం మరి దేనికీ ఒక రిహార్సల్ కాదని తెలుసుకున్నాను. ఇదీ అసలు విషయం.

ఇది నాకు దిగ్భ్రాంతి కలిగించే విషయం. అప్పటి వరకు, నేను నా నేపథ్యాన్ని, నా తల్లిదండ్రులను, నాకు జరిగిన విషయాలను నిందించాను. అకస్మాత్తుగా, ముఖంలో ఒక మెరుపు మెరిసింది. నాకు జరిగే అన్ని విషయాలకూ నేను బాధ్యత వహించాలని గ్రహించాను. నా జీవితంలో ఏదైనా మారాలంటే, దానిని నేనే మార్చుకోవలసి ఉంటుందని కూడా తెలుసుకున్నాను.

విజయవంతమైన వ్యక్తులపై చేసిన ప్రతి అధ్యయనం వారి ప్రారంభ స్థానం వ్యక్తిగత బాధ్యతను అంగీకరించడం అని మనకు తెలియజేస్తుంది. అంతవరకూ, ఏమీ జరగదు. మీరు పూర్తి బాధ్యతను స్వీకరించిన తర్వాత, మీ మొత్తం జీవితం మారడం ప్రారంభమవుతుంది.

నాకు ఇరవై నాలుగేళ్ల వయసులో వచ్చిన రెండవ మలుపు, నా లక్ష్యాలను కనుగొనడం. నేను ఏమి చేస్తున్నానో నిజంగా తెలియకుండానే, నేను కూర్చుని, రాబోయే కాలంలో నేను సాధించాలనుకుంటున్న పది విషయాల జాబితాను తయారు చేసాను. నేను ఆ తర్వాత జాబితాను కోల్పోయాను. అయినప్పటికీ, ముప్పై రోజుల తర్వాత, నా జీవితమంతా మారిపోయింది. నా జాబితాలోని దాదాపు ప్రతి లక్ష్యం ఇప్పటికే సాధించబడింది లేదా పాక్షికంగా సాధించబడింది.

మనం ఏర్పరచుకున్న లక్ష్యాన్ని సాధించడానికి నేర్చుకోవలసిన ఏదైనాగానీ, నేర్చుకోవచ్చని నేను కనుగొన్నప్పుడు నా జీవితంలో మూడవ మలుపు వచ్చింది. మీ కంటే తెలివైన వారు ఎవరూ లేరు. మీ కంటే గొప్పవారు ఎవరూ లేరు. అన్ని వ్యాపార నైపుణ్యాలు, విక్రయ నైపుణ్యాలు, డబ్బు సంపాదించే నైపుణ్యాలు నేర్చుకోవచ్చు.

ఈరోజు ఏ విషయంలో గొప్పగా ఉన్నారో ఒకప్పుడు దాని గురించి తెలియనివాళ్ళే. ప్రతి రంగంలో అగ్రశ్రేణి వ్యక్తులు ఒకప్పుడు ఆ రంగంలో ఉండేవారు కాదు. అది ఉనికిలో ఉందని కూడా తెలియదు. వందల వేల మంది, ఆ మాటకొస్తే, మిలియన్లమంది ఇతర వ్యక్తులు విజయాన్ని సాధించడంలో ఏమి చేసారో, అది మీరు కూడా చేయగలరు.

లక్ష్య నిర్ణయంలో పది దశలు

లక్ష్యనిర్ణయంలోని కొన్నిక్లిష్టమైన దశల ద్వారా మిమ్మల్ని నడిపించాలనుకుంటున్నాను.

1. మీ జీవితంలోని ప్రతి కీలక ప్రాంతంలో మీకు ఏమి కావాలో ఖచ్చితంగా నిర్ణయించుకోండి. మీరు ఆదర్శప్రాయంగా ప్రారంభించడం ద్వారా దీన్ని చేస్తారు. ఐడియలైజింగ్ అనేది ప్రపంచవ్యాప్తంగా, చరిత్ర అంతటా అగ్రశ్రేణి వ్యక్తులు ఉపయోగించే ఒక ప్రత్యేక సాంకేతికత. మీరు ఏమి కావచ్చు, లేదా కలిగి ఉండవచ్చు లేదా ఏమి చేయవచ్చు అనే దానిపై ఎటువంటి పరిమితులు లేవని ఊహించుకోండి. మీకు అన్ని సమయాలు, మొత్తం డబ్బు, అందరు స్నేహితులు, అన్ని పరిచయాలు, అన్ని విద్యలు, మీరు మీ కోసం నిర్దేశించుకోగల ఏదైనా లక్ష్యాన్ని సాధించడానికి మీకు అవసరమైన అన్ని అనుభవాలు ఉన్నాయని ఊహించుకోండి.

   మీరు ఒక మాయా మంత్రదండంతో జీవితంలోని నాలుగు కీలక రంగాలలో ప్రతిదానిలోనూ మీ జీవితాన్ని పరిపూర్ణంగా మార్చుకోవచ్చని ఊహించుకోండి. మీ జీవితం ఈ ప్రాంతాలలో ప్రతిదానిలో పరిపూర్ణంగా ఉంటే, అది ఎలా ఉంటుంది?

   మొదటి ప్రాంతం ఆదాయం. మీరు ఈ సంవత్సరం, వచ్చే సంవత్సరం, నేటి నుండి ఐదు సంవత్సరాలలో ఎంత సంపాదించాలనుకుంటున్నారు? మంత్రదండం గాలిలో ఊపండి. మీకు పరిమితులు లేవని ఊహించుకోండి.

   రెండవ ప్రాంతం మీ కుటుంబానికి సంబంధించినది. మీ కోసం, మీ కుటుంబం కోసం మీరు ఎలాంటి జీవనశైలిని సృష్టించాలనుకుంటున్నారు?

మీరు ఎలాంటి ఇంటిలో నివసించాలనుకుంటున్నారు? మీ సెలవులు ఎలా గడపాలనుకుంటున్నారు? మీ కుటుంబ సభ్యుల కోసం మీరు ఏమి సాధించాలనుకుంటున్నారు? మీకు పరిమితులు లేవని ఊహించుకోండి. మీరు మీ పరిపూర్ణ జీవనశైలిని రూపొందించుకోవచ్చు.

మూడవ ప్రాంతం మీ ఆరోగ్యానికి సంబంధించినది. మీ ఆరోగ్యం అన్ని విధాలుగా పరిపూర్ణంగా ఉంటే ఎలా ఉంటుంది? మీరు ఎంత బరువు ఉంటారు? మీరు ఎంత ఫిట్‌గా ఉంటారు? మీరు ఉదయం ఏ సమయానికి లేస్తారు? మీరు ఎలాంటి ఆహారాలు తింటారు? మీరు సంపూర్ణ ఆరోగ్యంతో ఉంటే మీకు ఎలా అనిపిస్తుంది? మీకు పరిమితులు లేవని ఊహించుకోండి.

నాల్గవ ప్రాంతం మీ నికర విలువతో సంబంధం కలిగి ఉంటుంది. మీరు మీ పని జీవిత కాలంలో ఎంత ఆదా చేయాలి? ఎంత సేకరించాలనుకుంటున్నారు? మీ దీర్ఘకాలిక ఆర్థిక లక్ష్యం ఏమిటి? గుర్తుంచుకోండి, మీరు చూడలేని లక్ష్యాన్ని మీరు చేధించలేరు. మీ ఆర్థిక లక్ష్యాల గురించి మీకు ఎంత స్పష్టత ఉంటే, అంతగా మీరు వాటిని చేరుకునే మార్గంలో సరైన నిర్ణయాలు తీసుకునే అవకాశం ఉంటుంది.

మీరు ఉపయోగించగల సాంకేతికత ఇక్కడ ఉంది. నేను దానిని మూడు-గోల్ పద్ధతి అని పిలుస్తాను. జీవితంలో మీ మూడు ముఖ్యమైన లక్ష్యాలను ఇప్పుడే రాయండి. ముప్పై సెకన్లు తీసుకోండి. వాటిని మీకు వీలైనంత వేగంగా రాయండి—బ్యాంగ్, బ్యాంగ్, బ్యాంగ్.

మీ సమాధానాలు బహుశా మీరు జీవితంలో నిజంగా ఏమి కోరుకుంటున్నారో ఖచ్చితమైన ఊహాచిత్రం. మీ మూడు లక్ష్యాలను వ్రాయడానికి మీకు కేవలం ముప్పై సెకన్లు మాత్రమే ఉంటే, మీ సమాధానాలు మీకు ముప్పై నిమిషాలు లేదా మూడు గంటలు ఉన్నంత ఖచ్చితమైనవని మనం తెలుసుకుంటాము. ఏదో విధంగా మీ సూపర్‌కాన్షియస్, సబ్‌కాన్షియస్ మైండ్ ఓవర్‌డ్రైవ్‌లోకి వెళ్లి చూడండి. పాప్, పాప్, పాప్-మీ మూడు ప్రధాన లక్ష్యాలు అక్కడ ఉన్నాయి.

2. మీ లక్ష్యాలను వ్రాయండి. అవి తప్పనిసరిగా వ్రాతపూర్వకంగా ఉండాలి. అవి స్పష్టంగా, నిర్దిష్టంగా, వివరంగా, కొలవదగినవిగా ఉండాలి. మీరు చాలాదూరంలో ఉన్న కర్మాగారంలో వస్తువు తయారు చేయడానికి ఆర్డర్ ఇస్తున్నట్లుగా మీరు మీ లక్ష్యాలను స్పష్టంగా వ్రాయాలి. మీ వివరణను ప్రతి కోణంలో స్పష్టంగా, వివరంగా చేయండి.

పెద్దవాళ్లలో కేవలం 3 శాతం మంది మాత్రమే లక్ష్యాలను వ్రాసారు. వీళ్లు సగటు వ్యక్తి కంటే పదిరెట్లు సంపాదించడమే కాదు, మిగతా వారందరూ వారి కోసం పని చేస్తారు. మన ప్రజల గురించి సరైన అవగాహన, భాషా నైపుణ్యం లేని వ్యక్తులు మన దేశానికి వచ్చిన సందర్భాలు చాలా ఉన్నాయి. పదేళ్ల తరువాత, వారి వద్ద వందలాది మంది వ్యక్తులు పనిచేస్తున్నారు. వారు సంపన్నులయ్యారు. ఎందుకు? ఎందుకంటే వారికి లక్ష్యాలు ఉన్నాయి; వారికి ఏమి కావాలన్న విషయంపై వారు స్పష్టంగా ఉన్నారు.

3. గడువులను నిర్ణయించండి. మీ ఉపచేతన మనస్సు మిమ్మల్ని స్పృహతోనూ, లేదంటే తెలియకుండానే షెడ్యూల్‌లో మీ లక్ష్యాన్ని సాధించడానికి మిమ్మల్ని నడిపించడానికి గడువులను ఉపయోగిస్తుంది. అది కాస్త పెద్దదైతే, ఉప-గడువులను సెట్ చేయండి. ఉదాహరణకు, మీరు ఆర్థిక స్వాతంత్ర్యం సాధించాలనుకుంటే, మీరు పది లేదా ఇరవై సంవత్సరాల లక్ష్యాన్ని నిర్దేశించుకోవచ్చు. ఆపై సంవత్సరం చొప్పున దాన్ని విభాగం చేయండి. తద్వారా మీరు ప్రతి సంవత్సరం ఎంత పొదుపు చేయాలి, ఎంత పెట్టుబడి పెట్టాలి అన్న విషయం స్పష్టత కలుగుతుంది. కొన్ని కారణాల వల్ల మీరు గడువులోగా మీ లక్ష్యాన్ని చేరుకోలేకపోతే, తిరిగి కొత్త గడువును నిర్ణయించండి. అవాస్తవమైన లక్ష్యాలు ఉండవు. అవాస్తవ గడువులు మాత్రమే ఉంటాయి. కొన్నిసార్లు మీరు తార్కిక, వాస్తవిక లక్ష్యాన్ని కలిగి ఉండవచ్చు. పరిస్థితులు, ఆర్థిక పరిస్థితులు నాటకీయంగా మారిపోవచ్చు. అందువల్ల, మీరు కొత్త గడువును నిర్ణయించుకోవాలి.

4. మీ లక్ష్యాన్ని సాధించడానికి మీరు అధిగమించాల్సిన అడ్డంకులను గుర్తించండి. మీరు ఇప్పటికే మీ లక్ష్యంలో ఎందుకు లేరని మిమ్మల్ని మీరు అడగడం ద్వారా మీరు వాటిని గుర్తిస్తారు.

పరిమితుల సూత్రం అని పిలువబడే ఒక సూత్రం ఉంది. నేను నేర్చుకున్న అత్యుత్తమ ఆలోచనా సాధనాల్లో ఇది ఒకటి. ఇది ఎల్లప్పుడూ ఒక పరిమితి కారకం లేదా ప్రతిబంధకం ఉంటుందని చెబుతుంది–కొన్నిసార్లు మనం దానిని 'అడ్డంకి' అని పిలుస్తాము–ఇది మీరు మీ లక్ష్యాన్ని సాధించే వేగాన్ని నిర్ణయిస్తుంది. ఇది మీ కోసం 'ఏమిటి? మీ నిర్బంధం ఏమిటి? మిమ్మల్ని వెనకేసుకురావడం ఏమిటి?' లాంటివి తెలియజేస్తుంది. 20–80 నియమం పరిమితులకు కూడా వర్తిస్తుంది. మీ లక్ష్యాన్ని చేరుకోకుండా మిమ్మల్ని నిలువరించే 80 శాతం కారణాలు మీలోనే ఉన్నాయని చెబుతోంది. అవి సాధారణంగా నైపుణ్యం, నాణ్యత లేదా జ్ఞానం లేకపోవడం. మీరు మీ లక్ష్యాన్ని సాధించకపోవడానికి 20 శాతం కారణాలు

మాత్రమే బయట ఉన్నాయి. ఎప్పుడూ మిమ్మల్ని మీరే ప్రశ్నించుకోండి. "నాలో ఉన్నది ఏమిటి? నన్ను వెనక్కు గుంజే విషయాలు ఏమిటి?"

5. మీ లక్ష్యాన్ని సాధించడానికి మీకు అవసరమైన జ్ఞానం, సమాచారం, నైపుణ్యాలను నిర్ణయించండి. మీ రంగంలో అగ్రభాగపు 10 శాతంలో ఉండటానికి మీరు అభివృద్ధి చేసుకోవలసిన నైపుణ్యాలను ప్రత్యేకంగా గుర్తించండి. గుర్తుంచుకోండి, మీరు ఇంతకు ముందెన్నడూ సాధించని లక్ష్యాన్ని సాధించడానికి, మీరు నైపుణ్యాన్ని పెంపొందించుకోవాలి. అందుకోసం మీరు ఇంతకు ముందెన్నడూ చేయని పనిని చేయవలసి ఉంటుంది. మీ బలహీనమైన నైపుణ్యం మీ ఆదాయం, మీ విజయానికి పరిమితికి అడ్డుగా వుంటుంది. మరేదైనా పని చేయడం ద్వారా మీరు చేయగలిగిన దానికంటే, మిమ్మల్ని వెనుకకు నెట్టివేసే ఒక నైపుణ్యంపై పని చేయడం ద్వారా మీరు మరింత పురోగతిని సాధించవచ్చు.

ఇక్కడ ప్రధాన ప్రశ్న: అది ఏ నైపుణ్యం? మీరు దేనిని అద్భుతమైన పద్ధతిలో అభివృద్ధి చేస్తే, మీ జీవితంపై గొప్ప సానుకూల ప్రభావం చూపుతుంది? మీకు నిజంగా ఏ నైపుణ్యం ఉంటే, మీ ఆదాయాన్ని రెట్టింపు చేయడంలో మీకు ఎక్కువ సహాయం చేస్తుంది?

మీరు ఈ ప్రశ్నకు సమాధానం ఇచ్చిన తర్వాత, దానిని కాగితంపై వ్రాసి, ఒక ప్రణాళికను రూపొందించండి. ప్రతిరోజూ ఆ నైపుణ్యాన్ని అభివృద్ధి చేయడానికి పని చేయండి. మీరు చదవగలిగే ప్రతి పుస్తకాన్ని, మీరు వినగలిగే ప్రతి ఆడియో ప్రోగ్రామ్‌ను, మీరు తీసుకోగల ప్రతి చర్యను వ్రాసుకోండి. ప్రతిరోజూ ఆ ఒక్క ప్రాంతంలో – మీరు కోరుకున్న నైపుణ్యంలో – మరింత పెంపొందేందుకు ఏదైనా చేయండి.

6. మీ లక్ష్యాన్ని సాధించడానికి మీకు సహాయం, సహకారం అందించే వ్యక్తులను గుర్తించండి. మీ జీవితంలోని ప్రతి వ్యక్తి గురించీ జాబితాను రూపొందించండి. మీరు ఒక లక్ష్యాన్ని సాధించడానికి వారితో కలిసి పని చేయాలి లేదా వారి సాయంతో పని చేయాలి.

మీకు అవసరమైన సహకారం, మద్దతు మీ కుటుంబ సభ్యులతో ప్రారంభించండి. మీ యజమాని, మీ సహోద్యోగులు, మీ ఉద్యోగులను జాబితా చేయండి; మీకు కావలసిన డబ్బు సంపాదించడానికి మీ ఉత్పత్తి లేదా సేవను మీరు తగినంతగా కొనుగోలు చేయాల్సిన కస్టమర్‌లను ప్రత్యేకంగా గుర్తించండి.

మీకు సహాయం అవసరమయ్యే ముఖ్య వ్యక్తులను మీరు గుర్తించిన తర్వాత, మిమ్మల్ని మీరు ప్రశ్నించుకోండి, 'వారి దగ్గర ఏమి ఉంది?' వెళ్ళేవాడిగా

కాకుండా ఇచ్చేవాడిగా ఉండండి. పెద్ద లక్ష్యాలను సాధించడానికి, మీకు చాలా మంది వ్యక్తుల సహాయం, మద్దతు అవసరం ఉంటుంది. మీ జీవితంలో ఒక నిర్దిష్ట సమయంలో, ప్రదేశంలో ఒక కీలకమైన వ్యక్తి అన్ని మార్పులను చేయగలడు.

అత్యంత విజయవంతమైన వ్యక్తులనేవారు సహాయం చేయగల ఇతర వ్యక్తుల యొక్క అతిపెద్ద నెట్‌వర్క్‌లను నిర్మించి, నిర్వహిస్తూ వుంటారు. వారికి సహాయం చేయటం, ప్రతిఫలంగా వారి నుంచి సహాయం పొందటం చేస్తుంటారు.

7. మీ లక్ష్యాన్ని సాధించడానికి మీరు చేయవలసిన ప్రతిదాని జాబితాను రూపొందించండి. మీరు అధిగమించాల్సిన అడ్డంకులు, మీరు అభివృద్ధి చేసుకోవలసిన జ్ఞానం, నైపుణ్యాలు. మీకు ఎవరి సహకారం అవసరమవుతుందో వ్రాయండి. మీ లక్ష్యాన్ని సాధించడానికి మీరు అనుసరించాల్సిన ప్రతి ఒక్క దశను జాబితా చేయండి. మీరు కొత్త అంశాల గురించి ఆలోచిస్తున్నప్పుడు, మీ జాబితా పూర్తయ్యే వరకు వాటిని మీ జాబితాకు జోడిస్తూ వుండండి.

మీ లక్ష్యాన్ని సాధించడానికి మీరు చేయవలసిన అన్ని విషయాల జాబితాను రూపొందించినప్పుడు, మీరు అనుకున్నదానికంటే చాలా ఎక్కువ సాధించగలరని మీరు తెలుసుకుంటారు. కన్ఫ్యూషియస్ చెప్పిన విషయాన్ని గుర్తుంచుకోండి: "వెయ్యి మైళ్ల ప్రయాణం ఒక్క అడుగుతో ప్రారంభమవుతుంది". ఒక్కొక్క ఇటుకను పేర్చుకుంటూ మీరు ప్రపంచంలోనే అతిపెద్ద గోడను నిర్మించవచ్చు.

8. మీ జాబితాను ఒక ప్రణాళికగా నిర్వహించండి. మీరు గుర్తించిన దశలను రెండు విధాలుగా అమర్చడం ద్వారా దీన్ని మీరు సాధించవచ్చు: మొదటిది, వరుస, రెండవది, ప్రాధాన్యత.

వరుసలో ప్రణాళికను నిర్వహించడానికి, మీరు ఏదైనా చేసే ముందు మీరు ఏమి చేయాలి? ఏ క్రమంలో చేయాలి అని ఆలోచించండి. ప్రాధాన్యత ప్రకారం నిర్వహించడానికి, మీరు ఏది ఎక్కువ ముఖ్యమైనది, ఏది తక్కువ ముఖ్యమైనది అని గుర్తించండి. 20-80 నియమం ప్రకారం, 80 శాతం ఫలితాలు మీ 20 శాతం కార్యకలాపాల నుండి వస్తాయి. మరోవైపు, 80-20 నియమం ప్రకారం, మీరు మీ లక్ష్యాన్ని ప్రణాళికగా చేయడానికి, మీ ప్రణాళికను నిర్వహించడానికి వెచ్చించే మొదటి 20 శాతం సమయం లక్ష్యాన్ని సాధించడానికి, అవసరమైన సమయం, కృషిలో 80 శాతం విలువైనదిగా ఉంటుంది. అందువల్ల ప్రణాళిక చాలా ముఖ్యం.

9. మీ జాబితాను మొదటి నుండి పూర్తయ్యే వరకు దశలవారీగా నిర్వహించండి. మీకు ఒక లక్ష్యం, దాని ప్రణాళిక ఉన్నప్పుడు, మీరు మీ లక్ష్యాలను సాధించే అవకాశాన్ని 1,000 శాతం పెంచుతారు. అనేక గణాంకాలు దీనిని రుజువు చేస్తున్నాయి. వ్రాతపూర్వక ప్రణాళిక యొక్క శక్తిని మీరు ఊహించలేరు.

అప్పుడు ప్రతి రోజు, ప్రతి వారం, ప్రతి నెల ముందుగానే ప్లాన్ చేసుకోండి. నెల ప్రారంభంలో ప్రతి నెలను ప్లాన్ చేయండి. ప్రతి వారం ముందు వారాంతంలో ప్లాన్ చేయండి. ప్రతి రోజు ముందు రోజు సాయంత్రం ప్లాన్ చేసుకోండి. మీరు మీ కార్యకలాపాలను ఎంత జాగ్రత్తగా, వివరంగా ప్లాన్ చేసుకుంటే, తక్కువ సమయంలో ఎక్కువ సాధిస్తారు. ప్రణాళికలో గడిపిన ప్రతి నిమిషమూ, అమలులో పది నిమిషాలు ఆదా చేస్తుందనేది నియమం. మీ రోజులు, వారాలు, నెలల ముందుగానే ప్లాన్ చేయడంలో మీరు పెట్టుబడి పెట్టే సమయానికి 1,000 శాతం రాబడిని పొందుతారని దీని అర్థం.

10. మీ లక్ష్యాలను ఊహించుకోండి. మీ లక్ష్యాల యొక్క స్పష్టమైన, విపులమైన, ఉత్తేజకరమైన, ఉద్వేగభరితమైన ఊహాచిత్రాలతో అవి అప్పటికే వాస్తవంగా రూపుదిద్దుకుంటాయి. మీ లక్ష్యాన్ని సాధించినట్లుగా చూడండి. ఈ లక్ష్య సాధనకు మీరు ఆనందిస్తున్నట్లు ఊహించుకోండి. అది కారు అయితే, ఆ కారును మీరే నడుపుతున్నట్లు ఊహించుకోండి. సెలవు అయితే, ఇప్పటికే సెలవులో ఉన్న మిమ్మల్ని మీరు చూడండి. మీకు కావలసిన అందమైన ఇల్లు అయితే, మీరు అందమైన ఇంటిలో నివసిస్తున్నారని ఊహించండి.

విజువలైజ్ చేయడంలో, మీ లక్ష్యాన్ని విజయవంతంగా సాధించడంతోపాటు భావోద్వేగాలను సృష్టించడానికి కొన్ని క్షణాలు తీసుకోండి. భావోద్వేగంతో కూడిన మానసిక చిత్రం మీ ఉపచేతన మరియు మీ సూపర్‌కాన్షియస్ మైండ్‌పై అపారమైన ప్రభావాన్ని చూపుతుంది.

ఊహాచిత్రం అనేది మీరు ఎప్పుడైనా సాధ్యపడుతుందనే మీ లక్ష్యాలను వేగంగా సాధించడంలో మీకు సహాయపడటానికి, మీకు అందుబాటులో ఉన్న అత్యంత శక్తివంతమైన ఆయుధం వంటిది. మీరు ఊహాచిత్రాలను, భావోద్వేగాలతో కలిపి స్పష్టమైన లక్ష్యాలను నిర్ణయించుకున్నప్పుడు, మీరు మీ సూపర్‌కాన్షియస్ మైండ్‌ని సక్రియం చేస్తారు. మీ సూపర్ కాన్షియస్ మైండ్ మీ లక్ష్యాన్ని చేరుకునే మార్గంలో ప్రతి సమస్యను పరిష్కరిస్తుంది. ఇది ఆకర్షణ యొక్క చట్టాన్ని సక్రియం చేస్తుంది. మీ లక్ష్యాలను వేగంగా సాధించడంలో మీకు సహాయపడే వ్యక్తులు, పరిస్థితులు, ఆలోచనలు, వనరులను మీ జీవితంలోకి ఆకర్షించడం ప్రారంభిస్తుంది.

లక్ష్యాన్ని నిర్దేశించే అభ్యాసం

ఒక శుభ్రమైన తెల్ల కాగితాన్ని తీసుకుని, నేటి తేదీతో పాటు పేజీ ఎగువన లక్ష్యాలు అనే పదాన్ని వ్రాయండి. రాబోయే సంవత్సరంలో లేదా రాబోయే భవిష్యత్తులో మీరు సాధించాలనుకునే కనీసం పది లక్ష్యాలను వ్రాయండి. ప్రతి లక్ష్యాన్ని 'నేను' అనే పదంతో ప్రారంభించండి. నేను చెప్పినట్లుగా, మీరు మాత్రమే 'నేను' అనే పదాన్ని ఉపయోగించగలరు. చర్య క్రియలో కూడా 'నేను' అనే పదాన్ని అనుసరించండి, ఇది మీ చేతన మనస్సు నుండి మీ ఉపచేతన మనస్సుకు ఆదేశం వలె పని చేస్తుంది. ఉదాహరణకు, *నేను పరుగెత్తాను, నేను సంపాదిస్తాను, నేను అమ్ముతాను, నేను సాధిస్తాను, నేను కూడబెడతాను, నేను ఆదా చేస్తాను* అని మీరు చెప్పుకోవచ్చు. చర్య క్రియలో 'నేను' అనే పదాన్ని అనుసరించడం అనేది డైనమైట్ డిటోనేటర్‌ని క్రిందికి నెట్టడం లాంటిది, ఇది మీ ఉపచేతనలో పెద్ద విస్ఫోటనం సృష్టిస్తుంది.

మీరు మీ లక్ష్యాలను వ్రాసేటప్పుడు, వాటిని ప్రస్తుత కాలంలో అవన్నీ సాధించినట్లు రాయండి. మీ ఉపచేతన మనస్సు వర్తమాన కాలం యొక్క భాష ద్వారా మాత్రమే సక్రియం చేయబడుతుంది. నిర్ణీత సమయంలో కొంత మొత్తంలో డబ్బు సంపాదించడమే మీ లక్ష్యం అయితే, ఈ తేదీ నాటికి నేను ఈ మొత్తాన్ని సంపాదిస్తాను అని మీరు చెబుతారు. మీ లక్ష్యం కొత్త కారు కావాలంటే, నేను అలాంటి తేదీకి అలాంటి కారును నడుపుతాను అని మీరు చెబుతారు. ఇది మీ చేతన మనస్సు నుండి మీ ఉపచేతన మనస్సుకు స్పష్టమైన ఆదేశం.

మళ్ళీ, మీరు మీ లక్ష్యాలను వ్రాసినప్పుడు, వాటిని ఎల్లప్పుడూ సానుకూల రూపంలో వ్రాయండి. నేను ధూమపానం మానేస్తాను అని చెప్పే బదులు, నేను ధూమపానం చేయని వాడిని. నేను బరువు తగ్గుతాను అని చెప్పడానికి బదులుగా, నేను ఇన్ని పౌండ్ల బరువుతో ఉంటాను. మీ లక్ష్యాలు ఇప్పటికే వాస్తవంగా ఉన్నందు వల్ల, మీరు వాటిని ఇప్పటికే సాధించినట్లుగా గ్రహించండి. ఇది మీ ఉపచేతన, సూపర్‌కాన్షియస్ మైండ్‌ని సక్రియం చేసి మీ బాహ్యాన్ని మార్చడానికి, మీ అంతర్గత ఆదేశానికి అనుగుణంగా ఉంటుంది.

తర్వాత, మీ ఖచ్చితమైన ప్రధాన ప్రయోజనాన్ని నిర్ణయించుకోండి. మీరు పది లక్ష్యాల జాబితాను వ్రాసిన తర్వాత, మిమ్మల్ని మీరు ప్రశ్నించుకోండి, నాకు ఒక మంత్రదండం ఉంటే గనుక, ఇరవై నాలుగు గంటల్లో నా జీవితంలో గొప్ప ప్రభావం చూపగల ఒక లక్ష్యాన్ని సాధించగలనా ? ఆ ప్రశ్నకు మీ సమాధానం 'ఔనని' చెప్పుకుంటే గనుక, ఆ లక్ష్యం చుట్టూ ఒక వృత్తాన్ని గీయండి. తరువాత, ఆ లక్ష్యాన్ని కాగితపు పైభాగానికి బదిలీ చేయండి. దానిని స్పష్టంగా, మరింత వివరంగా

వ్రాయండి. ఈ లక్ష్యాలపై గడువును నిర్ణయించుకోండి. అవసరమైతే ఉప గడువులను కూడా నిర్ణయించుకోండి.

ఇప్పుడు, మీ లక్ష్యాన్ని సాధించడానికి మీరు అధిగమించాల్సిన అడ్డంకులను గుర్తించండి. అంతర్గత లేదా బాహ్యమైన వాటిల్లో అత్యంత ముఖ్యమైనదాన్ని గుర్తించండి. మీ లక్ష్యాన్ని సాధించడానికి మీకు అవసరమైన జ్ఞానం, నైపుణ్యాలను గుర్తించండి. మీరు తీర్చిదిద్దుకోవాల్సిన విషయాలను గుర్తించండి. మీకు సహాయం, సహకారం అందించే వ్యక్తులను గుర్తించండి. వారి సహాయానికి అర్హులుగా వారికి మీరు ఏమి చేయగలరో ఆలోచించండి. మీ లక్ష్యాన్ని సాధించడానికి మీరు చేసే ప్రతిదాని జాబితాను రూపొందించండి. మీరు చేయవలసిన కొత్త పనుల గురించి ఆలోచించినప్పుడు జాబితాకు జత చేయండి.

మీ జాబితాను ఒక క్రమం, ప్రాధాన్యత ద్వారా నిర్వహించండి: మీరు ముందుగా ఏమి చేయాలి ? ముఖ్యమైనది ఏది? మీ జాబితాను మొదటి నుండి చివరి వరకు దశలుగా నిర్వహించడం ద్వారా ప్రణాళికను రూపొందించండి. ఆపై ప్రతిరోజూ మీ ప్రణాళిపై సమీక్ష చేసుకుంటూ వుండాలని నిర్ణయించుకోండి.

మీ లక్ష్యాలను సాధించడానికి, మీరు నిమగ్నమవ్వాల్సిన కార్యకలాపాల పరంగా-రోజువారీ, వారంవారీ మరియు నెలవారీ-ముందుగానే ప్రణాళిక వేసుకోండి. ఈ రోజు మీరు చేయగలిగే అతి ముఖ్యమైన పని 100 శాతం పూర్తయ్యే వరకు దానిపైనే దృష్టి పెట్టడానికి మిమ్మల్ని మీరు క్రమశిక్షణలో పెట్టుకోండి. ప్రతి ముఖ్యమైన పనితోనూ ఇలాగే చేయండి. ఏది జరిగినా, మీరు ఎప్పటికీ వదులుకోరని ముందుగానే పరిష్కరించుకోండి. ప్రతిసారీ మీరు పట్టుదలతో, అనివార్య వైఫల్యాలు, నిరుత్సాహాలను అధిగమించినప్పుడు, మీరు మరింత దృఢంగా ఉంటారు. మీరు మీ ఆత్మగౌరవాన్ని, స్వీయ సంఘర్షణలను పెంచుతారు. మీ లక్ష్యం ఆపుకోలేనిదిగా మారిపోతుంది.

మీకు ఏది కావాలో ఖచ్చితంగా నిర్ణయించుకోండి. దానిని వ్రాసుకోండి, ప్రణాళికను రూపొందించండి, ప్రతిరోజూ దానిపై పని చేయండి. ఇది అలవాటుగా మారే వరకు మీరు దీన్ని పదే పదే చేస్తే, చాలామంది వ్యక్తులు చాలా సంవత్సరాలలో లేదా జీవిత కాలంలో సాధించే దానికంటే మీరు తర్వాతి కొన్ని వారాలు, నెలల్లోనే ఎక్కువ సాధిస్తారు. అందువల్ల ఈ రోజే ప్రారంభించండి.

6

సమయ నిర్వహణ

లక్ష్యాలను సాధించడానికి లేదా జీవితంలో ఏ రకమైన విజయానికి అయినా ముఖ్యమైన విషయాలలో ఒకటి సమయ నిర్వహణ. ఇక్కడ ప్రాథమిక నియమం ఉంది: సమయ నిర్వహణ అనేది జీవిత నిర్వహణ; ఇది నిజంగా మీ నిర్వహణ. వ్యాపార గురువు పీటర్ డ్రక్కర్ చెప్పినట్లుగా, "మీరు సమయాన్ని నిర్వహించలేరు; మీరు మిమ్మల్ని మాత్రమే నిర్వహించగలరు" అత్యంత విజయవంతమైన వ్యక్తులు తమను తాము ఉత్తమంగా నిర్వహించుకునే వారుగా ఉంటారు.

మీ సమయ నిర్వహణ నాణ్యత మీ జీవిత నాణ్యతను నిర్ణయిస్తుంది. *టైమ్ మేనేజ్‌మెంట్ అనేది పెరిఫెరల్ సబ్జెక్ట్* అని నేను అనుకున్నాను. నేను సూర్యుడిని అని అనుకుంటే, నా జీవితం చుట్టూ తిరిగే గ్రహాలలో సమయ నిర్వహణ ఒకటి. కానీ, సమయ నిర్వహణ సూర్యుడని, జీవితంలో మిగతావన్నీ దాని చుట్టూ తిరిగే గ్రహాలని నేను గ్రహించినప్పుడు మాత్రమే మార్పు వచ్చింది. మీరు మీ సమయాన్ని పూర్తిగా అదుపులో ఉంచుకుంటే, మీ జీవితంలోని ప్రతి విషయం మీ ఆధీనంలోకి వస్తాయి.

సమయ నిర్వహణ ఒక ఎంపిక

శుభవార్త ఏమిటంటే, టైమ్ మేనేజ్‌మెంట్ అనేది నేర్చుకోవలసిన నైపుణ్యం. తప్పనిసరిగా నేర్చుకోవాలి. కొందరు ఇలా అంటారు, "నేను టైమ్ మేనేజ్‌మెంట్‌లో అంతగా రాణించలేను. నేను దాదాపు సమయపాలన పాటించను. నేను చేయాల్సింది చాలా ఉంటుంది, అయితే చాలా తక్కువ సమయం ఉంది" ఇది మీకు మీరు చేసుకునే ఎంపిక.

కొన్నిసార్లు నేను నా ప్రేక్షకులతో సరదాగా ఇలా అంటాను, "ప్రజలకు కేవలం ఇరవై సెకన్లలో సమయ నిర్వహణ నేర్పడానికి నేను ఒక పద్ధతిని అభివృద్ధి చేసాను; నేను కేవలం ఇరవై సెకన్లలో ఇక్కడ ఉన్న ప్రతి ఒక్కరినీ అద్భుతమైన టైమ్ మేనేజర్‌గా చేయగలను. మీరు నా పద్ధతిని చూడాలనుకుంటున్నారా?" వారు, "అవును, అవును" అని ఉత్సాహంగా అంటారు. నేను నా జేబులో చేయి పెట్టి, పిస్టల్‌ని తీసినట్టుగా చేసి, ముందు వరుసలో ఉన్న వ్యక్తి కణతలకు గురిపెడతాను. "సరే. నేను రాబోయే ఇరవై నాలుగు గంటల పాటు మిమ్మల్ని అనుసరించబోతున్నాను. మీరు ఒక్క సెకను వృధా చేసినా, నేను ఈ పిస్టల్ పేల్చుతాను".

ఆ పరిస్థితుల్లో, మీరు మంచి టైమ్ మేనేజర్ అవుతారా? అవ్వకేం చేస్తారు? అవ్వక పోతే ఛస్తారు. అందువల్ల, సమయ నిర్వహణ అనేది ఒక ఎంపిక. మీరు మీ సమయాన్ని చక్కగా నిర్వహించాలని ఎంచుకుంటారు. మీరు ఒక విమానాన్ని పట్టుకోవాల్సిన అవసరం ఉంటే, అది మీ జీవితంలో నిజంగా ముఖ్యమైనది అయితే, మీరు మీ జీవితంలోని ప్రతి విషయాన్ని నిర్వహిస్తారు. కాబట్టి మీరు ముందుగానే అక్కడ ఉంటారు, విమానాన్ని పట్టుకోవడానికి సిద్ధంగా ఉంటారు.

మీరు మంచి టైమ్ మేనేజర్‌గా ఉండాలని అనుకుంటారు. అది ఒకసారి మీరు అర్థం చేసుకున్న తర్వాత, ఇది జన్యుపరమైనది కాదని మీరు తెలుసుకుంటారు; ఇది మీరు పెరిగిన మార్గం కాదు; మీకు చిన్నప్పుడు ఉన్న అలవాటు కాదు. ఇది కేవలం మీరు తీసుకునే నిర్ణయం.

జీవితంలో మీ ప్రస్తుత పరిస్థితి చాలా సులభం. అన్నింటిలో మొదటిది, మీరు చేయవలసింది చాలా ఎక్కువ ఉంది. కానీ చాలా తక్కువ సమయం ఉంది. మీరు ఎంత పూర్తి చేసినా, యింకా మీరు పూర్తి చేయాల్సినవి ఎంతో ఉంటుంది. మీ పనిభారం, బాధ్యతలు పెరుగుతూనే ఉంటాయి. ఇది పెద్దలకు సాధారణంగా సహజమైన వాస్తవం.

ఇక్కడ అంతర్దృష్టి ఉంది: మీరు ఎప్పటికీ చిక్కుకోలేరు. ప్రతి ఒక్కరూ ఏదో ఒకవిధంగా వారు ఒక టెక్నిక్ లేదా పద్ధతిని కనుగొనబోతున్నారనే ఆలోచనను కలిగి ఉంటారు. లేదు, మీరు ఎప్పటికీ ఆ టెక్నిక్ పట్టుకోలేరు. మీ సమయాన్ని నిర్వహించడానికి ఏకైక మార్గం కొన్ని పనులు చేయడం మానేయడం.

లక్ష్యాలు అనేవి సమయ నిర్వహణకు ప్రారంభ స్థానం. అవి చాలా పెద్ద చిత్రం: మీరు కాస్త వెనుక నిలబడి, జీవితంలో నా నిజమైన లక్ష్యాలు ఏమిటి? నేను నిజంగా ఏమి సాధించాలనుకుంటున్నాను? ఎందుకంటే మన నిజమైన లక్ష్యాలకు సంబంధం లేని పనులు చేయటానికి మన సమయం చాలా ఎక్కువ ఖర్చు చేస్తాం.

ఉత్పాదకతను రెట్టింపు చేయండి.

మీ ఉత్పాదకతను ఎలా రెట్టింపు చేస్తారు? ఇక్కడ ఐదు దశలు ఉన్నాయి:

1. మీరు ప్రతిరోజూ చేయవలసిన పనుల జాబితాను రూపొందించండి. ముందు రోజు రాత్రి ఈ జాబితాను వ్రాయండి. జాబితా లేకుండా పని చేయవద్దు.

   టైమ్ మేనేజ్‌మెంట్ స్పెషలిస్ట్‌ల ప్రకారం, మీరు మొదటిసారి జాబితా ఉపయోగించినప్పుడు మీ ఉత్పాదకతను 25 శాతం పెంచుతుంది. మీ ఉత్పాదకత, పనితీరు ఆ విధంగా సంవత్సరానికి 25 శాతం పెరిగితే, మీరు వాటిని ప్రతి రెండు సంవత్సరాల మరియు ఎనిమిది నెలలకు రెట్టింపు చేస్తారు. మీరు మీ ఉత్పాదకత, ఉత్పత్తిని రెట్టింపు చేస్తే, మీరు మీ ఫలితాలను రెట్టింపు చేస్తారు. మీరు మీ ఫలితాలను రెట్టింపు చేస్తే, మీరు మీ ఆదాయాన్ని రెట్టింపు చేస్తారు. జాబితా ప్రకారం పని చేయడం ద్వారా, మొదటి రోజు నుండి మీ ఉత్పాదకతను 25 శాతం పెంచడం ద్వారా, మీరు ప్రతి రెండు సంవత్సరాల, ఎనిమిది నెలలకు మీ ఆదాయాన్ని రెట్టింపు చేయవచ్చు, ఆపై మళ్లీ మళ్లీ రెట్టింపు చేయవచ్చు.

2. మీరు ప్రారంభించడానికి ముందు మీ జాబితాకు 20–80 నియమాన్ని వర్తింపజేయండి. సమయ నిర్వహణలో ముఖ్యమైన పదాలలో ఒకటి పరిణామాలు. అధిక పర్యవసానాలను కలిగి ఉన్న వస్తువుకు అధిక విలువ ఉంటుంది. తక్కువ పర్యవసానాలను కలిగి ఉన్న వస్తువు తక్కువ విలువను కలిగి ఉంటుంది.

3. మీరు జాబితాను రూపొందించిన తర్వాత, అలాగే మీరు 20–80 నియమాన్ని ఉపయోగించి దానిని మీ జాబితాకు వర్తింపజేసిన తర్వాత, ABCDE పద్ధతిని ఉపయోగించండి. A అంటే మీరు తప్పనిసరిగా చేయవలసిన పనిని సూచిస్తుంది; మీరు దీన్ని చేసినా లేదా చేయకపోయినా అది తీవ్రమైన పరిణామాలను కలిగి ఉంటుంది. మీ జాబితాలోని AB కార్యాచరణ మీరు చేయవలసిన పని; ఇది తేలికపాటి పరిణామాలను కలిగి ఉంటుంది. ఇది ఫోన్ కాల్ చేయడం లేదా ఆఫీసులో ఎవరితోనైనా చెక్ ఇన్ చేయడం కావచ్చు. AC యాక్టివిటీ చేయడం చాలా బాగుంటుంది కానీ ఎలాంటి పరిణామాలు లేవు: ఒక కప్పు కాఫీ తాగడం, పేపర్ చదవడం, ఇంటర్నెట్‌లో సర్ఫింగ్ చేయడం.

   ఇక్కడ నియమం ఉంది: మీకు A టాస్క్ మిగిలి ఉన్నప్పుడు B లేదా C టాస్క్‌ని ఎప్పుడూ చేయవద్దు.

ABCDE పద్ధతిలో నాల్గవ అక్షరం D, ఇది ప్రతినిధిని సూచిస్తుంది. మీ A టాస్కల కోసం ఎక్కువ సమయాన్ని ఖాళీ చేయడానికి మీరు చేయగలిగిన పనిని చేయగలిగే ఎవరికైనా ఆ పని అప్పగించండి.

చివరి అక్షరం, E, తొలగించడాన్ని సూచిస్తుంది. తక్కువ లేదా విలువ లేని అన్ని కార్యకలాపాలను తొలగించండి. మీరు పగటిపూట చాలా పనులు చేస్తారు, మీరు వాటిని ఎప్పుడూ చేయకపోతే, ఎటువంటి తేడా ఉండదు.

మీరు ఎంత ఎక్కువ టాస్కలను అప్పగించి తొలగిస్తారో, అంత ఎక్కువగా మీ జీవితంలో మార్పు తెచ్చే పనులను మీరు చేసుకునే అవకాశం లభిస్తుంది.

4. నిరంతరం నాలుగు ప్రశ్నలు వేసుకోండి. మొదటిది, నేను పేరోల్‌లో ఎందుకు ఉన్నాను? నేను ఏమి చేయడానికి నియమించబడ్డాను? మీరు మీ బాస్ వద్దకు వెళ్లి ఈ ప్రశ్న అడిగితే, మీ బాస్ ప్రత్యేకంగా ఏమి చెబుతారు. మీ సహోద్యోగులతో కబుర్లు చెప్పుకుంటూ తిరగడానికి, ఇంటర్నెట్‌లో సర్ఫ్ చేయడానికి, పేపర్ చదవడానికి లేదా కాఫీ తాగడానికి మీరు పేరోల్‌లో ఉన్నారని వారు మీకు చెప్పరని నేను మీకు హామీ ఇస్తున్నాను. కంపెనీ మీకు చెల్లించగల నిర్దిష్ట ఫలితాలను పొందడానికి మీరు పేరోల్‌లో ఉన్నారు. పోటీ మార్కెట్‌లో నిలదొక్కుకోవడానికి, అభివృద్ధి చెందడానికి మీ కంపెనీ సాధించాల్సిన ఫలితాలకు ఇవి దోహదం చేస్తాయి.

మీరు అడిగే రెండవ ప్రశ్న, నేను చేయగలిగే అత్యధిక విలువ కలిగిన కార్యకలాపాలు ఏమిటి? మీరు చేసే అన్ని పనులలో, అన్నిటికంటే విలువైనవి ఏవి?

మూడవ ప్రశ్న ఏమిటంటే, నేను, కేవలం నేను మాత్రమే ఏమి చేయగలను? ఏది బాగా చేస్తే నిజమైన మార్పు వస్తుంది? మీ పనిలో, మీరు మాత్రమే చేయగల కొన్ని పనులు ఉంటాయి. మీరు చేయకపోతే, మరెవరూ వాటిని చేయరు. మరెవరూ పనులు పూర్తి చేయలేరు. కానీ మీరు వాటిని చక్కగా చేస్తే, అవి మీ జీవితంలో పెద్ద మార్పును కలిగిస్తాయి.

ఈ ప్రశ్నకు సమాధానం, మారుతున్న ప్రాధాన్యతలు, కార్యకలాపాలతో మారుతుంది. ఏది ఏమైనప్పటికీ, ప్రతి నిమిషం ప్రశ్నించుకుంటూ ఉండండి, నేను, కేవలం నేను మాత్రమే ఏమి చేయగలను? ఏది బాగా చేస్తే నిజమైన మార్పు వస్తుంది?

చివరగా, ప్రశ్నించుకుంటూ ఉండండి, ప్రస్తుతం నా సమయానికి అత్యంత విలువైన ఉపయోగం ఏమిటి? సమయ నిర్వహణ పుస్తకాలు ఆ ఒక్క ప్రశ్నకు సమాధానం ఇస్తాయి: ప్రస్తుతం నా సమయానికి అత్యంత విలువైన ఉపయోగం ఏమిటి? ఏది ఏమైనప్పటికీ, మీరు ప్రతిరోజూ ప్రతి నిమిషం చేస్తున్నది అదే అని నిర్ధారించుకోండి.

5. మీ ఉత్పాదకతను రెట్టింపు చేయడానికి ఐదవ మార్గం ఏమిటంటే, ఒక విషయంపై, అత్యంత ముఖ్యమైన విషయంపై ఏక దృష్టి పెట్టడం, ఆ పని 100 శాతం పూర్తయ్యే వరకు దాని వద్దే ఉండడం. ఏకాగ్రతతో దృష్టి సారించడం వల్ల అవసరమైన సమయంలో 80 శాతం ఆదా అవుతుంది.

   ఏకాగ్రతతో, ఒకే పనిపై దృష్టి కేంద్రీకరించిన పని శక్తి, ఉత్సాహం, మీలో పెరిగిన ఆత్మగౌరవానికి మూలం.

   ఒక పనిని పూర్తి చేయడం, మీ ఆత్మగౌరవాన్ని పెంచుతుంది. మరింత చేయడానికి మిమ్మల్ని ప్రేరేపిస్తుంది. నేను ఏడాదికి నాలుగు పుస్తకాలు రాస్తున్నాను. వృత్తిపరమైన రచయితలు రెండు మూడు సంవత్సరాలలో ఒక పుస్తకాన్ని వ్రాసి, ఉత్పత్తి చేసినా అదృష్టవంతులు. నన్ను చాలామంది అడుగుతారు, మీరు ఇన్ని పుస్తకాలు ఎలా వ్రాయగలరు? నేను దృష్టి కేంద్రీకరిస్తాను. నేను పుస్తకం రాయడానికి కూర్చున్నప్పుడు, నేను వరుస దశల ద్వారా వెళ్తాను. నేను తదుపరి దశకు వెళ్లే ముందు ప్రతి దశను 100 శాతం పూర్తి చేయడంపై నేను ఏకాగ్రతతో దృష్టి సారిస్తాను. నేను చేసే ప్రతిదానికీ ఇది నిజం. మీరు ఏకాగ్రతతో పని చేసినపుడు మీ ఉత్పాదకతను ఎంతగా పెంచుకుంటారు అనేది ఆశ్చర్యంగా ఉంటుంది.

సృజనాత్మక వాయిదా

మీరు పనులు వాయిదా వేస్తున్నారా? సమాధానం అవును: అందరూ వాయిదా వేస్తారు. ఉత్పాదకత లేని వ్యక్తులు వాయిదా వేస్తారు, కానీ అధిక ఉత్పాదకత కలిగిన వ్యక్తులు కూడా అలా వాయిదా వేస్తారు. వ్యత్యాసం ఏమిటంటే, అగ్రశ్రేణి వ్యక్తులు సృజనాత్మకంగా వాయిదా వేయడాన్ని ఉపయోగిస్తున్నారు: వారు ఎటువంటి పరిణామాలు లేకుండా తక్కువ విలువ కలిగిన విషయాలపై వాయిదా వేస్తారు. ఉత్పాదకత లేని వ్యక్తులు తమ జీవితాల్లో పెద్ద మార్పు తెచ్చే అధిక విలువ కలిగిన విషయాలపై వాయిదా వేస్తారు.

వాయిదా వేయడాన్ని అధిగమించడానికి ఇక్కడ పది మార్గాలు ఉన్నాయి:

1. స్పష్టమైన వ్రాతపూర్వక లక్ష్యాలను నిర్దేశించుకోండి. వ్రాతపూర్వక కార్యాచరణ ప్రణాళికలను రూపొందించండి. విషయాలను వ్రాసే చర్య తరచుగా ప్రారంభించడానికి మిమ్మల్ని ప్రేరేపిస్తుంది. మీరు ఒకసారి చేస్తే, కొండపై నుండి ఒక రాయి దొర్లినట్లు, కదిలిపోతారు. పైగా మీరు కొనసాగుతారు.

2. మీ లక్ష్యాలను చిన్ని చిన్ని కార్యకలాపాలుగా విభజించండి. మీకు ఒక పాత విషయం తెలుసు: మీరు వేడి దోశెను ఎలా తింటారు? చిన్న చిన్న ముక్కలు చేసుకుంటే చేయి కాలకుండా తినడం సులభం అవుతుంది. మీరు ఒక పెద్ద లక్ష్యాన్ని తీసుకొని దానిని అనేక చిన్న పనులుగా విభజించగలిగితే, మీరు కేవలం ఒక చిన్న పని చేయడం ద్వారా పెద్ద పనిని ప్రారంభించవచ్చు.

3. రోజులో మీరు ఏమి చేయాలో చూడండి. ఒక్క కార్యకలాపాన్ని ఎంచుకుని, వెంటనే దాన్ని ప్రారంభించండి. నేను ఇప్పుడే చేస్తాను అని చెప్పడానికి మిమ్మల్ని మీరు ప్రేరేపించుకోండి. నేను ఇప్పుడు దీన్ని చేస్తాను. ఒక పనిని వెంటనే ప్రారంభించడం తరచుగా మానసిక లాగ్‌జామ్‌ను విచ్ఛిన్నం చేస్తుంది.

4. స్విస్-చీజ్ మీ పనులు. రంధ్రాలు ఉన్న స్విస్ జున్ను ఊహించుకోండి. పెద్ద ఉద్యోగంలో చిన్న భాగాన్ని ఎంచుకుని, ఆ పనిని మాత్రమే చేయడం ద్వారా టాస్క్‌లో రంధ్రం చేయండి. కొన్నిసార్లు మీరు ప్రారంభించడానికి టాస్క్‌లోని ఒక చిన్న భాగాన్ని తీసుకుంటే సరిపోతుంది.

5. సలామీ-స్లైస్ ఒక ప్రధాన ఉద్యోగం. చిన్న ముక్కల శ్రేణిలో ఒక ప్రధాన ఉద్యోగాన్ని విభజించి, ప్రారంభించడానికి ఒక పనిని చేయండి.

6. వాయిదాను అధిగమించడానికి మరొక మార్గం 80-20 పని. కొన్నిసార్లు మీరు ప్రణాళికాబద్ధంగా, నిర్వహించడానికి, పనులు చేయడానికి వెచ్చించే మొదటి 20 శాతం సమయం మొత్తం ఉద్యోగంలో 80 శాతం విలువైనది. మీరు ప్రతిదీ క్రమబద్ధంగా, ప్రణాళికాబద్ధంగా, మీ అన్ని జాబితాలను రూపొందించారు. కొన్నిసార్లు అలా చేయటమే పనిని పూర్తి చేయడానికి మిమ్మల్ని ప్రోత్సహిస్తుంది.

7. సమయ పరిమితిని సెట్ చేయండి. పదిహేను నిమిషాల పాటు ఒక ప్రధాన పనిపై పని చేయండి. చెప్పండి, "నేను ఈ మొత్తం పని చేయలేను, ఎందుకంటే దీనికి చాలా గంటలు పడుతుంది. నేను దీనిపై పదిహేను నిమిషాలు పని చేస్తాను; అప్పుడు నేను వేరే పని చేస్తాను, తరువాత తిరిగి వస్తాను. కొన్నిసార్లు కేవలం పదిహేను నిమిషాల పాటు పని చేయడం వలన మీరు ఒక విధమైన లయ (రిథమ్) లోకి ప్రవేశిస్తారు, మీరు ఆపడానికి ఇష్టపడరు.

8. రివార్డ్ స్ట్రక్చర్‌ను సెటప్ చేయండి. ఉద్యోగంలో కొంత భాగాన్ని పూర్తి చేసినందుకు మీకు మీరే రివార్డ్ ఇచ్చుకోండి. విక్రయాలలో ఒక కార్యకలాపం ప్రోస్పెక్టింగ్: మీరు అపాయింట్‌మెంట్‌ల కోసం ఏర్పాటు చేయడానికి ఫోన్‌ని తీసుకొని వ్యక్తులకు కాల్ చేయాలి. కొంతమంది విక్రయదారులు కుక్కీల

ప్లేట్‌ను చిన్న ముక్కలుగా విభజించి, వారి ముందు ఉంచుతారు. వారు ఇలా అంటారు, "నేను ప్రాస్పెక్ట్‌ని సంప్రదించిన ప్రతిసారీ కుకీ కొద్దిగా తింటాను. పది అపాయింట్‌మెంట్‌లు తీసుకున్న తర్వాత నేనే కాఫీ బ్రేక్ ఇస్తాను." అపాయింట్‌మెంట్‌ల గురించి చింతించకుండా, రివార్డ్‌లపై దృష్టి పెట్టడానికి వారు శిక్షణ పొందుతారు. వారు తమ భయాన్ని అంచనా వేయడంలో వాయిదా వేసే ధోరణిని అధిగమిస్తారు.

9. మరొకరికి వాగ్దానం చేయండి. మీరు ఒక నిర్దిష్ట సమయానికి ఒక పనిని పూర్తి చేస్తారని వారికి చెప్పండి. మీరు మీ మాటను నిలబెట్టుకోవడం కోసం చెప్పిన పనిని పూర్తి చేయడానికి మీరు ఎంతగా ప్రేరేపించబడతారనేది ఆశ్చర్యంగా ఉంటుంది.

10. మీ జాబితాను చూడండి. మీరు ఒక నెలపాటు పట్టణం నుండి బయటకు వెళుతున్నట్టు ఊహించుకోండి. మీరు వెళ్లే ముందు ఈ జాబితాలో ఒక పనిని మాత్రమే చేయగలరు. అది ఏది అవుతుంది? ఏది ఏమైనా, ఆ ముఖ్యమైన పనిని పూర్తి చేయడానికి మిమ్మల్ని మీరు ప్రేరేపించుకోండి, మిమ్మల్ని మీరు నడిపించుకోండి. సాధారణంగా దీని ఫలితంగా మీ జాబితాలోని ప్రతి ఇతర పనిని ఒక రోజులో పూర్తి చేయడానికి మిమ్మల్ని ప్రోత్సహిస్తుంది.

రోజులో మరింత పని పూర్తి చేయడం

రోజులో మరింత పని పూర్తి చేయడానికి ఇక్కడ ఏడు దశలు ఉన్నాయి:

1. వేగంగా పని చేయండి: వేగాన్ని పెంచండి, అధిక టెంపోతో పని చేయండి; విజయానికి వేగవంతమైన టెంపో అవసరం. మీ నడక వేగాన్ని పెంచుకోండి, మీ పని వేగాన్ని పెంచుకోండి; త్వరగా కదలండి; పని పూర్తి చేయండి. గందరగోళంలో పడకండి.

2. కష్టపడి పని చేయండి. ఎక్కువ గంటలు పని చేయండి. కొంచెం ముందుగా ప్రారంభించండి, కొంచెం కష్టపడి పని చేయండి. కొంచెం ఆలస్యంగా ఉండండి. విజయవంతమైన వ్యక్తులు ఎక్కువ గంటలు పని చేస్తారు. ఆ ఎక్కువ గంటలలో వారు ఉత్పాదకంగా పని చేస్తారు. వారు సగటు వ్యక్తి కంటే చాలా ఎక్కువ పని చేస్తారు.

   ఉదయం ఐదు గంటలకు లేచి, వ్యాయామం చేసి, ఆరింటికి పని ప్రారంభించి, మూడు గంటలపాటు పటిష్టంగా పని చేసి, తన రోజంతా చేసే

పని చేసే ఒక స్త్రీ గురించి ఈ మధ్యనే చదివాను. ఆమె సమయాన్ని వృథా చేయకుండా పూర్తి సమయం పని చేస్తుంది. ఆమె మరుసటి రోజు పనులన్నీ కూడా పూర్తి చేసేది. కాలక్రమేణా, ఈ స్త్రీ కేవలం ఎక్కువ గంటలు పనిచేయడం ద్వారా ప్రతిరోజూ మూడు రోజుల పనికి సమానమైన పనిని చేస్తోంది. ఆమె ఒక సీనియర్ ఎగ్జిక్యూటివ్. ఆమె కంపెనీలో అత్యధిక వేతనం పొందే వ్యక్తులలో ఒకరిగా ఉండే వరకు ఆమె పదోన్నతి పొందింది. ఎక్కువ వేతనం పొందింది, ఎందుకంటే ఆమె ఎక్కువ సమయం, ఎక్కువ గంటలు పని చేసింది.

3. కలిసి పని చేయండి; పెద్ద పనులను ఇతరులతో కలిసి పని చేస్తారు. కొన్నిసార్లు మీరు ప్రొడక్షన్ లైన్ రిథమ్ లేదా డెలిగేషన్ స్ట్రక్చర్‌ను అభివృద్ధి చేస్తే, మీరు ఒక నిర్దిష్టమైన పనిని చేస్తే మరొకరు మరో పని చేయవచ్చు. ఇలా కలిసి పని చేయటం వల్ల మీరు ఎంత ఎక్కువ పని చేయగలరో చూస్తే మీరు ఆశ్చర్యపోవచ్చు.

4. పనిని సరళీకృతం చేయండి. మీరు మరింత వేగంగా పూర్తి చేయడానికి దశలను తొలగించండి. పనిని ఏకీకృతం చేయండి, ఘనీభవించండి, దాన్ని కొనసాగించండి. త్వరగా పూర్తి చేయండి. సులభంగా పని చేయడం, తక్కువ దశలు, మీరు పనులను మరింత వేగంగా పూర్తి చేస్తారు.

5. మీరు ఉత్తమంగా ఉన్న పనులను చేయండి. మీరు బాగా చేయగలిగిన పనులను చేసినప్పుడు, మీరు తక్కువ తప్పులు చేస్తారు, అంటే మీరు తక్కువ వ్యవధిలో ఎక్కువ పనులను పూర్తి చేస్తారు.

ఉదాహరణకు, నేను నా వృత్తిని ప్రారంభించినప్పుడు, నేను ఒక ప్రధాన ప్రకటనల ఏజెన్సీకి కాపీ రైటర్ అయ్యాను. నేను రైటింగ్ కాపీపై పుస్తకం తర్వాత పుస్తకం చదువుతున్నాను. ప్రకటనలు మరియు ప్రచార కాపీలు వ్రాసేందుకు గంటలు గంటలు గడిపాను.

ఈ రోజు నా కంపెనీలో, ఎవరికైనా బ్రోచర్, ప్రోడక్ట్ లేదా ప్రోగ్రామ్ కోసం కాపీ ముక్క అవసరమైనప్పుడు, వారు దానిని నాకు పంపుతారు. నేను కొన్ని నిమిషాల్లో మంచి కాపీని విప్ చేయగలను. కాపీరైటర్ కాని మరొకరు దానిలో గంటల తరబడి పని చేయవచ్చు. కానీ సరిగ్గా చదవలేరు. నేను వేలకొద్దీ పదాల కాపీని వ్రాయడం ముగించాను, వాటిలో చాలా వరకు, నేను బాగా రాసాను. ఎందుకంటే నేను రాయడంలో చాలా మంచివాడిని అని చెప్పడానికి సంతోషిస్తున్నాను. మీరు దేనిలో చాలా మంచివారు? తక్కువ తప్పులతో మీరు తక్కువ సమయంలో ఏమి చేయగలరు?

6. మీ పనులను బంచ్ చేయండి. ఒకే సమయంలో ఇలాంటి అనేక పనులను చేయండి. అభ్యాస వక్రతను ఉపయోగించండి. మీరు ప్రతిపాదనల శ్రేణిని వ్రాయబోతున్నట్లయితే, ఒకేసారి అనేకం చేయండి. మీరు ఐదవ లేదా ఆరవ ప్రతిపాదనకు వచ్చే సమయానికి, మీరు మొదటిదాన్ని చేయడానికి మీరు తీసుకున్న సమయం మొత్తంలో 20 శాతానికి తగ్గారు. మీరు ఎదురుచూస్తుంటే, మీరు పదవ కాల్ చేసే సమయానికి, మీరు మొదటి కాల్ చేయడానికి పట్టే సమయానికి దాదాపు 20 శాతం పడుతుంది. మీరు మీ టాస్క్‌లను బంచ్ చేసి, ఒకే విధమైన టాస్క్‌లను కలిసి చేసినప్పుడు, మీరు వాటిలో ప్రతిదానిలో వేగంగా మరియు మెరుగ్గా ఉంటారు. మీరు సమానమైన లేదా అధిక స్థాయి నాణ్యతతో అపారమైన సమయాన్ని కూడా ఆదా చేస్తారు.
7. మీ కీలక పనుల్లో మెరుగ్గా ఉండండి. CANEI సూత్రాన్ని ప్రాక్టీస్ చేయండి, ఇది నిరంతరంగా, అంతం లేని అభివృద్ధిని సూచిస్తుంది. మీరు చేసే అత్యంత ముఖ్యమైన విషయాలలో మెరుగ్గా ఉండటం అనేది ఇప్పటివరకు అభివృద్ధి చేయబడిన అత్యుత్తమ సమయ నిర్వహణ నైపుణ్యాలలో ఒకటి. మీరు ఎంత మెరుగ్గా తీసుకుంటే, అంత ఎక్కువగా మీరు పూర్తి చేయగలరు. మీరు చేసే పనిలో అద్భుతంగా మారడం వల్ల మీకు కొన్ని నిమిషాలు లేదా కొన్ని గంటలు ఆదా కావు: అదే స్థాయి ఆదాయాన్ని పొందడంలో ఇది మీకు సంవత్సరాల శ్రమను ఆదా చేస్తుంది.

ఇవన్నీ కాకుండా, ఇతర వ్యాపార నైపుణ్యాలు నేర్చుకోవచ్చు. మీరు మీ కోసం ఏ లక్ష్యాన్ని నిర్దేశించుకోగలరో సాధించడానికి మీకు అవసరమైన ఏదైనా నైపుణ్యాన్ని మీరు నేర్చుకోవచ్చు. మీరు అద్భుతమైన సమయ నిర్వాహకుడిగా నేర్చుకోవచ్చు. ఇప్పటి నుండి ఒక సంవత్సరం, మీరు చాలా సమర్థవంతంగా, ప్రభావవంతంగా ఉంటారు. మీరు చేసే పనిలో మీరు చాలా మంచివారు కాబట్టి టెలివిజన్ సిబ్బంది మిమ్మల్ని అనుసరిస్తారు.

మీరు మీ ఆదాయాన్ని రెట్టింపు చేయకుండా ఒకే ఒక్కసారి నిర్వహణ నైపుణ్యం కలిగి ఉండవచ్చు. అది ఏమిటో మీకు బహుశా తెలిసి ఉండవచ్చు. సమయ నిర్వహణ అనేది నిజంగా జీవిత నిర్వహణ; ఇది మీ నిర్వహణ. ఇది ఈవెంట్‌ల క్రమాన్ని ఎంచుకునే సామర్థ్యం-మీరు మొదట ఏమి చేయాలి, రెండవది ఏమి చేయాలి, అనే దానితో పాటు మీరు అస్సలు చేయకూడని పనులు ఎంచుకోవడం. మీరు ఎల్లప్పుడూ ఎంచుకోవడానికి స్వేచ్ఛగా ఉంటారు.

7

సంపద సృష్టి

ఇప్పటి వరకూ మనం ఉత్పాదకంగా పని చేయడానికి ఉత్తమ మార్గాలను అన్వేషించాము. ఇప్పుడు మన దీర్ఘకాలిక లక్ష్యం: సంపద సృష్టి గురించి తెలుసుకోవచ్చు.

చరిత్రలో ఆర్థికంగా అద్భుతంగా వున్న యీ సమయంలో మనం ఉండటం నిజంగా గొప్ప విషయం. ప్రపంచ జనాభాలో 5 శాతం, ప్రపంచ భూభాగంలో 5 శాతం ఉన్న యునైటెడ్ స్టేట్స్ ప్రపంచ స్థూల జాతీయ ఉత్పత్తిలో 30 శాతం ఉత్పత్తి చేస్తుంది. ప్రపంచ సంపదలో 50 శాతం కలిగి ఉంది. గత కొన్ని దశాబ్దాలలో యునైటెడ్ స్టేట్స్ ప్రపంచంలోని మిగిలిన అన్ని దేశాల చరిత్రలో కలిపిన దానికంటే ఎక్కువ మంది మిలియనీర్లు, మల్టీ మిలియనీర్లు, బిలియనీర్లు మరియు మల్టీ బిలియనీర్‌లను సృష్టించింది.

1900 లో, అమెరికాలో ఐదు వేల మంది మిలియనీర్లు ఉన్నారు, వారిలో ఎక్కువ మంది తమకు తాముగా ఎదిగిన వాళ్లు. 2000 సంవత్సరం నాటికి, ఐదు మిలియన్లు—అంటే వెయ్యి రెట్లు పెరిగారు. 2008 నాటికి, USలో వాళ్లు 9.6 మిలియన్లకు పెరిగారు–ఎనిమిదేళ్లలో 92 శాతం పెరుగుదల. భూమిపై మనిషి యొక్క వ్యక్తిగత సంపద చరిత్రలో అతిపెద్ద విస్తరణ. రాబోయే సంవత్సరాల్లో ఇంకా ఎక్కువ మంది మిలియనీర్లు సృష్టించబడతారు. 2020లో, యునైటెడ్ స్టేట్స్ దాదాపు $20.93 ట్రిలియన్ల స్థూల దేశీయ ఉత్పత్తిని కలిగి ఉంది. 2021 మొదటి త్రైమాసికంలో, ఇది 6.4 శాతం వార్షిక రేటుతో వృద్ధి చెందింది–ఇది సంవత్సరానికి సుమారుగా $1.34 ట్రిలియన్లు. ఆర్గనైజేషన్ ఫర్ ఎకనామిక్ కోఆపరేషన్ అండ్ డెవలప్‌మెంట్ (OECD) ప్రకారం, 2019లో USలో సగటు కుటుంబ ఆదాయం దాదాపు $69,000, ఇది ప్రపంచంలోనే అత్యధికంగా ఉంది. సంవత్సరానికి 3–5

శాతం వృద్ధిని కొనసాగిస్తోంది. యునైటెడ్ స్టేట్స్ ప్రపంచంలో అత్యంత వ్యవస్థాపక దేశం: యునైటెడ్ స్టేట్స్ లో ప్రతి సంవత్సరం రెండు మిలియన్ల కంటే ఎక్కువగా కొత్త వ్యాపారాలు ఏర్పడతాయి.

మునుపెన్నడూ లేని విధంగా చాలామంది వ్యక్తులు చాలా విభిన్న మార్గాల్లో ఎక్కువ డబ్బు సంపాదిస్తున్నారు. గత రెండు వందల సంవత్సరాలతో పోల్చిచూస్తే, రాబోయే కొద్ది సంవత్సరాలలో యింకా ఎక్కువ మంది వ్యక్తులు ఆర్థికంగా స్వతంత్రులుగా మారతారు. వారిలో ఒకరిగా మారడమే మీ లక్ష్యం. కనుక ఈ అధ్యాయంలో, మీరు సంపద సృష్టికి సంబంధించిన కొన్ని ముఖ్యమైన సూత్రాలను నేర్చుకుంటారు.

మిలియనీర్లు ఏమనుకుంటున్నారు?

ముఖ్యంగా మీ గురించి మీరు ఏమనుకుంటున్నారో అన్న విషయం మీద మీరు చాలా జాగ్రత్త వహించాలి. తమంతట తాముగా ఎదిగిన మిలియనీర్లు దేని గురించి ఆలోచిస్తారు? వేల మందిని ఇంటర్వ్యూ చేసినప్పుడు మనకు తెలిసిందేమిటంటే, వారిలో చాలామందికి కొన్ని లక్షణాలు ఉమ్మడిగా ఉన్నాయి: వారు దీర్ఘకాలికంగా ఆలోచిస్తారు. భవిష్యత్తులో పది, ఇరవై సంవత్సరాలలో ఆర్థిక స్వాతంత్ర్యం సాధించడానికి వారు ప్రస్తుతం ప్రణాళిక ప్రకారం యత్నిస్తారు. పైగా అనేక విషయాలలో త్యాగాలు చేస్తారు. చాలామంది వ్యక్తులలా కాకుండా, వారు తమ డబ్బు ఎక్కువ ఖర్చు చేయరు. వారు ఆర్థిక విజయానికి మూడు మార్గాలను ఎంచుకుంటారు-మిత వ్యయం, మిత వ్యయం, మిత వ్యయం-వారు సంపాదన అధికంగా వున్న సమయంలోకూడా మిత వ్యయాన్ని ఆచరిస్తారు, తద్వారా వారు వీలైనంత త్వరగా ఆర్థిక స్వాతంత్ర్యం సాధించగలరు.

సగటు ఉద్యోగాలు, సగటు కుటుంబాల నుండి వచ్చినప్పటికీ, మిత వ్యయం పాటించే అనేకమంది వ్యక్తులు తమ నలభైల మధ్యలో లేదా యాభైల ప్రారంభంలో ఆర్థికంగా స్వతంత్రంగా ఉంటారు. అద్భుతమైన జీవితాన్ని గడిపే చాలామంది వ్యక్తులు అరవై లేదా అరవై ఐదు సంవత్సరాల వయస్సులో విడిపోతారు. టెక్సాస్‌లో, తమాషాకి యిలా అనుకుంటారు "పాక పెద్దదే, పశువులు మాత్రం లేవు"-అంటే, అతను చాలా డబ్బు సంపాదించాడు, కానీ అతనికి ఆస్తులు లేవు.

స్వయం నిర్మిత మిలియనీర్లు తమ దగ్గర వున్న ప్రతిదాన్నీ ఖర్చు చేయడం కంటే పొదుపు, పోగుచేసే ప్రక్రియను ఆస్వాదించే అలవాటును పెంచుకుంటారు. వారు నిజానికి పొదుపు నుండి ఆనందం పొందుతారు; వారు తమ పెట్టుబడులు

పెరగడాన్ని చూసి ఆనందాన్ని పొందుతారు. చాలామంది వ్యక్తులు యిందుకు విరుద్ధంగా, బయటకు వెళ్లి విలాసమైన జీవితాలు గడపడం, డబ్బు విచ్చలవిడిగా ఖర్చుపెట్టడం ద్వారా ఆనందాన్ని పొందుతారు.

మూడు నియమాలు

మీరు డబ్బును ఎంత బాగా నియంత్రణలో వుంచారో చెప్పడానికి మీ 'మనుగడ రేటు' కీలకమైన కొలమానం: 'మనుగడ రేటు' అంటే మీరు ఏ పనీ చేయకుండా మీ ప్రస్తుత జీవనశైలి తగ్గించుకోకుండా ఎన్ని నెలలు లేదా సంవత్సరాలు గడుపుతారో, ఆ సంఖ్య. మీ మనుగడ రేటు ఇరవై సంవత్సరాలు అనేది మీ లక్ష్యం. అది మీ అంతిమ ఆర్థిక లక్ష్యం అవుతుంది. మీ మనుగడ రేటును నిర్ణయించడానికి, మీరు ఒక నెలలో జీవించడానికి ఎంత అవసరమో లెక్కించండి. మొత్తాన్ని 240 తో (సంవత్సరానికి పన్నెండు నెలల చొప్పున ఇరవై సంవత్సరాలు) గుణించండి. ఇది మీ జీవితకాలంలో దీర్ఘకాలిక ఆర్థిక లక్ష్యం అవుతుంది. ఇది మీ లక్ష్యం.

సంపద సృష్టి రహస్యం అనేది చరిత్ర అంతటా ఒకే విధంగా ఉంటుంది: విలువను జోడించడం. ప్రతి ఒక్కరూ కమీషన్‌పై పని చేస్తారు; ప్రతి ఒక్కరూ తమ పనితో సృష్టించే విలువలో కొంత శాతాన్ని స్వీకరించడం ద్వారా రివార్డ్ పొందుతారు. మీరు పొందే ఫలితాలు ఎంత గొప్పగా వుంటే, మీరు పొందే కమీషన్ అంత ఎక్కువగా ఉంటుంది.

చాలామంది తమ కెరీర్ ప్రారంభంలో ఏమీ లేకుండానే ప్రారంభిస్తారు. వాస్తవంగా అమెరికాలోని మొదటి తరం వాళ్లు యిలాగే సంపద కూడబెట్టారు. అంతేకాకుండా, సంపద అనేది మనిషి కష్టంపై ప్రారంభమవుతుంది; అందుకు స్వేదమే పెట్టుబడి. ఆర్థిక విజయాన్ని సాధించడానికి, మీరు చేస్తున్న పనులకు విలువను జోడించడానికి మీరు నిరంతరం మార్గాలను అన్వేషించాలి. మీరు కష్టించి సంపాదించిన విలువను నిరంతరం జోడించాలి. మీరు కష్టించి సంపాదించిన విలువను నిరంతం జోడిస్తూ వుండేందుకు, మీ మామూలు సంపాదన కంటే ఎక్కువ పెట్టాలని నిర్ణయించుకోండి. మీరు మామూలుగా సంపాదించే దాని కంటే ఎక్కువ సంపాదన చేయండి. ఎల్లప్పుడూ ఎక్కువ పని చేయండి.

నెపోలియన్ హిల్ ఒకసారి చెప్పినట్లుగా, "మీరు మామూలుగా సంపాదించిన దానికంటే ఎక్కువగా పెట్టగలిగితే, మామూలుకంటే కూడా ఎక్కువ పని చేసి సంపాదిస్తే, యిక ఎవరూ మిమ్మల్ని ఆపలేరు. అది మిమ్మల్ని దేవదూతల వైపు నడిపిస్తుంది". అదనపు పనిలో ఎప్పుడూ ట్రాఫిక్ జామ్‌లు లేవు.

మీరు మీ పనిలో అదనపు విలువను ఎలా జోడిస్తారు? ముందుగా, మీ ఉద్యోగంలో ఒక వారం లేదా ఒక నెల వ్యవధిలో మీరు చేసే పనుల జాబితాను రూపొందించండి. మీరు చేసే పది, ఇరవై లేదా ముప్పై పెద్ద, చిన్న పనుల జాబితాను చేయండి.

రెండవది, ఈ జాబితాను సమీక్షించండి. మిమ్మల్ని మీరు ప్రశ్నించుకోండి. నేను రోజంతా ఒక పని మాత్రమే చేయగలిగితే, నా వ్యాపారానికి లేదా నా కెరీర్‌కు ఏది గొప్ప విలువను అందిస్తుంది? నేను విక్రయదారులతో మాట్లాడినప్పుడు, వారి ఆదాయాన్ని రెట్టింపు చేయడానికి ఏ పని ఎక్కువగా సహాయపడుతుందని అడిగాను.

మూడవది, మీరు అత్యంత విలువైన ఒక కార్యాచరణను గుర్తించిన తర్వాత, మళ్లీ ప్రశ్న వేసుకోండి: నేను రోజంతా రెండు పనులు మాత్రమే చేయగలిగితే, రెండవ అంశం ఏమిటి?

నాల్గవది, మీరు మీ మొదటి రెండు పనులను నిర్ణయించిన తర్వాత, మరోసారి ప్రశ్న వేసుకోండి: నేను రోజంతా మూడు పనులు మాత్రమే చేయగలిగితే, మూడవది ఏమిటి?

దాదాపు ప్రతి సందర్భంలోనూ, పైన చెప్పుకున్న కార్యకలాపాలు మీ పనికి తీసుకువచ్చే మొత్తం విలువలో 90 శాతం లేదా అంతకంటే ఎక్కువ దోహదం చేస్తాయి. ఇది మూడు సూత్రాల పద్ధతి. మీ విజయానికి కీలకమైన అంశం ఏమిటంటే, మొదటి మూడు పనులపై మరింత ఎక్కువ సమయాన్ని వెచ్చించడం, వాటిలో ప్రతి ఒక్కటి మరింత మెరుగ్గా చేయడానికి మిమ్మల్ని మీరు అంకితం చేసుకోవడం.

ఈరోజే మీ వ్యాపారాన్ని ప్రారంభించండి

స్వయం నిర్మిత మిలియనీర్లలో ఎనభై శాతం మంది తమ స్వంత వ్యాపారాలను కలిగి ఉన్నారు. వారు తక్కువతో, లేదంటే అసలు ఏమీ లేకుండా ప్రారంభించారు. వారు తమను తాము నిర్మించుకున్నారు. వ్యాపార యజమానులుగా ఆర్థిక విజయాన్ని సాధించారు. మరో ఆసక్తికరమైన విషయం: వ్యాపార అనుభవం ఉన్న వ్యక్తులు ప్రారంభించిన 90 శాతం వ్యాపారాలు చివరికి విజయవంతమవుతాయి, ఎందుకంటే వారు ఏమి చేస్తున్నారో వారికి తెలుసు. మరోవైపు, వ్యాపార అనుభవం లేని వ్యక్తులు ప్రారంభించిన 90 శాతం వ్యాపారాలు చివరికి కనీసం స్వల్పకాలంలోనైనా విఫలమవుతాయి.

ఈరోజే మీ స్వంత వ్యాపారాన్ని ప్రారంభించాలని నిర్ణయించుకోండి. సొంత వ్యాపారం మాదిరిగా ప్రారంభం చేయండి. మీరు మీ స్వంత వ్యాపారాన్ని

ప్రారంభించినప్పుడు, మీరు ఈ వ్యాపారాన్ని సక్రియం చేయడానికి మీ జీవిత అవకాశాలను ఆకర్షించే శక్తి యొక్క శక్తి క్షేత్రాన్ని సృష్టిస్తారు.

కొన్నిసార్లు నేను నా ప్రేక్షకులలోని వ్యక్తులకు వారి వ్యాపార కార్డ్‌ని తీయమని చెబుతాను. ఆ కార్డుపైనున్న టైటిల్‌ను కొట్టి, ప్రెసిడెంట్ అనే పదం వ్రాయమని చెబుతాను. ఆపై కార్డ్‌పై కంపెనీ పేరును కొట్టివేసి, మీ స్వంత కంపెనీ పేరు వ్రాయండి: జాన్ స్మిత్ ఎంటర్‌ప్రైజెస్. మీరు ఇప్పుడు మీ స్వంత కంపెనీకి అధ్యక్షుడిగా ఉన్నారు.

వ్యాపారం ప్రారంభించేందుకు ప్రపంచంలోనే అత్యంత సులభమైన దేశాల్లో అమెరికా ఒకటి. మీరు వ్యాపారంలో ఉండటానికి సగటున ఇరవై ఆరు గంటలు పడుతుంది. ఇంటర్నెట్‌ని ఉపయోగించి 50$ 25$ మధ్య చిన్నపాటి ఖర్చుతో వ్యాపారాన్ని ప్రారంభించండి. మీరేం చేయాలనుకుంటున్నారో మీకు తెలియక ముందే మీరు వ్యాపారం ప్రారంభిస్తారు.

మీ పేరు పెట్టడం ద్వారా మీరు ఒక ఏకైక యజమానిగా ఏర్పాటు చేసుకోవచ్చు. మీరు వ్యాపారానికి మీ పేరు పెట్టుకుంటే, దానిని రక్షించడానికి ఎక్కడా నమోదు చేయవలసిన అవసరం లేదు. మీ స్వంత పేరుతో వ్యాపారం ప్రారంభించడానికి మీకు ఎవరి నుండి అనుమతి అవసరం లేదు. మీరు S కార్పొరేషన్‌ను ప్రారంభించాలనుకుంటే, మీరు దీన్ని సాధారణంగా ఇంటర్నెట్‌లో తక్కువ ఖర్చుతో రిజిస్టర్ చేయవచ్చు. ఏకైక యజమాని లేదా S కార్పొరేషన్ యొక్క ప్రయోజనం ఏమిటంటే, మొదట్లో మీ వ్యాపారాన్ని ప్రారంభించడానికి మీరు పెట్టుబడి పెట్టే ప్రతి చిన్న మొత్తాన్నికూడా, ప్రస్తుత సంవత్సరంలో చట్టబద్ధమైన వ్యాపార తగ్గింపుగా మీ ఆదాయం నుండి తీసివేయవచ్చు.

IRS వ్యాపార యజమానులను వారి ఆదాయం నుండి ఖర్చులను తీసివేయడానికి అనుమతిస్తుంది. వారు చెల్లించాల్సిన పన్ను మొత్తాన్ని తగ్గిస్తుంది. మీరు ఉద్యోగస్తులైతే అటువంటి తగ్గింపులు ఏవీ పొందలేరు. ఒక వ్యాపారపు యజమానిగా, మీ ప్రయాణం, గ్యాసోలిన్, అద్దె, ఆటోమొబైల్, భోజనం వంటి ఖర్చులను పన్ను చెల్లించే ముందు తీసివేయవచ్చు. ఉదాహరణకు, 2021లో, మీ వ్యాపార వ్యక్తులను కలిసేందుకు మీరు ప్రయాణానికి వెచ్చించే మైలుకు 56 సెంట్లు టాక్స్ తీసివేయడానికి IRS మిమ్మల్ని అనుమతిస్తుందనుకోండి. మీరు వ్యాపార ప్రయోజనాల కోసం 10,000 మైళ్లు డ్రైవ్ చేసినట్లయితే, మీరు మీ పన్ను పరిధిలోకి వచ్చే ఆదాయం నుండి $5,600 తీసివేయవచ్చు.

ఇక నుంచి మీ స్వంత వ్యాపారానికి మిమ్మల్ని మీరు *అధ్యక్షుడిగా* చూసుకోండి. మీ స్వంత వ్యాపారాన్ని ప్రారంభించడం నిజానికి చాలా సులభమైన విషయం. కీలక

మార్గం ఇది: మీరు లాభాన్ని పొందేందుకు అనుమతించే ధరకు ఉత్పత్తి లేదా సేవను కనుగొనడం, సృష్టించడం, కొనుగోలు చేయడం లేదా అందించడం.

వ్యాపారాన్ని ప్రారంభించడానికి, మీరు ఏదైనా విక్రయించాలని దయచేసి అర్థం చేసుకోండి. వ్యాపారాలను ప్రారంభించే వ్యక్తులు తమ ఉత్పత్తి లేదా సేవను కొనుగోలు చేయడానికి వ్యక్తులతో మాట్లాడటానికి ఎంత సమయం వెచ్చిస్తారో చూసి ఆశ్చర్యపోతారు. చాలామంది అమ్మకానికి భయపడి వెనుకడుగు వేస్తున్నారు. మీరు అమ్మడానికి భయపడితే? మీరు స్కైడైవింగ్, కత్తులతో గారడీ చేయడం గురించి భయపడుతున్నట్లే! ఎలా చేయాలో మీకు తెలియదు కాబట్టి మాత్రమే మీరు భయపడుతున్నారు. ఈ నేర్చుకోగల నైపుణ్యం లేకపోవడం వల్ల మీ ఆర్థిక కలలన్నింటినీ నెరవేర్చుకోకుండా అడ్డుకోవద్దు. అమ్మకాల గురించి కోర్సు తీసుకోండి, పుస్తకాలు చదవండి, సెమినార్ తీసుకోండి, సమర్థవంతంగా విక్రయించడం ఎలాగో తెలుసుకోండి.

ఇలా అనుకోండి, *నేను వ్యాపారాన్ని ప్రారంభించాలంటే, నేను తక్కువ ధరకు కొని, ఎక్కువ ధరకు విక్రయించగలిగేదాన్ని నేను కనిపెట్టాలి.* చరిత్రలో ప్రతి గొప్ప అదృష్టానికి అదే ప్రారంభ స్థానం. అన్ని వ్యాపారాలు, అమ్మకాలు, డబ్బు సంపాదించే నైపుణ్యాలు నేర్చుకోవచ్చు. వ్యాపార ప్రణాళిక చేయడం, మార్కెట్ విశ్లేషణ చేయడం, ప్రకటనలు రాయడం, బడ్జెట్ చేయడం, ఖర్చులు, ధరలను నిర్ణయించడం, మీ వ్యాపారాన్ని ప్రోత్సహించడం వంటి ముఖ్యమైన నైపుణ్యాలను నేర్చుకున్న తర్వాత ఎవరూ ప్రారంభించరు. అయినప్పటికీ అవన్నీ నేర్చుకోదగినవి. వారు కాలక్రమేణా వాటిని నేర్చుకుంటారు. మీరు వాటిని ఎంత వేగంగా నేర్చుకుంటే అంత త్వరగా మీరు విజయం సాధిస్తారు.

మీరు వ్యాపారం లేదా విక్రయ నైపుణ్యాన్ని నేర్చుకున్న తర్వాత, మీరు దాన్ని మళ్లీ మళ్లీ ఉపయోగించవచ్చు. బ్రిటన్‌కు చెందిన సీరియల్ వ్యవస్థాపకుడు రిచర్డ్ బ్రాన్సన్‌ను ఒకసారి ఈ విషయం గురించి అడిగారు. అతను చెప్పాడు, “ఇదంతా దాదాపు ఒకే విధంగా ఉంది. ఒకసారి మీరు వ్యాపారాన్ని ప్రారంభించడం, అభివృద్ధి చేయటం వంటి సూత్రాలను తెలుసుకున్నారంటే, మీరు దానిని ప్రతి ఇతర వ్యాపారంలోనూ నిరవధికంగా పునరావృతం చేయవచ్చు” బ్రాన్సన్ సంగీతం, ఎయిర్‌లైన్స్, హాట్-ఎయిర్ బెలూన్‌లు, రిసార్ట్ అభివృద్ధిలాంటి వ్యాపారాలలో ప్రవేశించాడు. అతను దాదాపు ‘వంట చేయడం ఎలా?’ మాదిరిగా అవే సూత్రాలను తీసుకుంటాడు. వాటిని పునరావృతం చేస్తాడు. మీరు కూడా ఆ విధంగా చేయవచ్చు.

అంతేకాకుండా, మీరు వ్యాపారాన్ని లేదా డబ్బు సంపాదించే నైపుణ్యాన్ని ఉపయోగించిన ప్రతిసారీ, మీరు దానిలో మెరుగ్గా ఉంటారు: మీరు తక్కువ తప్పులు చేస్తారు. మెరుగైన ఫలితాలను పొందుతారు. నేను చెప్పినట్లుగా, వ్యాపారాలను ప్రారంభించే వ్యక్తులు మునుపటి వ్యాపార అనుభవం కలిగి ఉంటే 90 శాతం చొప్పున విజయం సాధిస్తారు. ఎందుకంటే వారు ఏమి చేస్తున్నారో వారికి తెలుసు. ఎలాంటి వ్యాపార అనుభవం లేకుండా వ్యాపారాన్ని ప్రారంభించే వ్యక్తులు తాము ఏమి చేస్తున్నారో తెలియక తికమక చెందుతారు. మీరు మీ వ్యాపారాన్ని ప్రారంభించే ముందు మాత్రమే కాకుండా, మీ వ్యాపార వృత్తి అంతటా వ్యాపార సమాచారాన్ని సేకరించడం, మీరు చేయగలిగిన ప్రతిదాన్ని నేర్చుకోవడం మీ పని.

ధైర్యం మరియు నైపుణ్యం

మీ స్వంత వ్యాపారాన్ని ప్రారంభించడానికి, అభివృద్ధి చేయడానికి అవసరమైన ముఖ్య లక్షణాలు, ఈ రోజు మన ప్రపంచంలో సంపదకు ప్రధాన వనరులు, *ధైర్యం మరియు నైపుణ్యం.* ప్రతి ఒక్కరూ ధైర్యం లేకపోవడం, నైపుణ్యం లేకపోవడంతో ప్రారంభిస్తారు. కానీ మీరు భయపడే పనిని చేసినప్పుడు, ధైర్యం తర్వాత వస్తుంది. మీరు బలహీనంగా ఉన్న నైపుణ్యాన్ని ఉపయోగించినప్పుడు, సామర్థ్యం తర్వాత వస్తుంది.

ఈ విషయాన్ని అర్థం చేసుకోవడం చాలా ముఖ్యం. ఎందుకంటే చాలామంది అనుకుంటారు, "నేను ధైర్యంగా, బలంగా వున్నానని భావించిన వెంటనే, నేను పని ప్రారంభిస్తాను". కానీ, అది సరైనది కాదు. మీరు ఒక పని ప్రారంభిస్తారు, మీరు భయపడతారు, అయినా మీరు చేస్తారు, ఫలితంగా ధైర్యం వస్తుంది. సాధారణంగా జనం ఇలా అనుకుంటారు, "నేను అన్ని విధాలుగా బాగా ఉన్నట్టు అనిపించిన వెంటనే, నేను ఖాతాదారుల దగ్గరకు వెళతాను." ఇది సరికాదు: మీకు ఉన్న నైపుణ్యంతో మీరు ప్రారంభించండి, తర్వాత అదనపు నైపుణ్యం వస్తుంది. ఇది విజయానికి కీలకం.

వ్యాపారంలో విజయంలో ముఖ్యమైన భాగం ఏమిటంటే మీరు ఏమి అమ్ముతున్నారో, ఎవరికి విక్రయిస్తారో ఆలోచించడం. చీకటి అడవుల్లో గుడ్లగూబ అడిగే ప్రశ్నతో ప్రారంభించండి: ఎవరు? మీ కస్టమర్ ఎవరు? మీ కస్టమర్ మీ ఉత్పత్తిని ఎందుకు కొనుగోలు చేస్తారు? అతను దేనిని విలువగా భావిస్తాడు? మీ కస్టమర్ ఎవరో, వారు ఎందుకు కొనుగోలు చేస్తారో అర్థం చేసుకోవడం చాలా ముఖ్యం. మీ ఉత్పత్తి లేదా సేవను కొనుగోలు చేయడంలో మీ కస్టమర్ ఏ నిర్దిష్ట ప్రయోజనాలను కోరుకుంటారు? మీ కస్టమర్ ఈ ప్రయోజనాలను పొందుతారని మీ

ప్రకటనలు, ప్రచారం, మీరిచ్చే ప్రదర్శనలో స్పష్టంగా ఉందా?

విక్రయాల వైఫల్యానికి స్పష్టత లేకపోవడమే ప్రధాన కారణం. అస్పష్టమైన అవగాహన మూసివేయడానికి గొప్ప అడ్డంకి. మీ ఉత్పత్తి లేదా సేవను కొనుగోలు చేయడం ద్వారా వారు ఎలాంటి ప్రయోజనం పొందుతారనే దాని గురించి అస్పష్టంగా ఉంటుంది. కాబట్టి వారు "తర్వాత ఆలోచిస్తాను" అని చెబుతారు. నిజానికి ఇది శాశ్వతంగా వీడ్కోలు చెప్పే మరొక మార్గం.

మీ ఉత్పత్తి లేదా సేవ మీ కస్టమర్ జీవితాన్ని, లేదంటే అతని పనిని ఎలా మెరుగుపరుస్తుంది? మానసిక అధ్యయనాల ప్రకారం, కస్టమర్‌లు ఆ తర్వాత ఎలా ఉంటారో వారు భావించి కొనుగోలు చేస్తారని గుర్తుంచుకోండి. మరో మాటలో చెప్పాలంటే, నేను మీ ఉత్పత్తి లేదా సేవను కొనుగోలు చేస్తే, దాని ఫలితం ఏమిటి? వారు కొనుగోలు చేసిన తర్వాత భవిష్యత్తులో ముందుకు సాగుతారు. వారు వారి మనస్సులలో స్పష్టమైన అభివృద్ధిని చూడగలగాలి: వారు డబ్బును ఉపయోగించిన దాని కంటే మీ ఉత్పత్తి లేదా సేవను కొనుగోలు చేయడం ద్వారా గణనీయంగా మెరుగుపడతారు.

ఇక్కడ ఒక ప్రశ్న ఎదురౌతుంది: మీ కస్టమర్‌లు మీ నుండి ఎందుకు కొనుగోలు చేయరు? వారిని వెనక్కి లాగేది ఏమిటి? మీ ఉత్పత్తి లేదా సేవ స్పష్టంగా వారికి మంచిదైతే వారు ఎందుకు 'నో' చెప్పారు? కస్టమర్ యొక్క అవగాహనలో వారు సంకోచించటానికి కారణం ఏమిటి? మీరు ఆ సమస్యను గుర్తించి, దాన్ని తొలగించగలిగితే, మీరు తరచుగా మీ అమ్మకాలను రెట్టింపు చేయవచ్చు. మీ ఆదాయాన్ని రెట్టింపు చేయవచ్చు, విజయవంతమైన వ్యాపారాన్ని నిర్మించవచ్చు. ఆర్థికంగా స్వతంత్రంగా మారవచ్చు.

మీ పోటీదారులు ఎవరు? మీ కస్టమర్ మీ కంటే మీ పోటీదారు నుండి ఎందుకు కొనుగోలు చేస్తారు? కస్టమర్ యొక్క అవగాహన ఏమిటి? మీ ఎంపిక కంటే, మరింత ఆకర్షణీయంగా మార్చే మీ పోటీదారులో కస్టమర్ ఏమి చూస్తారు? మీరు దానిని ఎలా భర్తీ చేయవచ్చు? మీరు దానిని ఎలా తగ్గించగలరు? మీరు మీ పోటీదారుల కంటే మెరుగ్గా ఏమేం చేస్తారు?

మీ ప్రత్యేక విక్రయ ప్రతిపాదన ఏమిటి? ఇది కస్టమర్‌కు మీరు మాత్రమే అందించే ప్రయోజనమేనా? కస్టమర్ చెల్లించే డబ్బుకు మీరు సరైన విలువ అందిస్తున్నారా? మీ పోటీ ప్రయోజనం ఏమిటి? మీ ఉత్పత్తి లేదా సేవ మీ పోటీదారుల కంటే ఏ విధంగా మెరుగైనది? మీ ఎక్సలెన్స్ ఏరియా? అక్కడ ఉన్న అన్నింటి కంటే మెరుగైన మీ ఉత్పత్తి లేదా సేవ ఏమి అందిస్తుంది?

వ్యాపార విజయానికి ఇవి కీలకం. మీ ఉత్పత్తి లేదా సేవలో ఏది ప్రత్యేకంగా ఉందో మీకు తెలియకపోతే, మీ పోటీదారుల కంటే మిమ్మల్ని ఏది ఉన్నతంగా చేస్తుందో మీకు తెలియకపోతే-మీరు అద్భుతమైన చోటకూడా- మీరు ప్రాథమిక విక్రయాల ప్రదర్శనను కూడా చేయలేరు. మీరు ప్రకటన రాయలేరు. మీరు కస్టమర్‌ను కూడా గుర్తించలేరు.

మీరు వ్యాపారాన్ని ప్రారంభించిన తర్వాత, మీ సమయం, కృషిలో 80 శాతం అమ్మకానికి కేటాయించండి; కొత్త కస్టమర్ సముపార్జనకు ఇది ఖచ్చితంగా పాటించవలసిన నియమం. వ్యాపారాలు ఒక విషయం కారణంగా విజయవంత మవుతాయి: అధిక అమ్మకాలు. ఒక విషయం కారణంగా వ్యాపారాలు విఫలమవుతాయి: తక్కువ అమ్మకాలు. మీ వద్ద ఎక్కువ డబ్బు లేకుంటే, చిన్నగా ప్రారంభించండి. ప్రతి దశను జాగ్రత్తగా పరీక్షించండి. ప్రతి విషయం మీద దృష్టి పెట్టండి.

నగదు ప్రవాహం

మీ నగదు ప్రవాహం, మీ లాభాల నుండి నెమ్మదిగా వృద్ధి చెందండి. వ్యాపారాన్ని ప్రారంభించడానికి మీరు మీ ఇల్లు, కారును విక్రయించాల్సిన అవసరం లేదు. ప్రతిదాన్ని రిస్క్ చేయాల్సిన అవసరం లేదు; మీరు చిన్న మొత్తంతో చిన్న వ్యాపారాన్ని ప్రారంభించవచ్చు. మీరు ఎదగడం ప్రారంభించినప్పుడు అవసరమైన నైపుణ్యాలను నేర్చుకోవచ్చు.

మీ లావాదేవీల ఖచ్చితమైన రికార్డులను ఉంచండి. మీ డబ్బు ఎక్కడ నుండి వస్తుంది, ఎక్కడికి వెళుతుందో తెలుసుకోండి. అనేక కంపెనీలు వ్యాపారాన్ని ప్రారంభిస్తాయి: వారు 50 సెంట్లుకు ఏదైనా ఉత్పత్తి లేదా సేవను కొనుగోలు చేసి 1$కి విక్రయిస్తారు. తాము 100 శాతం లాభాన్ని ఆర్జిస్తున్నామని వారు ఊహిస్తారు. కానీ నెలాఖరులో, వారు డబ్బును కోల్పోతున్నట్లు గుర్తించినపుడు ఆశ్చర్యపోయారు. వారు గ్యాసోలిన్, అద్దె, యుటిలిటీలు, సిబ్బంది ఖర్చు, తపాలా, టెలిఫోన్ ఖర్చు, వారి స్వంత జీతం, భోజనం వంటివి పరిగణనలోకి తీసుకోలేదు. మీరు 100 శాతం మార్కప్‌లో విచ్ఛిన్నం చేయగలరని వారు గ్రహించలేరు.

మీ డబ్బు ఎక్కడ నుండి వస్తుంది, అది ఎక్కడికి వెళుతుందో మీరు తెలుసుకోవాలి. మళ్లీ, జాబితాను రూపొందించండి: మీరు ఖర్చు చేసే ప్రతి ఒక్క పైసాను, వచ్చే ప్రతి ఒక్క పైసాను వ్రాసుకోండి: అది మీ బుక్ కీపింగ్‌కు ఆధారం అవుతుంది. లేదా, అన్నింటికంటే సులభమైనది, ఆన్‌లైన్‌లో బుక్‌కీపింగ్ సిస్టమ్‌ను పొందండి. ప్రతి ఒక్క నంబర్‌ను సరైన ప్రదేశాలలో ప్రతిరోజూ పంచ్ చేయండి.

స్థూల విక్రయాల పరిమాణంపై కాకుండా నికర లాభాలపై ఎల్లప్పుడూ మీ దృష్టి ఉంచండి. మరో మాటలో చెప్పాలంటే, ఇది ముఖ్యమైనది టాప్ లైన్ కాదు, బాటమ్ లైన్. రోజు చివరిలో మీకు ఎంత లాభం ఉంటుందనే దానిపై దృష్టి పెట్టండి. మీరు చేస్తున్న పని మొత్తం, మీరు పెట్టే పెట్టుబడిని సమర్థించేలా చూసుకోండి.

ఎల్లప్పుడూ సానుకూల నగదు ప్రవాహంపై దృష్టి పెట్టండి. ఏదైనా వ్యాపారంలో అత్యంత ముఖ్యమైనది నగదు ప్రవాహం (కొన్నిసార్లు ఉచిత నగదు ప్రవాహం అని పిలుస్తారు). ఇది మీ వ్యాపారం యొక్క మెదడుకు ప్రాణవాయువు, ఆక్సిజన్. మీ నగదు ప్రవాహం ఏ సమయంలోనైనా నిలిపివేయబడితే, మీ వ్యాపారం రాత్రిపూట కుప్పకూలవచ్చు. అందువల్ల నగదు ప్రవాహానికి ఎల్లప్పుడూ అతి సున్నితంగా ఉండండి.

వ్యాపారంలో విజయానికి మొదటి నియమం, డబ్బును పోగొట్టుకోవద్దు. ఒక బహుళ బిలియనీర్ తన విజయానికి రెండు నియమాలు చెప్పాడు. అందులో నంబర్ వన్, డబ్బు పోగొట్టుకోవద్దు. రెండవది, మీరు ఎప్పుడైనా, ఏ విషయంలోనైనా ఉద్రేకపడినట్లయితే, మొదటి నియమానికి తిరిగి వెళ్లండి. డబ్బును పోగొట్టుకోవడం కంటే వడ్డీ వచ్చేలా బ్యాంకులో ఉంచడం మంచిది, ఎందుకంటే మీరు డబ్బును పోగొట్టుకున్నప్పుడు, మీరు దానిని పోగు చేయడానికి పట్టిన సమయాన్ని కూడా కోల్పోతారు. ఇది మీరు కోల్పోతున్న డబ్బు మాత్రమే కాదు, ఇది సమయం–ఇది మీ జీవితంలో వారాలు, నెలలు, సంవత్సరాలు కూడా.

స్టాక్ మార్కెట్

ఇప్పుడు స్టాక్ మార్కెట్ పెట్టుబడి గురించి మాట్లాడుకుందాం, ఎందుకంటే ఇది చాలా ప్రజాదరణ పొందింది. సమగ్ర పరిశోధన ఆధారంగా ఇక్కడ కొన్ని నియమాలు ఉన్నాయి.

మొదటిది, స్వయం–నిర్మిత లక్షాధికారులు డబ్బును స్టాక్ మార్కెట్‌లో సంపాదించరు. నిజానికి, స్టాక్ మార్కెట్‌లో చాలాతక్కువ మంది మాత్రమే డబ్బు సంపాదిస్తారు. ఇంకా, 80 శాతం స్టాక్ మార్కెట్ నిపుణులు, చాలా సంవత్సరాల అనుభవంతో, కాలక్రమేణా స్టాక్ మార్కెట్ సగటులను అధిగమించలేకపోయారు.

ప్రపంచంలోని అత్యంత తెలివిగల ఆర్థిక నిర్వాహకులచే నిర్వహించబడే వేల మ్యూచువల్ ఫండ్‌లలో, వాటిలో 80 శాతం సగటులను అధిగమించవు. మరో మాటలో చెప్పాలంటే, మీరు న్యూయార్క్ స్టాక్ ఎక్స్ఛేంజ్ స్టాక్‌లన్నింటితో *వాల్ స్ట్రీట్ జర్నల్* యొక్క పేజీని తీసుకుని, కొన్ని స్టాకులపై గురిపెట్టి, వాటిని కొనుగోలు

చేస్తారు. 80 శాతం మంది అలాగే చేస్తారు. ఈ రోజు ఆర్థిక మార్కెట్లలో పనిచేస్తున్న గొప్ప ఆర్థికవేత్తలమని చెప్పుకునే వాళ్లు కూడా అలాగే చేస్తారు.

స్వయం-నిర్మిత లక్షాధికారులు తమ డబ్బును తాత్కాలికంగా స్టాక్ మార్కెట్‌లో నిల్వ చేస్తారు. సాధారణంగా స్థిరమైన విలువతో సురక్షితమైన స్టాక్‌లలో చేస్తారు. ఇవి మైక్రోసాఫ్ట్, కోకా-కోలా వంటి పెద్ద, పటిష్టమైన స్టాక్‌లు. ఇవి పెద్ద సంఖ్యలో వ్యక్తులకు ఉత్పత్తులు, సేవలను విక్రయిస్తున్నందున ఎక్కువగా పైకి, క్రిందికి ఊగిసలాటలో ఉండవు.

స్వయం-నిర్మిత లక్షాధికారులు తమ పెట్టుబడులను తనిఖీ చేసుకోవడానికి రోజుకు సగటున ఆరు నిమిషాలు వెచ్చిస్తారు. మీరు ఎవరినైనా మిలియనీర్‌ని "మీ పోర్ట్‌ఫోలియో ఎలా ఉంది?" అని అడిగితే, ఆయన గభాలున చెప్పలేడు. ఎందుకంటే ఆయన దానిని చాలా అరుదుగా చూస్తాడు. ఆయన జాగ్రత్తగా పెట్టుబడి పెట్టి, తిరిగి తన పనిలో పడిపోయాడు.

వారెన్ బఫెట్ స్టాక్‌లను కొనుగోలు చేయడం, వ్యాపారం చేయడం ద్వారా ప్రపంచంలోని అత్యంత ధనవంతులలో ఒకడు అయ్యాడు: అతను చరిత్రలో ప్రముఖ స్టాక్ పికర్. 2021లో అంచనా వేసిన నికర విలువ 108$ బిలియన్లు. ఈరోజు స్టాక్ మార్కెట్‌లో కొనడానికి విలువైనదేమీ లేదని ఆయన ఇటీవల రాశారు. ఎందుకంటే ట్రేడింగ్ స్టాక్స్ విలువను జోడించవు. మార్కెట్‌లోకి వెళ్లి బయటకు వెళ్లడం, కొనడం అమ్మడం, ఏ విలువను జోడించదు. మీరు గొప్ప సంపదను పొందగల, సాధించగల ఏకైక మార్గం ఏదో ఒక విధంగా 'విలువను జోడించడం'.

మీరు స్టాక్ మార్కెట్లో పెట్టుబడి పెట్టబోతున్నట్లయితే, అన్ని పెట్టుబడులలో అత్యుత్తమమైనది ఇండెక్స్ ఫండ్. ఈ ఫండ్స్ స్టాక్ మార్కెట్‌ను ట్రాక్ చేస్తాయి, అవి దాదాపు అన్ని మ్యూచువల్ ఫండ్‌లను అధిగమిస్తాయి. అవి సముపార్జన, అమ్మకాల యొక్క అతి తక్కువ ధరను కలిగి ఉంటాయి. వారు నిర్దిష్ట ఇండెక్స్‌లోని అన్ని స్టాక్‌లలో కొంత భాగాన్ని కొనుగోలు చేస్తారు. ఉదాహరణకు, వారు డౌ జోన్స్ లేదా స్టాండర్డ్ & పూర్స్ లేదా నిర్దిష్ట ఎక్స్చేంజ్‌లో అన్ని స్టాక్‌లను కొనుగోలు చేస్తారు. మీ పెట్టుబడి కేవలం సగటులను ట్రాక్ చేస్తుంది.

రియల్ ఎస్టేట్

డబ్బు సంపాదించే మరో మార్గం రియల్ ఎస్టేట్ పెట్టుబడి. ఆదాయాన్ని పెంచే రియల్ ఎస్టేట్ యాజమాన్యం అమెరికాలో సంపదకు ప్రధాన వనరు. డబ్బు ఏ మాత్రం కూడా లేకుండా రియల్ ఎస్టేట్ కొనడం సాధ్యమవుతుంది. కానీ మీకు

ప్రేరేపిత కొనుగోలుదారు అవసరం: విక్రయించడానికి ఆత్రుతగా ఉన్న వ్యక్తి యొక్క ఆస్తి విలువ ఏమిటో స్పష్టంగా తెలియదు. ప్రేరేపిత కొనుగోలుదారు, ఇప్పుడే దివాళా తీసిన వాడు కావాచ్చు, విడాకులు తీసుకుని ఉండొచ్చు, మరొక రాష్ట్రానికి వెళ్లిపోవాలనే ఆలోచనతో ఉండొచ్చు, లేదంటే వ్యాపారంలో పెద్ద నష్టాన్ని చవిచూసి ఉండొచ్చు. ఆ కారణంగా ఇంటిని విక్రయించాల్సిన అవసరం ఏర్పడి వుండొచ్చు. మరో మాటలో చెప్పాలంటే, అతను ఇంటి నుండి బయటపడిపోవడానికి ఆత్రుతతో ఉన్నాడు. అందువల్ల దాని అసలైన విలువ ఏమిటో తెలియకపోవచ్చు.

డబ్బు లేకుండా రియల్ ఎస్టేట్‌లో పెట్టుబడులు పెట్టాలంటే, మీరు ఆఫర్‌ని ఇవ్వగలిగే పది ఇళ్లను కనుగొనే ముందు మీరు వంద ఆస్తులను తప్పక చూడాలని రియల్ ఎస్టేట్ నిపుణులు మీకు చెబుతారు. ఈ పదిలో, మీరు ఒక ఆస్తిని కొనుగోలు చేయవచ్చు. అందువల్ల మీరు డబ్బు లేకుండా కొనుగోలు చేయగల ఆస్తిని కనుగొనడానికి చాలా వారాలు, కొన్నిసార్లు చాలా నెలలపాటు కష్టపడాల్సిన అవసరం ఉంది.

జప్తులో వున్న ఆస్తులను కొనుగోలు చేయడంలో కూడా మీరు జాగ్రత్తగా ఉండాలి. గుర్తుంచుకోండి, 'డబ్బు సులభంగా రాదు' ఇది మీరు ఎప్పుడూ గుర్తుంచుకోవాలి: మీరు ప్రతి పైసాతో చాలా జాగ్రత్తగా ఉండాలి. డబ్బును పోగొట్టుకోకుండా చాలా శ్రద్ధ వహించాలి. మీరు ఎక్కువ డబ్బు లేకుండా జప్తు ఆస్తులను కొనుగోలు చేయగలిగినప్పటికీ, బ్యాంక్ ఫీజులు, తనఖా రుసుములు, ముగింపు సమయంలో పాయింట్లు, ముగింపు రుసుములు, లీగల్ ఫీజులు, టైటిల్ ఫీజులు యింకా యిలాంటి అనేక అంతర్గత ఖర్చులను చెల్లించ వలసి వుంటుంది. వీటన్నింటినీ నగదు రూపంలో చెల్లించాలి. మీరు ఇంటిని స్వంతం చేసుకున్న తర్వాత, అద్దెదారుడు వచ్చే లోపు మీరు యింటి రిపేర్లు చేయడం, అవసరం అనుకుంటే పునర్నిర్మించడం, తోటపని, ప్రకటనల కోసం ముందస్తు నగదు ఖర్చులను చెల్లించాలి. మీరు అద్దెదారుడు వెంటనే రాకపోతే, నెలవారీ నిర్వహణ, యితర ఖర్చులను మీ స్వంత జేబులో నుండి చెల్లించాలి. మీరు డబ్బు లేకుండా కొనుగోలు చేసే అనేక గృహాలు, కార్యాలయ భవనాలు కూడా ఆరు నెలల పాటు ఖాళీగా ఉంటాయి. అప్పుడు మీరు మీ జేబులో నుండి అన్ని ఖర్చులను నగదుతో చెల్లించాలి.

రియల్ ఎస్టేట్‌లో ప్రారంభించడానికి ఉత్తమమైన పద్ధతుల్లో ఒకటి 'కొనండి, పరిష్కరించండి'. ఇది మార్కెట్ ధర కంటే తక్కువ ధరలో ఇంటిని కొనుగోలు చేయడం, దాన్ని పరిష్కరించడం. అప్పుడు మీరు దానిని అద్దెకు ఇవ్వండి లేదా విక్రయించి లాభం పొందండి.

మీరు మొదటిసారిగా ఒక ఇంటిని కొనుగోలు చేసి, పరిష్కరించడానికి చాలా నెలలు పడుతుంది. ఒక సంవత్సరం కూడా పడుతుంది. రెండవసారి, ఇది తక్కువ సమయం పడుతుంది, బహుశా ఆరు నెలలు. మూడు సంవత్సరాల అనుభవం తర్వాత, మీరు సంవత్సరానికి నాలుగు నుండి ఆరు గృహాలను కొనుగోలు చేయవచ్చు, పునఃవిక్రయం చేయవచ్చు. ప్రతిసారీ లాభం పొందవచ్చు, తక్కువ లేదా ఎటువంటి ప్రమాదం లేకుండా. నేను వారి రోజువారీ ఉద్యోగాలను చేసుకుంటూనే యిలా పెట్టుబడులు పెట్టే కొంతమంది వ్యక్తులను కలిశాను.

మొదటి ఇల్లు ఒక సంవత్సరం పట్టిందని ఒక జంట నాకు చెప్పారు; రెండవ ఇల్లు ఆరు నెలలు పట్టింది; మూడవ ఇల్లు, రెండు లేదా మూడు నెలలు; నాల్గవది, రెండు నెలలు; ఐదవ, ఒక నెల. ఒక సంవత్సరం ముగిసే సమయానికి, వారు ప్రతి నెలా ఒక ఇంటిని కొనుగోలు చేయడం, ఫిక్సింగ్ చేయడం, అద్దెకు ఇవ్వడం లేదా పునఃవిక్రయం చేయడం సులభంగా చేయగలిగారు. ప్రతి ఇంటికి సుమారు 20,000$ నుండి 30,000$ వరకు లాభం సంపాదించడం జరిగింది.

ఈ జంట మిలియన్ల కొద్దీ సంపాదించడానికి ప్రయత్నించలేదు. వారు వారాంతాల్లో పనిచేశారు. అదే సమయంలో వాళ్లు తమ కోసం పనులు చేసిపెట్టే కాంట్రాక్టర్లను నియమించుకున్నారు. వారికి ఆర్థిక సహాయం చేసే బ్యాంకర్లు, ఆర్థిక సంస్థలను వారు కనుగొన్నారు. వారు అద్దెదారులను కనుగొనడానికి నిరంతరం ప్రకటనలను యిచ్చారు. వారు తమ రోజువారీ ఉద్యోగాలను కొనసాగిస్తూనే గృహాలను కొనుగోలు చేయడం, పనులు చేయించుకోవడం ద్వారా గణనీయమైన ఎస్టేట్‌ను నిర్మించుకుంటున్నారు.

మీరు రియల్ ఎస్టేట్‌ను మరింత ఆకర్షణీయంగా చేయడం ద్వారా దానికి విలువను జోడిస్తారు. తద్వారా మీరు దానిని అధిక ధరకు అద్దెకు యివ్వవచ్చు. తద్వారా దాని మార్కెట్ విలువ పెరుగుతుంది. లేదా అమ్మి లాభం పొందవచ్చు. రియల్ ఎస్టేట్‌లో విజయానికి కీలకం దీర్ఘకాలికంగా ఆలోచించడం – స్వయం నిర్మిత లక్షాధికారుల యొక్క కీలకమైన విషయం 'నాణ్యత'. మీరు దాన్ని వెంటనే అమ్మకం చేసి, త్వరగా లాభం పొందాలనే ఆలోచనతో ఎప్పుడూ ఆస్తిని కొనకండి. మీరు కొనుగోలు చేసే ముందు ఎల్లప్పుడూ ఐదు నుండి పదేళ్ల వరకు ఆస్తిని స్వంతం చేసుకోవడం గురించి ఆలోచించండి.

ఆస్తిని కొనడం, అమ్మడం అనేది రియల్ ఎస్టేట్‌లో మ్యూజికల్ కుర్చీలు ఆట ఆడటం లాంటిది. సంగీతం ఆగినప్పుడు, కుర్చీ లేకపోతే ఎవరైనా నిలబడవలసిందే!. మ్యూజికల్ కుర్చీలు ఆట ఆడుతూ కుర్చీ లేకుండా మిగిలిపోయిన వేలు, లక్షల మంది

వ్యక్తులను మీరు చూడవచ్చు. వారు దివాళా తీసారు. వారి ఆర్థిక జీవితాలు నాశనం అయిపోయాయి. అలాంటి మీకు జరగకుండా చూసుకోవాలి.

రియల్ ఎస్టేట్‌లో విజయానికి ఒక కీలకమైన మార్గం, ఆస్తి గురించిన ప్రతి వివరాలను తెలుసుకోవడం. మీరు ఆస్తిని కొనుగోలు చేసినప్పుడు, మీరు ఒక కంపెనీలో స్టాక్‌ను కొనుగోలు చేసినట్లుగా, మీరు ఆ పరిసరాల్లోని స్టాక్‌ను కొనుగోలు చేస్తున్నట్లు ఊహించుకోండి. ఆస్తి, నగరం, పరిసరాలు, స్థానిక ఆర్థిక వ్యవస్థ, స్థానిక పాఠశాలలు, షాపింగ్ కేంద్రాలు, రోడ్ల గురించి ప్రతి వివరాలను తెలుసుకోండి. మీరు ఆస్తిని కొనుగోలు చేసే ముందు దాని గురించి సన్నిహితంగా తెలుసుకోండి. నిజంగా మంచి రియల్ ఎస్టేట్ స్పెక్యులేటర్లు ఆస్తి పరిసరాల గుండా నడుస్తారు. వారు రోజులోని వివిధ సమయాల్లో, వారాంతాల్లో, సాయంత్రాలు వస్తూ వుంటారు. వారు ట్రాఫిక్ శబ్దాన్ని వింటారు; వారు ట్రాఫిక్ కోసం చూస్తారు.

నేను వేసవిలో నా మొదటి ఇంటిని కొన్నాను. అది చాలా మంచి అనుకూలమైన ధరలో వచ్చింది. నాకు మంచి డీల్ వస్తోందని అనుకున్నాను. చెట్ల నుండి ఆకులు రాలిపోయాయి. అకస్మాత్తుగా, అనుకూలాలన్నీ అదృశ్యమైపోయాయి. అక్కడికి చాలా దగ్గరలో హైవే రహదారి ఉందని తేలింది. ట్రక్కులు, కార్లు, మోటార్ సైకిళ్ల గర్జన రోజుకు ఇరవై నాలుగు గంటలపాటు వినవచ్చు. శబ్దం కారణంగా మీరు నిద్రించడానికి ఇయర్‌ప్లగ్‌లు ధరించాల్సి వచ్చింది.

అప్పటినుండీ, నేను ఆస్తిని కొనుగోలు చేసినప్పుడల్లా, వాతావరణం, పరిసరాలను ధ్వనితో ముంచెత్తే రహదారి మార్గాలు లేవని నిర్ధారించుకోవడానికి నేను పరిసరాలను జాగ్రత్తగా పరిశోధిస్తాను.

పొదుపు అలవాటు

ఆర్థికంగా స్వతంత్రంగా మారడం మీ దీర్ఘకాలిక లక్ష్యం. ఇందుకు మీ జీవితకాలంలో మీ ఆదాయంలో 10 నుండి 20 శాతం వరకు ఆదా చేసే అలవాటును పెంపొందించుకోవడం ముఖ్యం. మీ లక్ష్యాన్ని సాధించడానికి యిది మీకు సులభమైన మార్గం.

మీరు చాలా మంది వ్యక్తుల మాదిరిగానే ఈ రోజును ప్రారంభించినట్లయితే, మీ ఆదాయంలో 1 శాతం ఆదా చేయడం, మిగిలిన 99 శాతంతో జీవించడంతో ప్రారంభించండి. మీరు 99 శాతంతో సుఖంగా జీవించిన తర్వాత, మీ పొదుపు రేటును మీ ఆదాయంలో 2 శాతానికి, ఆపై 3 శాతానికి, 5 శాతానికి, ఆ విధంగా చివరికి 10 శాతానికి పెంచండి. ఒక సంవత్సరం లేదా అంతకంటే ఎక్కువ కాలంలో, మీరు మీ ఆదాయంలో 80 నుండి 90 శాతం వరకు చాలా సౌకర్యవంతంగా

జీవిస్తారు, మిగిలిన దాన్ని ఆదా చేయడం, లేదంటే పెట్టుబడి పెట్టడం. మీరు యీ పని జీవితాంతం చేస్తే, మీరు కోటీశ్వరులు అవుతారు.

ఈ పద్ధతి పని చేస్తుంది, ఎందుకంటే మానవులు 'అలవాటు జీవులు'. మీరు సంపాదించిన మొత్తాన్ని ఖర్చు చేయడం మీకు అలవాటు అవుతుంది. కానీ మీరు ముందుగా, ఆ డబ్బును ఆదా చేస్తే, మీరు మిగిలి ఉన్నదానితో జీవించడం అలవాటు చేసుకుంటారు. ప్రారంభంలో కొంచెం కష్టంగా అనిపించినా, కొద్ది కాలంలోనే, అది చాలా సౌకర్యంగా మారుతుంది. అప్పుడు మీ ఆర్థిక స్థితి పెరగడం ప్రారంభమవుతుంది.

స్వయం-నిర్మిత లక్షాధికారులు తమ పరిధిలో జీవించే అలవాటును పెంచుకుంటారు. ఆర్థిక విజయానికి మార్గం ఐదు పదాలలో చెప్పుకోవచ్చు: మీరు 'సంపాదించిన దానికంటే తక్కువ ఖర్చు చేయండి'. మీరు సంపాదించిన దానికంటే తక్కువ ఖర్చు చేయండి, మిగిలిన వ్యత్యాసాన్ని పెట్టుబడి పెట్టండి.

ఆర్థిక విజయం కోసం ఐదు చేయకూడని పనులు

ఆర్థిక విజయం కోసం ఐదు చేయకూడని పనులు ఉన్నాయి, అవి:

1. డబ్బు కోసం సులభమైన మార్గాలు వెతకవద్దు. రకరకాల స్కీమ్‌లు, సంఘ వ్యతిరేక ఆలోచనల ద్వారా తప్పుదారి పట్టకండి.
2. పని చేయకుండా ప్రతిఫలం కోసం చూడకండి. ఆర్థిక విజయాన్ని సాధించిన ప్రజలందరూ చాలాకాలం పాటు కష్టపడిన వాళ్లే.
3. మీ కోసం ఎవరో, ఏదో చేస్తారని ఆశించవద్దు: మీ పనులకు మీరే బాధ్యత వహించండి.
4. అదృష్టాన్ని నమ్ముకోకండి. అద్భుతాలను ఆశించకండి. ఆర్థిక విషయాలలో అవి ఎప్పుడూ జరగవు.
5. మొదటిసారి విజయం సాధించాలని అనుకోకండి. మీరు ఆర్థిక అదృష్టాన్ని పొందేందుకు, దానిని నిలబెట్టేందుకు అవసరమైన జ్ఞానం, అనుభవాన్ని పెంపొందించుకునే మార్గంలో మీరు వందలాది చిన్న తప్పులు చేస్తారు.

ఆర్థిక విజయం కోసం చేయవలసిన ఐదు అంశాలు

ఆర్థిక విజయం కోసం చేయవలసిన ఐదు అంశాలు చెప్పి, ఈ అధ్యాయాన్ని ముగిస్తాను:

1. మీ జీవితాంతం మీరు చేసే పెట్టుబడులకు సంబంధించిన ప్రతి అంశాన్ని అధ్యయనం చేయండి. అర్థం చేసుకోండి. మీకు పెట్టుబడిపెట్టే విషయం అర్థం కాకపోతే, మీ డబ్బును అందులో పెట్టుబడి పెట్టకండి.
2. ప్రతి పరిస్థితిలో విలువను జోడించడానికి, పెంచడానికి మార్గాలను నిరంతరం వెతకండి.
3. నెమ్మదిగా ధనవంతులు కావడానికి సిద్ధంగా ఉండండి. అకస్మాత్తుగా డబ్బు సంపాదించడం అనేది ఉండదని తెలుసుకోండి. డబ్బు కోసం చాలా ఓపికతో ఎదురు చూడాలి.
4. మీ డబ్బుతో ఎల్లప్పుడూ పొదుపుగా ఉండండి. మీరు దానిని ఎలా పెట్టుబడి పెట్టడం, ఖర్చు చేయడం గురించి జాగ్రత్తపడుతూ, ఆలోచనాత్మకంగా ఉండండి; నిరంతరం మీ డబ్బుపై డేగ కన్ను వేసి వుంచండి.
5. మీ జీవితాంతం మీ ఆదాయంలో 10 నుండి 20 శాతం వరకు పొదుపు రేటును పొందడానికి ఈరోజే నిర్ణయం తీసుకోండి. ఆపై ఆ డబ్బును జాగ్రత్తగా పెట్టుబడి పెట్టండి. చివరగా, డబ్బు పోగొట్టుకోకండి.

డబ్బు సంపాదించే నైపుణ్యాలన్నీ నేర్చుకోవచ్చు. మీరు మీ కోసం ఏ లక్ష్యాన్ని నిర్దేశించుకోగలరో సాధించడానికి మీరు నేర్చుకోవలసినది ఏదైనా నేర్చుకోవచ్చు. ఈరోజు సంపన్నులుగా ఉన్న దాదాపు ప్రతి ఒక్కరూ పేదలుగానే ప్రారంభించారు. ఇతర ఆర్థికంగా విజయవంతమైన వ్యక్తులు గతంలో ఏమి చేశారో అధ్యయనం చేయడం, సరైన పనులను మళ్లీ మళ్లీ చేయడం ద్వారా, మీరు చివరికి అదే ఫలితాలను పొందుతారు. మీరు కోరుకునే, ఆశించే ఆర్థిక స్వాతంత్ర్యాన్ని మీరు చివరికి సాధిస్తారు.

8

మిలియనీర్‌గా మారడం ఎలా?

మునుపెన్నడూ లేనంతగా రాబోయే సంవత్సరాల్లో ప్రజలు మిలియనీర్లు కావడానికి మరిన్ని అవకాశాలు ఉన్నాయని నేను ఇప్పటికే సూచించాను, అయితే మిలియనీర్ కావడానికి ప్రాథమిక నియమాలు మాత్రం మారలేదు.

మీరు సంపాదించిన దానికంటే తక్కువ ఖర్చు చేయండి

నేను మునుపటి అధ్యాయంలో చెప్పినట్లుగా, మీరు సంపాదించిన దానికంటే తక్కువ ఖర్చు చేయండి. మిగిలిన డబ్బు ఆదా చేయండి లేదా పెట్టుబడి పెట్టండి. కొన్ని సంవత్సరాల క్రితం, నేను ఆర్థిక విజయం సాధించడం గురించి సెమినార్ చేస్తున్నాను. విరామం సమయంలో, వేదిక దిగువన చాలామంది వ్యక్తులు నా చుట్టూ నిలబడి ఉన్నారు. ఒక యువకుడు జనాలను తోసుకుంటూ వచ్చాడు. అతను అందరిలా లేడనిపించింది. అతను పేలవమైన దుస్తులు ధరించాడు. అతను మాట్లాడటం ప్రారంభించిన వెంటనే, అతనికి మానసిక సమస్య ఉందని స్పష్టమైంది. అతను చెప్పాడు, "Mr. ట్రేసీ, నేను కూడా విజయం సాధించగలనా?" అతనికి ఏం చెప్పాలో నాకు తోచలేదు. అతను మాట్లాడుతూనే ఉన్నాడు. అతను చెప్పాడు, "Mr. ట్రేసీ, నేను సమూహ గృహంలో నివసిస్తున్నాను" ఇది అతని జీవిత పరిస్థితి ఎలా ఉందో మీకు తెలియజేస్తుంది. అతను చెప్పాడు, "మేము ఫర్నిచర్ రిపేర్ చేస్తాము" ఇది అతని యోగ్యతా స్థాయిని మీకు తెలియజేసింది. "మిస్టర్ ట్రేసీ" అతను అడిగాడు, "ప్రతి నెలా, నేను $100 ఆదా చేస్తాను. అలా చేస్తే నేను విజయం సాధిస్తానా?"

అంతకు ముందు రోజు, నేను చక్రవడ్డీ పట్టికలు చదువుతున్నాను. మామూలుగా అయితే నేను తరచుగా చదవను. మీరు నెలకు 100$ ఆదా చేస్తే, మీరు సంవత్సరానికి 10 శాతం పెరిగే మంచి మ్యూచువల్ ఫండ్‌లో పెట్టుబడి పెట్టారని అనుకుంటే, మీకు

ఇరవై ఏళ్ల వయస్సులో ప్రారంభిస్తే, అరవై ఐదు సంవత్సరాల వయస్సు వచ్చే సరికి మీరు $1,118,000 విలువ చేస్తారని నేను చెప్పాను. ఆ యువకుడికి ఎవరో కొన్ని మంచి సలహాలు ఇచ్చారు. అతను తన సంపాదన నుండి నెలకు 100$ ఆదా చేస్తున్నాడు. అతను సమాజంలో అత్యంత ధనవంతులలో ఒకరిగా అవుతాడు. అతను డాక్టర్లు, లాయర్లు, ఆర్కిటెక్ట్‌లు, ఇంజనీర్లు, వ్యాపారవేత్తల కంటే ధనవంతుడు అవుతాడు. ఆల్బర్ట్ ఐన్‌స్టీన్ చెప్పినట్లుగా, "సమ్మేళనం పట్ల ఆసక్తి అనేది విశ్వంలో అత్యంత శక్తివంతమైన శక్తి"

ప్రతి నెలకు 100$ పెట్టుబడి పెడితేనే మీరు ధనవంతులు అవుతారు. మరి, నెలకు 200$ లేదా 300$ లేదా 500$ పొదుపు ఏం చేస్తుందో ఆలోచించండి. మీరు సంపాదించిన దానికంటే తక్కువ ఖర్చు చేయండి. ఖర్చులన్నీ ముందుగా చెల్లించండి. వచ్చిన ప్రతి ఆదాయంలో 10 శాతం ఆదా చేసుకోండి. మిగిలిన దానితో జీవించండి.

మీరు దీన్ని చేయలేకపోతే, నేను మునుపటి అధ్యాయంలో చెప్పినట్లు, 1 శాతంతో ప్రారంభించి, మీరు అలవాటును పెంచుకునే వరకు 99 శాతంతో జీవించండి. మీరు తక్కువతో జీవించడం సులభం. ఒకసారి అలవాటు అయిందంటే అది స్వయంచాలకంగా మారుతుంది.

నేను యువకుడిగా, అప్పుడే జీవితాన్ని ప్రారంభించినప్పుడు, నైటింగేల్-కానెంట్ ఆడియో కంపెనీ స్థాపకుడు లాయిడ్ కానెంట్ ఇలా అన్నాడు, "బ్రియాన్, నువ్వు జీవితంలో చాలా డబ్బు సంపాదించగల సామర్థ్యం ఉంది. దీన్ని గుర్తుంచుకో: నువ్వు ఎంత సంపాదిస్తావు అనేది కాదు, ఎంత దాచావు అన్నది లెక్క".

మీరు మీ డబ్బును ఎలా దాచుకుంటారు? చాలా తేలిక: ప్రతి ఖర్చుపై ఆలస్యం చేయండి, ఖర్చును వాయిదా వేయండి, లేదంటే ముందుకు జరపండి. మీరు ఇల్లు, కారు, మరేదైనా కొనాలని ఆలోచిస్తున్నట్లయితే లేదా విహారయాత్రకు వెళ్లాలని ఆలోచిస్తున్నట్లయితే, నిర్ణయించుకోవడానికి మీరు ముప్పై రోజుల సమయం తీసుకోండి. ఇది మామూలుగా ఎప్పుడూ జరిగేదే అయినప్పటికీ, పెద్ద వ్యయం చేయటం కోసం ఎప్పుడూ తొందరపడకండి. చాలా అద్భుతమైన విషయం జరుగుతుంది: మీరు కొంతకాలం పెద్ద వ్యయం గురించి ఆలోచిస్తే, దానిని చేయాలనే మీ కోరిక దూరంగా పోతుంది. "మీకు తెలుసా, నేను ఆ డబ్బును ఈ సమయంలో ఖర్చు చేయడం కంటే పెట్టుబడి పెట్టడం మంచిది" అని మీరు అనుకుంటారు.

స్వయం నిర్మిత మిలియనీర్ల ఆలోచన యిలా ఉంటుంది. మీరు సెకండ్ హ్యాండ్ కొనుగోలు చేయగలిగిన అవకాశం ఉన్నప్పుడు కొత్తది కొనకండి. స్వయం

నిర్మిత లక్షాధికారుల అధ్యయనాలు వారు ఎప్పుడూ కొత్త కార్లను కొనుగోలు చేయరని చూపిస్తున్నాయి. ఎందుకు? ఎందుకంటే మీరు కొత్త కారును కొనుగోలు చేస్తే, తరుగుదల కారణంగా మీరు కారును డ్రైవ్ చేసినప్పుడు దాని విలువలో 30 శాతం కోల్పోతారు. స్వీయ నిర్మిత లక్షాధికారులు రెండు లేదా మూడు సంవత్సరాల వయస్సు గల మంచి కార్లను కొనుగోలు చేస్తారు; అప్పటికే తరుగుదల తీసేసి వుంటుంది, కానీ చాలా వరకు వారంటీలు అలాగే ఉంటాయి. పైగా దాన్ని అయిదు, పదేళ్ల వరకూ వ్యాపారం కోసం వాడుకునే సౌలభ్యం ఉంటుంది. ఇతరులు కార్లకోసం ఖర్చుపెట్టే డబ్బును వారు వ్యాపారంలో పెట్టుబడి కోసం వినియోగించి, ఆ డబ్బును పెంచుకునే ఆలోచనలు చేస్తారు. మీరు ఒక సెకండ్ హ్యాండ్ కారుకొనుక్కుని, దానిని వాడుకుంటూ, కారుపై పెట్టబోయే డబ్బును మీకు ఆదాయం వచ్చే మార్గంలో వాడితే, మీరు చాలా త్వరగా ఆర్థిక స్వాతంత్ర్యాన్ని పొందుతారు.

మీ ఖర్చులపై కన్ను వేసి ఉంచండి

మీ పెన్నీలను భద్రపరిస్తే, అవి డాలర్లను చూసుకుంటాయి. వారి ఖర్చులపై అజమాయిషీ చేసిన వ్యక్తులు, అలా చేయని వ్యక్తుల కంటే 50 శాతం ఎక్కువ ఆదా చేస్తారని ఇటీవలి అధ్యయనం తెలిపింది.

మీ జేబులో చిన్నపాటి స్పైరల్ నోట్‌బుక్ ఉంచండి. మీరు దేనికైనా డబ్బు ఖర్చు చేసిన ప్రతిసారీ, దానిని వ్రాసుకోండి. మనస్తత్వవేత్తలు ఏదైనా వ్రాసి ఉంచడం అనేది మీ భద్రతా అవగాహనకు తెస్తుందని కనుగొన్నారు: మీరు దానిపై ఎక్కువ శ్రద్ధ వహిస్తారు. మీరు ఒక కేఫ్‌లో 4.35$కి డబుల్ ఫ్రాప్పే, నాన్‌ఫ్యాట్ కాపుచినో కాఫీని కొనుగోలు చేస్తే, దానిని వ్రాసుకోండి. మీరు వార్తాపత్రిక, కోక్ కొనుగోలు చేస్తే, దానిని వ్రాసుకోండి; మీరు మధ్యాహ్నం భోజనానికి వెళితే, దానిని వ్రాసుకోండి. మీరు ఇలా చేస్తూ, మీ అంకెలను గమనిస్తున్నప్పుడు, మీరు స్వయంచాలకంగా తక్కువ ఖర్చు చేయడం ప్రారంభిస్తారు. ఒక నెలపాటు ఇలా చేసే వ్యక్తులు 50 శాతం తక్కువ ఖర్చు చేస్తారు. ఎందుకంటే మనం చేసే అనేక ఖర్చులు బుద్ధిహీనంగా ఉంటాయి; మనం వాటి గురించి కొద్దిగా కూడా ఆలోచించం.

విలువను కలుపుతూ ఉండండి

నేను ఇప్పటికే చెప్పినట్లు, సంపద అంతా ఏదో ఒక విధంగా విలువను కలుపుతూ ఉండటం ద్వారా వస్తుంది. మీరు ముఖ్యమైన పనులను చేయడం ద్వారా విలువను జోడిస్తారు: మీరు మీ కస్టమర్‌లకు అత్యంత ముఖ్యమైన అంశాలను కనుగొని వారి కోసం ఆ పనులను చేస్తారు. మీరు పనులను వేగంగా, చౌకగా, మెరుగ్గా చేయడం

ద్వారా విలువను జోడిస్తారు. వ్యాపారంలో విజయానికి ఇది కీలకం: వేగవంతమైనది, చౌకైనది, మంచిది. ప్రతి రోజు, మీ కస్టమర్‌లకు వేగంగా, చౌకగా, మెరుగ్గా సేవలందించే మార్గం కోసం చూడండి.

మీరు ఖర్చులను తగ్గించడం ద్వారా, వారు ఇష్టపడి చెల్లించగలిగే ధరలకు వారికి కావలసిన వాటిని, అవసరమైన వాటిని మరింత ఎక్కువగా అందించడం ద్వారా కూడా విలువను జోడిస్తారు. ప్రేరణాత్మక వక్త జిగ్ జిగ్లార్ చెప్పిన ప్రసిద్ధ సూక్తిని గుర్తుంచుకోండి: "ఇతరులు కోరుకున్న వాటిని పొందడానికి మీరు సహాయం చేస్తే జీవితంలో మీకు కావలసినవన్నీ పొందవచ్చు". సంపన్నులు కావడానికి అదే కీలకమైన మార్గం.

మిలియనీర్లు ఎక్కడ నుండి వచ్చారు ?

అమెరికాలో వున్న స్వయం నిర్మిత మిలియనీర్లు ఎక్కడ నుండి వచ్చారు? వారిలో 74 శాతం మంది పారిశ్రామికవేత్తలు ఉన్నారు. గొప్ప వ్యాపారవేత్తలను చూడండి: బిల్ గేట్స్; అతని భాగస్వామి, పాల్ అలెన్; వారెన్ బఫ్ఫెట్; లారీ ఎల్లిసన్; మైఖేల్ డెల్; సామ్ వాల్టన్-అందరూ చేతిలో ఏమీ లేకుండా వ్యాపారం ప్రారంభించారు. వారు తమ సొంత వ్యాపారాలను కొంచెం డబ్బు, ఎక్కువ చెమట అనే ఈక్విటీతో ప్రారంభించారు. (వాస్తవానికి, మిలియనీర్ వ్యవస్థాపకత యొక్క మొదటి మూలం సెల్ ఫోన్ వ్యాపారాలు)

స్వయం నిర్మిత మిలియనీర్ల యొక్క రెండవ మూలం, 10 శాతం మంది, మంచి జీతం పొందే కార్యనిర్వాహకులు: పెద్ద కంపెనీలలో పని చేసే, మంచి జీతం పొందే వ్యక్తులు, వీరు స్టాక్ లను కూడా పొందుతారు. డబ్బును వృద్ధి చేస్తారు.

స్వయం నిర్మిత మిలియనీర్ల యొక్క మూడవ వర్గం, మరో 10 శాతం మంది, నిపుణులు-వైద్యులు, లాయర్లు, ఆర్కిటెక్ట్‌లు, ఇంజనీర్లు-తమ వృత్తి ఆచరణలో విజయం సాధించి డబ్బును కూడబెట్టుకుంటారు.

తదుపరి సమూహం 5-శాతం, స్వయం నిర్మిత లక్షాధికారులు-విక్రయదారులు. బహుశా వారు ఒకే కంపెనీలో లేదంటే అనేక కంపెనీలలో పనిచేసి ఉంటారు. వారు తమ జీవితాలను కంపెనీలకు అమ్ముకున్నారు. అయినప్పటికీ వారు చాలా డబ్బు సంపాదించారు. వారు డబ్బును నిరంతరం పెట్టుబడుల్లో ఉంచుతారు.

సంపదను పొందేందుకు అత్యంత ముఖ్యమైన నైపుణ్యం ఏమిటి? అమ్మకాలు.

వ్యవస్థాపకతలో విజయం అనేది వ్యాపారాన్ని ప్రారంభించడం; ఏదైనా విక్రయించగల మీ సామర్థ్యంపై ఆధారపడి ఉంటుంది. మీరు వ్యవస్థాపకులు,

విక్రయదారుల వర్గాలను కలిపితే 74-శాతం, 5 శాతం-మీరు 79 శాతం మంది వ్యక్తులు విక్రయాల ద్వారా లక్షాధికారులుగా మారారని మీరు గమనిస్తారు.

వారసత్వం కాని సంపదలో చివరి 1 శాతం ఇతర అన్ని వనరుల నుండి వస్తుంది: రచయితలు, సినీ తారలు, ఆవిష్కర్తలు. వార్తాపత్రికలు, మ్యాగజైన్‌ల నుండి, అమెరికాలో సంపదకు ఇవే ప్రాథమిక వనరు అని మీరు అనుకోవచ్చు. అనుకోకుండా డబ్బులో కూరుకుపోయిన వారు లేదా లాటరీ గెలిచిన వారు లేదా రాక్ స్టార్లుగా మారిన వ్యక్తులు చాలా అరుదు. వ్యాపారాన్ని ప్రారంభించడం; ఉత్పత్తి లేదా సేవను విక్రయించడం వంటి మీ సామర్థ్యంపై విజయం కోసం దాదాపుగా మీ సంభావ్యత అంతా ఆధారపడి ఉంటుంది.

కోటీశ్వరుల గుణగణాలు

స్వయం నిర్మిత మిలియనీర్ల యొక్క మొదటి నాణ్యమైన గుణం 'నిజాయితీ'. ఎర్ల్ నైటింగేల్ చెప్పేది, 'నిజాయితీ లేకపోతే, ధనవంతులు కావడానికి నిశ్చయమైన మార్గంగా దానిని తప్పకుండా కనుగొనవలసి ఉంటుంది'. కారణం చాలా సులభం: అన్ని వ్యాపారాలు నమ్మకంపై ఆధారపడి ఉంటాయి. ప్రతి ఒక్కరూ వారిని విశ్వసిస్తే తప్ప ఎవరూ వ్యాపారంలో విజయం సాధించలేరు. వారి వినియోగదారులు తమ ఉత్పత్తులను లేదా సేవలను విక్రయించేటప్పుడు వారిని విశ్వసించాలి; వారి సిబ్బంది వారిని విశ్వసించాలి; బ్యాంకు వారిని విశ్వసించాలి; వారి సరఫరాదారులు వారిని విశ్వసించాలి. మీరు కలుసుకునే వ్యక్తుల్లో వ్యాపారవేత్తలు అత్యంత నిజాయితీపరులని మీరు తెలుసుకుంటారు. ఒక వ్యాపారవేత్త నిజాయితీ లేని వ్యక్తి అయితే, అది వార్తాపత్రికల్లోకి వస్తుంది. అమెరికాలోవున్న ఇరవై ఆరు మిలియన్ల వ్యాపారాలలో, కేవలం ఒక కొద్ది భాగం మాత్రమే నిజాయితీ లేనివి. ఎందుకంటే మీరు వ్యాపారంలో నిజాయితీ లేకుండా ఉంటే, మీ పని అయిపోయినట్టే. మీరు వేరే దేశానికి వెళ్లిపోవాలి; మీరు మళ్లీ వ్యాపారం ప్రారంభించలేరు, ఎందుకంటే మీపై విశ్వాసం అనుమానంలో పడింది.

స్వయం నిర్మిత లక్షాధికారుల రెండవ నాణ్యత స్వీయ-క్రమశిక్షణ. దశాబ్దాల పరిశోధనల తర్వాత, నెపోలియన్ హిల్ 'ధనవంతులయ్యేందుకు స్వీయ-క్రమశిక్షణ ప్రధానమైన రహస్యం' అని నిర్ధారించారు: క్రమశిక్షణ మీకు నచ్చినా, నచ్చకపోయినా, మీరు ఎప్పుడు ఏమి చేయాలో అది చేయవలసి ఉంటుంది. క్రమశిక్షణ ప్రధానం. ఉదయాన్నే లేచి, మీరే పని చేసుకోండి, అధిక ప్రాధాన్యత కలిగిన పనులపై దృష్టి పెట్టండి, విజయానికి బాటలు వేసుకోండి. ముందుకు సాగండి. నేను 10వ అధ్యాయంలో స్వీయ-క్రమశిక్షణ గురించి మరింత విపులంగా చెబుతాను.

స్వయం నిర్మిత లక్షాధికారుల యొక్క మూడవ నాణ్యత 'ఇతరులతో కలిసి మెలిసి వెళ్లడం'. విజయవంతం కావడానికి, స్వయం నిర్మిత లక్షాధికారులు పెద్ద సంఖ్యలో ప్రజలను సంతోషపెట్టాలి. వారంటే జనానికి ఇష్టం కలగాలి; ప్రజలు వారిని ఇష్టపడతారు. కాబట్టి వారి నుండి కొనుగోలు చేయడానికి సిద్ధంగా ఉంటారు; ప్రజలు వారితో; వారి కోసం పని చేయడానికి సిద్ధంగా ఉంటారు; ప్రజలు వారికి డబ్బు ఇవ్వడానికి సిద్ధంగా ఉంటారు. అందువల్ల ప్రజలకు మంచి చేయడం కోసం సమయాన్ని వెచ్చించడం చాలా ముఖ్యం.

ఇంకా, చాలామంది స్వయం నిర్మిత మిలియనీర్‌లకు జీవిత భాగస్వాములు ఎంతో సహాయంగా ఉన్నారు. మీకు వెన్నుదన్నుగా నిలిచే జీవిత భాగస్వామిని కలిగి ఉండటం వలన అపారమైన శక్తి ఆదా అవుతుంది. మీరు మీ జీవితంలో సగం సమయాన్ని డేట్‌లకు ఉపయోగించనక్కర లేదు. సమస్యాత్మక వివాహం, ఇతర సంబంధాలు, భాగస్వామిని వెతుక్కునేందుకు మీరు ఖర్చు చేసే మొత్తం శక్తి మీ వ్యాపారంపై దృష్టి పెట్టడానికి మీకు అందుబాటులో ఉంటుంది. దాదాపు ప్రతి స్వయం నిర్మిత మిలియనీర్ లేదా బిలియనీర్ వెనుక, అతనికి ఎల్లవేళలా మద్దతునిచ్చే మహిళ ఉంటుంది. అదే విధంగా, స్వయం నిర్మితమైన ప్రతి మహిళా మిలియనీర్ లేదా మల్టీ మిలియనీర్ వెనుక కూడా, ఒక బలమైన వ్యక్తి ఉంటాడు.

స్వయం నిర్మిత లక్షాధికారుల యొక్క ఐదవ నాణ్యత ఏమిటంటే వారు *కష్టపడి పనిచేస్తారు.* పదివేల మందిని ఇంటర్వ్యూ చేసి, వారు తమ జీవితకాలంలో మిలియన్ డాలర్లను ఎలా సంపాదించగలిగారు అని అడిగారు. వారిలో 85 శాతం మంది అదే చెప్పారు: "నేను స్కూల్‌లో చురుకైనవాడిని కాదు. నాకు మంచి మార్కులు రాలేదు. చాలామందికి నా కంటే ఎక్కువ మంది స్నేహితులు ఉన్నారని నేను గమనించాను. కాని నేను వారి కంటే ఎక్కువ కష్టపడి పనిచేస్తాను. వారు నాలా కష్టపడి పనిచేయడానికి ఇష్టపడరు"

ఇటీవల జరిగిన కాన్ఫరెన్స్‌లో, హవాయిలో వరుసగా ఏడు ఐరన్ మ్యాన్ ట్రయాథ్లాన్‌లను గెలుచుకున్న తన స్నేహితుడి గురించి ఒక పెద్ద జాతీయ సంస్థ అధ్యక్షుడు ఒక ప్రేరణాత్మక కథనాన్ని చెప్పారు. ఇది ప్రపంచంలోనే అత్యంత కఠినమైన ట్రయాథ్లాన్: మీరు 26.4 మైళ్లు పరుగెత్తాలి, 3.5 మైళ్లు ఈత కొట్టాలి మరియు 125 మైళ్లు సైకిల్ తొక్కాలి. ప్రెసిడెంట్ తన స్నేహితుడిని అడిగాడు, "ప్రపంచంలోని గొప్ప పోటీలో మీరు ఇన్ని ట్రయాథ్లాన్‌లను ఎలా పరిగెత్తగలిగారు, ఎలా గెలవగలిగారు?" అతని స్నేహితుడు ఇలా బదులిచ్చాడు, "వారిలో చాలామంది నా కంటే మెరుగైన శారీరక నిర్మాణాన్ని కలిగి ఉన్నారు, కానీ నేను తీసుకోవడానికి ఇష్టపడే బాధను వారు స్వీకరించడానికి ఇష్టపడరు కాబట్టి నేను గెలిచాను"

విజయానికి కారణం అది కాదా? విజయవంతమైన వ్యక్తులు కష్టాన్ని–సుదీర్ఘ రాత్రులు, సుదీర్ఘ వారాంతాల్లో, ఆందోళనను, ఒత్తిడిని, కష్టాలను భరించడానికి సిద్ధంగా ఉంటారు. వారలా కొనసాగుతూనే ఉంటారు.

స్వయం నిర్మిత మిలియనీర్ల ఆరవ గుణమేమిటంటే, వారు *తమకు ఇష్టమైన పనిని చేస్తారు.* చాలామంది స్వయం నిర్మిత లక్షాధికారులు ఇలా చెబుతారు, “నేను నా జీవితంలో ఒక్కరోజు కూడా పని చేయలేదు. నేను ఇష్టపడే దానిని మాత్రమే చేసాను. అందువల్ల నాకు బాగా డబ్బు కూడా వస్తుంది”

మీరు వివిధ ఉద్యోగాలు, కెరీర్‌లను ప్రయోగాలు చేసి, ప్రయత్నించినప్పుడు, మీరు నిజంగా ఆనందించే వాటి కోసం వెతకండి. మీరు విక్రయాల్లో ఉన్నట్లయితే, మీరు ఇష్టపడే, మీరు ఉపయోగించే, మీరు ఉత్సాహంగా ఉన్న ఉత్పత్తి కోసం చూడండి. మీరు విక్రయించడానికి ఇష్టపడే కస్టమర్‌ల కోసం వెతకండి. మీరు పని చేయడానికి ఇష్టపడే మార్కెట్‌ల కోసం వెతకండి. తద్వారా మీరు పనికి వెళ్లినప్పుడు, మీరు ఎల్లప్పుడూ సంతోషంగా ఉంటారు.

మీరు ఇష్టపడే పనిని చేయడం మీ విజయానికి ముఖ్యమైన అవసరమని మీరు గ్రహిస్తారు. మీరు ఇష్టపడే ఉత్పత్తిని ఆఫర్ చేయండి. మీరు నిజంగా శ్రద్ధ వహించే వ్యక్తులకు విక్రయించండి. అది మీకు నచ్చని పక్షంలో, వేరే ఏదైనా ప్రయత్నించండి. మీరు పనిని మార్చుకుంటే మీరు తగని వ్యక్తి అని అర్థం కాదు; మీరు ఆ సమయంలో తప్పు స్థానంలో ఉన్నారని అర్థం చేసుకోవచ్చు.

రిచ్ డాడ్, పూర్ డాడ్

నా మంచి స్నేహితుడు రాబర్ట్ కియోసాకి తన రిచ్ డాడ్, పూర్ డాడ్ ఫిలాసఫీకి ప్రసిద్ధి చెందాడు. ప్రజలను నాలుగు వర్గాలుగా పెట్టాడు. మొదటి వర్గం ఉద్యోగులు. వారు జీతం కోసం పని చేస్తారు. వారికి పని ఆదాయం తప్ప, వారికి ఎలాంటి పన్ను ప్రయోజనాలు లభించవు. జీతం కోసం పనిచేసే వ్యక్తి ఆర్థిక స్వాతంత్ర్యం సాధించడం చాలా కష్టం. నా స్నేహితుడు మార్క్ విక్టర్ హాన్సెన్ చెప్పినట్లుగా, “వారికి ఉద్యోగం ఉంది, ఉద్యోగం అనేది వారి నడుములు విరగ్గొట్టింది”

రెండవ వర్గం ప్రజలు స్వయం ఉపాధి పొందేవారు. వీరు స్వతంత్ర కాంట్రాక్టర్లు; వారు కమీషన్లపై పని చేస్తారు; వారు ఆదాయం కోసం పని చేస్తారు; వారు బోనస్‌ల కోసం పని చేస్తారు, కానీ వారు ఒంటరి తోడేళ్ళు.

మూడవ వర్గం పారిశ్రామికవేత్తలు. ఇవి కూడా ఒంటరి తోడేళ్ళు. కానీ వారికి ప్రత్యేకమైన పనులు చేసే వ్యక్తులు ఉన్నారు, కాబట్టి వారు వ్యక్తులుగా పొందే దానికంటే ఎక్కువ పొందుతారు.

నాల్గవ సమూహం పెట్టుబడిదారులు. వారు తమ డబ్బును ఆదాయ వనరులను సృష్టించడానికి పెట్టుబడి పెడతారు, దానిని మనం నిష్క్రియ ఆదాయం అని పిలుస్తాము. వారు ఒక కంపెనీలో లేదా ఇతరులచే నిర్వహించబడే వ్యాపారంలో పెట్టుబడి పెడతారు. లాభాలు పొందుతూనే వుంటారు. వారు సాధారణంగా ఆయిల్ వ్యాపారాలు, వ్యాపార సముదాయలు, రియల్ ఎస్టేట్ లలో పెట్టుబడులు పెడతారు.

ఇతర వనరుల నుండి వచ్చే ఆదాయమే సంపద. నాకు చాలా సంవత్సరాల క్రితం లెబనాన్ నుండి వచ్చిన ఒక మంచి స్నేహితుడు ఉన్నాడు. అతను ఇంగ్లీష్ మాట్లాడలేడు. అయినా అతను అపారమైన డబ్బు సంపాదించాడు. సంవత్సరాల క్రితం ఒక రోజు, అతను నన్ను అడిగాడు, "బ్రియాన్, నువ్వు ఎంత డబ్బు సంపాదించావు?"

"బాగానే సంపాదించాను" అన్నాను.

"నీ వ్యాపారం గురించి నాకున్న పరిజ్ఞానం ఆధారంగా, నువ్వు ఇంత డబ్బు సంపాదిస్తున్నావని నేను ఊహిస్తాను" అని చెప్పాడు. విచిత్రం! అతను చాలా ఖచ్చితంగా చెప్పాడు. "నువు చేస్తున్న పని పక్కన పెడితే, యితరత్రా నీకు ఎన్ని వనరుల ద్వారా డబ్బు వస్తుంది?" అని అడిగాడు.

"నీ ఉద్దేశ్యం ఏమిటి?" అని అడిగాను.

"నువ్వు పని చేయడం మానేస్తే, నీ వద్ద ఎంత డబ్బు ఉంటుంది?"

"నేను పని చేయడం మానేస్తే, అదంతా ఆగిపోతుంది. పెట్రోలు అయిపోతే కారు ఆగిపోయినట్లే కదా? అలాగే అవుతుంది."

"అప్పుడు నువ్వు అస్సలు ధనవంతుడివి కాదు. చాలా డబ్బు సంపాదిస్తున్నావు, కానీ నువ్వు ధనవంతుడివి కాదు. నువ్వు పని చేసినా చేయకపోయినా నీకు డబ్బు వచ్చినప్పుడే నువ్వు ధనవంతుడిగా లెక్క"

ఛెళ్లుమని చెంపదెబ్బ కొట్టినట్లు అనిపించింది. అంతే! నేను నా మొత్తం ఆర్థిక జీవితాన్ని మార్చుకున్నాను. ఆస్తులను అభివృద్ధి చేయడం, పెట్టుబడి పెట్టడం మొదలైన వాటి గురించి నేను మరింత తీవ్రంగా ఆలోచించడం ప్రారంభించాను, ఎందుకంటే సంపద మెయిల్‌బాక్స్‌లో వున్న డబ్బులాంటిది. పని చేసినా చేయకపోయినా వచ్చే డబ్బు సంపద.

రిచ్ డాడ్, పూర్ డాడ్ ఫిలాసఫీలో, మీ లక్ష్యం ఉద్యోగి నుండి (మీ డబ్బును ఆదా చేయడం ద్వారా) స్వయం ఉపాధికి (కమీషన్‌పై పని చేయడం ద్వారా) వ్యవస్థాపకుడిగా (ప్రజలు మీ కోసం పని చేయడం ద్వారా) పెట్టుబడిదారుగా

(మీ డబ్బు మీ కోసం ఎక్కడ పని చేస్తుందో, అక్కడ మీరు పని చేసినా చేయకపోయినా డబ్బు వస్తుంది).

జీవితంలో నియమం ఏమిటంటే, మీరు ఏమీ లేకుండా ప్రారంభించడం (అమెరికన్ సమాజంలో సంప్రదాయం మాదిరిగా). ఇది ఒక పెద్ద మారథాన్ కోసం వేసే లైనింగ్ వంటిది. అందరూ పరిగెత్తడం ప్రారంభిస్తారు: కొంతమంది గెలుస్తారు, కొంతమంది వెనుకబడిపోతారు. అందరూ ఇంటికి వెళ్లి పోయిన తర్వాత కొందరు టార్గెట్ చేరుకుంటారు.

మీ దగ్గర చాలా సమయం వుంటుంది, కానీ డబ్బు వుండదు. మీ జీవిత కాలంలో, మీ లక్ష్యం యొక్క గాఢత మారిపోయి వుంటుంది. మీరు పెద్దయ్యాక మీకు తక్కువ సమయం ఉంటుంది కానీ ఎక్కువ డబ్బు ఉంటుంది. చివరకు మీ డబ్బు మీ కంటే ఎక్కువగా సంపాదించే స్థాయికి చేరుకుంటారు; ఆ సమయంలో మీరు రాజీనామా చేసి, మీ డబ్బు నిర్వహణలో పూర్తి సమయం పని చేసుకోవచ్చు. అదే మీ లక్ష్యం. జీవితం ప్రారంభంలో, మీరు డబ్బు కోసం సమయాన్ని వెచ్చిస్తారు; ఉత్తరార్ధంలో, మీరు సమయం కోసం డబ్బు ఖర్చు పెడతారు.

వ్యక్తిగత ఆర్థిక ప్రణాళిక కోసం మార్గాలు

వ్యక్తిగత ఆర్థిక ప్రణాళిక కోసం ఇక్కడ కొన్ని మార్గాలు ఉన్నాయి.

మొదటిది *లక్ష్యం.* లక్ష్యం అంటే మీ జీవితానికి స్పష్టమైన ఆర్థిక లక్ష్యాలను మీరు నిర్దేశించుకుంటారు. మీ వార్షిక ఆదాయ లక్ష్యాన్ని ఈ సంవత్సరం, వచ్చే ఏడాది, ఆ తర్వాత సంవత్సరం నిర్ణయించుకుంటారు. అలాగే మీరు మీ నెలవారీ పొదుపు లక్ష్యాన్ని నిర్ణయించుకుంటారు. మీరు ప్రతి నెల ఎంత పొదుపు చేయబోతున్నారు? కాగితం మీద కుడి ఎగువ మూలలో దానిని వ్రాయండి.

ఇలా రాసి పెట్టుకోవడం అనేది మీరు నిజంగా వాటిని సాధించే అవకాశం యిస్తుంది. (మీకు వార్షిక ఆదాయ లక్ష్యం గురించి తెలియకపోతే, మీరు మీ W-2 ఫారమ్ (ఇండియాలో Form 16) చూడండి.) మీకు నెలవారీ పొదుపు లక్ష్యం గురించి తెలియకపోతే, మీరు మామూలుగా డబ్బు ఖర్చు చేసే సహజ ధోరణిలో ఉంటారు.

మీరు ప్రతి నెల మరియు ప్రతి సంవత్సరం ఎంత విలువైనదిగా ఉండాలనుకుంటున్నారు? స్పష్టమైన లక్ష్యాలను కలిగి ఉండండి: మీరు చూడలేని లక్ష్యాన్ని మీరు ఛేధించలేరు.

రెండవ దశ *స్టాక్ తీసుకోవడం.* మీ నికర విలువను పెంచుకోండి. ఈ రోజు మీ విలువ ఖచ్చితంగా ఎంత? మీరు ఖచ్చితంగా ఎంత బాకీ ఉన్నారు? మీ ప్రస్తుత

నికర విలువ ఎంత? మీరు ప్రతిదీ అమ్మవలసి వస్తే ఈ రోజు మీ విలువ ఏమిటి? మీ మొత్తం ఆర్థిక జీవితాన్ని పరిశీలించి, జాబితాను రూపొందించండి. మీరు మీ ఆస్తులన్నింటినీ విక్రయించి, మరొక దేశానికి వెళ్లవలసి వచ్చిందని ఊహించుకోండి; మీరు ఫైర్ సేల్, స్వాప్ సేల్ లేదా గ్యారేజ్ సేల్ చేసేందుకు సిద్ధంగా ఉండాలి. మీ దగ్గర ఉన్నది ప్రతిదీ అమ్మవలసి వస్తే మీ దగ్గర ఎంత ఉంటుంది?

"నా దగ్గర 100,000$ విలువైన ఫర్నిచర్ ఉంది" అని కొందరు అనుకోవచ్చు. కానీ మీ ఫర్నిచర్ అమ్మవలసి వస్తే, ఎంత వస్తుంది? సమాధానం డాలర్‌పై 10 సెంట్లు. మీరు మీ వ్యక్తిగత ఆస్తులను విక్రయించవలసి వస్తే, మీరు డాలర్‌పై 10 లేదా 20 సెంట్లు పొందడం గొప్ప అదృష్టం అనుకుంటారు. నిజాయితీగా ఉండండి: ఈ రోజు మీరు నిజంగా ఎంత విలువైనవారు, పదవీ విరమణ చేయాలంటే మీ లక్ష్యం ఏమిటి?

మీ ప్రస్తుత పరిస్థితిని విశ్లేషించండి. ఈ రోజు మీ వద్ద ఎంత ఉందో పేజీ యొక్క దిగువ ఎడమ మూలలో వ్రాయండి. కుడి వైపు మూలలో, మీరు పదవీ విరమణ కోసం మీ లక్ష్యం రాసుకున్నారు.

రెండింటి మధ్య గీత గీయండి. మీ వార్షిక ఖర్చుల కంటే ఇరవై రెట్లు పోగుచేయడానికి మీరు ఎంత దూరం వెళ్లాలో ఇది మీకు తెలియజేస్తుంది.

మూడవ మార్గం *కత్తిరించండి.* మీ ఖర్చులను తగ్గించడం. ప్రతి ఖర్చును జాగ్రత్తగా లెక్కించండి. మీరు డబ్బు ఖర్చు చేసే ముందు దాన్ని అంచనా వేయండి. మీరు ఖర్చు చేసే ముందు, దానిని వ్రాయండి, దాని గురించి ఆలోచించండి, దాని గురించి ఇతరులతో మాట్లాడండి.ఆకస్మికంగా ఖర్చు చేయవద్దు. పెద్ద వస్తువులను కొనుగోలు చేయడంలో జాప్యం చేయండి. మీ అతిపెద్ద నెలవారీ ఖర్చులను పరిశీలించండి. వాటిని తగ్గించడానికి లేదా తొలగించడానికి మార్గాలను చూడండి.

ప్రజలు సాధారణంగా అతిపెద్ద ఇంటిని కొనుగోలు చేస్తారు లేదంటే అద్దెకు తీసుకుంటారు. జూన్ 2021 నాటికి, వారెన్ బఫెట్ విలువ 108$ బిలియన్లకు పైగా ఉంది. అతను ముప్పై సంవత్సరాల క్రితం ప్రారంభించిన అదే ఇంట్లో నివసిస్తున్నాడు. పదేళ్ల క్రితం తాను నడిపిన అదే కారును నడుపుతున్నాడు. సామ్ వాల్టన్ చనిపోయే ముందు, పదేళ్లుగా నడుపుతున్న పికప్ ట్రక్కును నడుపుతున్నాడు. డబ్బు పట్ల వీళ్ల దృక్పథం వీళ్లు చేసిన పనిలో మనకు కనిపిస్తుంది: వారు నిరంతరం ఖర్చులను తగ్గించే మార్గాలను అన్వేషించారు. మీరు అదే పని చేయాలి.

నాల్గవ మార్గం, *మిమ్మల్ని మీరు మరింత విలువైన వాళ్లుగా చేసుకోండి.* మీ గంట రేటుపై దృష్టి పెట్టండి. ఈ రోజు మీ గంటకు ఎంత ధర ఉంది? మీరు మీ వార్షిక

జీతం లేదా ఆదాయాన్ని తీసుకొని దానిని 2,000 (సంవత్సరంలో పనిచేసిన సగటు గంటల సంఖ్య) ద్వారా విభజించడం ద్వారా మీ గంట రేటును తెలుసుకుంటారు. ఉదాహరణకు, ఈరోజు మీరు సంవత్సరానికి $50,000 సంపాదిస్తున్నట్లయితే, మీ వార్షిక ఆదాయాన్ని 2,000తో భాగిస్తే గంటకు $25 వస్తుంది. మీ ఆదాయాన్ని రెట్టింపు చేయాలని నిర్ణయించుకోవడం అంటే మీరు గంటకు $50కి రెట్టింపు చేయడం. మీకు గంటకు $50 చెల్లించేలా మీ విలువను పెంచుకోవడానికి మీరు ఏమి చేయవచ్చు?

అది మనల్ని మూడు సూత్రాల దగ్గరకు తీసుకెళ్తుంది: మీరు చేసే మూడు విషయాలు ఏవి అత్యంత విలువైనవిగా దోహదపడతాయి, ఆ మూడు విషయాలలో మీరు ఎలా మెరుగ్గా వుంటారు? మీ పనికి 80-20 నియమాన్ని వర్తింపజేయండి. మీరు చేసే 20 శాతం పనులు మీ విలువ పెంచేందుకు ఎంత దోహదం చేస్తాయి? రోజంతా మీరు వాటిని మరింత శ్రద్ధగా ఎలా చేయగలరు?

చివరగా, మీరు చేసే ఉద్యోగాలు మారేందుకు సిద్ధంగా ఉండండి. ఒక సెమినార్‌లో ఇరవై ఐదు సంవత్సరాల యువకుడు నా దగ్గరకు వచ్చాడు. అతను ఇలా అన్నాడు, "మీకు తెలుసా, నేను నా జీవితాన్ని మెరుగుపరుచుకోవాలనుకుంటున్నాను, కానీ నేను ప్లంబర్ని. నేను కంపెనీలో టికెట్ పొందడానికి చాలా సంవత్సరాలు ఎదురుచూసాను. ఇప్పుడు నేను ప్లంబింగ్ కంపెనీలో పని చేస్తున్నాను. కానీ మా కంపెనీలో డబ్బు సంపాదించే వాగందరూ అమ్మకపు ఏజంట్లే. వారు కాంట్రాక్టర్లకు ప్లంబింగ్ సామాగ్రిని విక్రయిస్తారు"

"మీరు ఎందుకు సేల్స్‌మెన్‌గా మారకూడదు?" నేను అడిగాను.

"మరి నేను ప్లంబింగ్ శిక్షణ తీసుకున్నాను కదా, దాన్ని వదులుకోవాలా?"

"చూడండి" అన్నాను. "మీ శిక్షణ గురించి మరచిపోండి. మీరు సంపాదించడం మీ అతి ముఖ్యమైన బాధ్యత. ప్లంబింగ్ గురించి మీకు చాలా తెలుసు. మీరు మాట్లాడుతున్న వ్యక్తులతో మీకు చాలా సారూప్యతలు ఉన్నాయి"

"నేను దాని గురించి ఎప్పుడూ ఆలోచించలేదు, కానీ ఎలా విక్రయించాలో నాకు తెలియదు"

"మీరు ఆడియో ప్రోగ్రామ్‌లను వినడం, పుస్తకాలు చదవడం, కోర్సులకు వెళ్లడం ద్వారా అమ్మడం నేర్చుకోవచ్చు"

అతను చెప్పాడు, "దేవుడి దయ, నేను చేస్తాను"

దాదాపు రెండు సంవత్సరాల తర్వాత, ఆ వ్యక్తి నా దగ్గరకు వచ్చి, "నన్ను గుర్తుపట్టారా? నేను ప్లంబర్‌ని. మీరు నన్ను ఉద్యోగం మారమని చెప్పారు.

అలాగే చేసాను. నేను ఫుల్‌టైమ్ ప్లంబర్‌గా సంపాదించే దానికంటే మూడింతలు సంపాదిస్తున్నాను. నేను నా జీవితంలో ఇంత డబ్బు ఎప్పుడూ సంపాదించలేదు. నా పిల్లలకు మంచి ఇల్లు, మంచి కారు, మంచి జీవితం సమకూర్చాను; మేము సెలవులు ఆనందంగా గడుపుతాము. మీ సలహాకు చాలా ధన్యవాదాలు"

కొన్ని ఉద్యోగాలకు పరిమితి ఉంటుంది. మీరు పైకి చేరుకున్న తర్వాత యింకా మీరు ఏమీ చేయలేరు. మీరు ఎంత కష్టపడి పనిచేసినా, ఎంత మంచి వారైనా, కంపెనీ మీకు మంచి జీతం ఇవ్వదు. ఆ సమయంలో మీరు మరో ఉద్యోగాన్ని కనుగొనాలి. మీరు దాని కోసం సిద్ధంగా ఉంటే, మీరు మంచి ఉద్యోగాన్ని తప్పకుండా దక్కించుకుంటారు. ఇప్పుడు మీరు యజమానులు కోరుకునే ఉద్యోగిగా మారిపోయారు.

9

వ్యవస్థాపకతకు మార్గాలు

మనం మునుపటి అధ్యాయంలో చూసినట్లుగా, అమెరికాలో స్వయం నిర్మిత మిలియనీర్లలో 74 శాతం మంది వ్యవస్థాపకులు. పర్యవసానంగా, వ్యవస్థాపకత-మీ స్వంత వ్యాపారాన్ని ప్రారంభించడం-ఆర్థిక విజయానికి మీ ప్రధాన మార్గం.

స్వంత వ్యాపారాన్ని ప్రారంభించడానికి మీకు అనేక విషయాలు అవసరం. మొదటిది యోగ్యత (Competence). మీరు చేసే పనిలో మీరు నిష్ణాతులై ఉండాలి. తమకు మెరుగైన సేవలు అందించే వారి నుండి మాత్రమే ప్రజలు కొనుగోలు చేస్తారు. మీ పోటీదారు ఉత్పత్తులు లేదా సేవలు మీ కంటే మెరుగ్గా ఉన్నాయని ఎవరైనా చెబితే మీరు దానిని వ్యక్తిగత అవమానంగా పరిగణించాలి. అగ్రభాగంలో వుండే 10 శాతం మందిలో వుండేందుకు దృష్టి పెట్టండి. మీరు చేసే పనిలో అత్యుత్తమంగా వుండేందుకు నిరంతరం కృషి చేయండి.

మీ స్వంత వ్యాపారాన్ని ప్రారంభించడానికి రెండవ మార్గం ఖాతాదారులు (Customers). మీ మొదటి పని కస్టమర్‌ని పొందడం. మీ రెండవ పని కస్టమర్‌ని పొందడం. మీ మూడవ పని కస్టమర్‌ని పొందడం. మీ పని రోజంతా కస్టమర్‌లను పొందడం, నిరంతరం వారిపై దృష్టి పెట్టడం. వ్యాపార విజయానికి కస్టమర్లే అసలైన కీలకం. నేను చెప్పినట్లుగా, విజయవంతమైన కంపెనీలకు విక్రయాలు అధికంగా వుంటాయి, అంటే ఖాతాదారులు ఎక్కువగా ఉన్నారు. విజయవంతం కాని కంపెనీల విక్రయాలు తక్కువగా ఉంటాయి; అంటే అర్థం చేసుకోండి.

మూడవ C నగదు ప్రవాహం (Cash Flow). ఇది వ్యాపారానికి ప్రాణం. విజయవంతమైన వ్యాపారవేత్తలు తమ నగదు ప్రవాహం గురించి ఎల్లవేళలా ఆలోచిస్తారు. 'ప్రతి రోజు నా వ్యాపారంలో ఎంత వస్తుంది అనేది నాకు ఖచ్చితంగా

తెలుసు, ప్రతి పైసా గురించి నాకు తెలుసు. ప్రతి రోజులోనూ ఎంత ఆదాయం వస్తుందో, దానిని ఏ విధంగా దాచి వుంచాలో నా దగ్గర పూర్తి నివేదిక ఉంది. ప్రతి ఖర్చు, ప్రతి జమ గురించి నా దగ్గర పూర్తి సమాచారం ఉంది. ఒక వైద్యుడు తీవ్ర అనారోగ్యంతో ఉన్న రోగి యొక్క పల్స్‌పై చేతులు ఉంచే విధంగా నేను నగదు ప్రవాహంపై దృష్టి సారిస్తాను'. మీరు అలా చేయడం చాలా ముఖ్యం. ప్రేరణాత్మక వక్త జిమ్ రోన్ చెప్పినట్లుగా, "అలసత్వ ధోరణి మరణానికి దారితీస్తుంది"

ఎలా ప్రారంభించాలి?

మీరు వ్యాపారంలోకి ప్రవేశించే ముందుగానే, దాని గురించి వివరంగా అధ్యయనం చేయండి. కనీసం ఒకటి లేదా రెండు రోజులు ఎంచుకున్న వ్యాపారంలో పని చేయండి. వారాంతాల్లో పని చేయండి, సాయంత్రం పని చేయండి. ఉచితంగా పని చేయండి. ఇలా అనుకోండి, "నేను వ్యాపారం గురించి తెలుసుకోవాలనుకుంటున్నాను. నేను ఉచితంగా పని చేయవచ్చా?" సాధారణంగా మిమ్మల్ని ఎవరూ తిరస్కరించరు; వారు, "తప్పకుండా, లోపలికి రండి" అని ఆహ్వానిస్తారు.

మీరు ప్రవేశించిన తర్వాత, "ఇలా ఎందుకు చేస్తారు? అలా ఎందుకు చేస్తారు? ఇది ఎలా పనిచేస్తుంది?" అంటూ వివరాలు తెలుసుకోండి. కొన్ని గంటలు లేదంటే కొన్ని రోజుల తర్వాత, "అబ్బే, ఇది నా వ్యాపారం కాదు" అని అంటారు. లేకపోతే, "నాకు ఈ వ్యాపారం నచ్చింది. నేను బాగా చేయగలనని అనుకుంటున్నాను"

మీ వ్యాపార రంగంలో పుస్తకాలేమైనా వుంటే వాటిని చదవండి. సమావేశాలు, వాణిజ్య ప్రదర్శనలకు వెళ్లండి. ఉత్తమ వ్యక్తులు ఇచ్చిన చర్చలకు హాజరుకాండి.

నాకు ఇంగ్లండ్ నుండి వలసదారుగా వచ్చిన ఒక స్నేహితుడు ఉన్నాడు. అతను ఒక ప్రచురణ కోసం ప్రకటన చేసాడు. దానికి సరైన ప్రతిస్పందన రాలేదు. మరోసారి ప్రకటన చేసాడు. దానికి కూడా స్పందన లేదు. "ఈ రాష్ట్రంలో క్రీడలు, చేపల వేటపై పత్రిక ఎందుకు లేదు?" అనుకున్నాడు. "నేను ఒక పత్రికను ప్రచురించగలను. నేను క్రీడలపై ఒక పత్రికను ప్రారంభిస్తాను" అని ఆలోచించి ఒక చిన్న పత్రికను ప్రారంభించాడు. అతను ప్రకటనలను విక్రయించడం ప్రారంభించాడు: అది అతని నైపుణ్యం. అతను ప్రకటనలను విక్రయించేటప్పుడు రసవత్తరమైన కథలను వ్రాసేవాడు.

ఈ ప్రాజెక్టులో దాదాపు ఒక సంవత్సరం గడిపిన నా స్నేహితుడు, తన చిన్న ప్రచురణతో వున్న ఒక చిన్న వ్యక్తి, ఇంటి నుండి పని చేస్తూ నడుపుకు పోతున్నాడు. ఒకసారి, అతను న్యూయార్క్‌లో మ్యాగజైన్ పబ్లిషర్స్ కోసం జరిగిన సమావేశానికి

వెళ్లి స్పా పబ్లికేషన్‌ల కోసం అకౌంటింగ్‌పై ఉపన్యాసానికి హాజరయ్యాడు. స్పీకర్ ఇలా అన్నాడు "మీరు మీ ఖాతాల స్టేట్‌మెంట్ చూసుకున్నప్పుడు మీ అమ్మకాలు ఎగువన ఉంటే, మీ ఖర్చులన్నీ దిగువన వుండి, మీరు వాటిని తీసివేసినప్పుడు, పేజీ దిగువన ఉన్న ఈ లైన్‌ను ఏమని పిలుస్తారు?"

"అది మీ బాటమ్ లైన్" అని అందరూ అన్నారు.

"అది దేనిని సూచిస్తుంది?"

"అది మీ లాభాలు లేదా నష్టాలను సూచిస్తుంది"

"అవును, చాలామంది ఇలాగే చేస్తారు. మీరు దాన్ని విభిన్నంగా చేయాలని నేను కోరుకుంటున్నాను. మీరు దాన్ని తిప్పి రాయాలని నేను కోరుకుంటున్నాను: మీ బాటమ్ లైన్ మీ టాప్ లైన్‌గా చేయండి. ఎగువన, మీరు ప్రతి నెలా సంపాదించాలనుకుంటున్న లాభాలను వ్రాయండి. దాని క్రింద, ఆ లాభాలను సంపాదించడానికి మీరు చేయవలసిన అమ్మకాలను వ్రాయండి, ఆపై మీరు భరించే ఖర్చులను వ్రాయండి. లాభాల అంకెల గురించి ఆఖరి లైనులో కాకుండా, తొలి లైనుగా ప్రారంభించండి"

నా స్నేహితుడు ఆ ఉపన్యాసం నుండి బయటికి వెళ్లాడు, యిక వెనుదిరిగి చూడలేదు. నేడు అతను ఇరవై తొమ్మిది ప్రచురణలను కలిగి ఉన్నాడు. అతను మల్టీ మిలియనీర్, దేశంలో అత్యంత గౌరవనీయమైన వ్యక్తులలో ఒకరు. మ్యాగజైన్ పరిశ్రమలో కనీవినీ ఎరుగని రీతిలో అతను ఏ ప్రచురణలోనూ ఒక్క నెలలో డబ్బు పోగొట్టుకోలేదు. ఆ కాన్ఫరెన్స్‌లో, చిన్న అకౌంటెంట్ చెప్పిన చిన్న ఆలోచన, ఒక్క ఉపన్యాసం అతని జీవితాన్ని మార్చివేసింది.

నేను ఈ కథను మీకు ఎందుకు చెప్తున్నానంటే, ఆలోచన ఎక్కడ నుండి వస్తుందో మనకు తెలియదు. మీరు అనేకమైన ఆలోచనలు చేస్తూ వుండాలి. మీరు ఆలోచనలు ఉన్న చోటికి వెళ్లాలి. మీరు చేపలను పట్టుకోవాలనుకుంటే, చేపలు ఉన్న చోట చేపలు పట్టండి. మీరు మీ వ్యాపారాన్ని ఎలా బాగా నడపాలి అని తెలుసుకోవాలనుకుంటే, మీ ఫీల్డ్‌లోని ఇతర వ్యక్తులు అలాంటి వ్యాపారాన్ని ఎలా నిర్వహిస్తున్నారో తెలుసుకోండి, వారి దగ్గరకు వెళ్లండి. చదవండి, వినండి, నేర్చుకోండి, మాట్లాడండి, సలహా కోసం అడగండి.

మీ లాభాలను విస్తరించండి

చిన్నగా ప్రారంభించండి, మీ లాభాలను విస్తరించండి. ఎవరైనా ఇలా అనవచ్చు, "నేను వ్యాపారాన్ని ప్రారంభించడానికి బ్యాంకు రుణం పొందలేను" వాస్తవానికి

మీరు ఆ విధంగా చేయలేరు. బిజినెస్ స్టార్టప్‌లకు బ్యాంకులు రుణాలు ఇవ్వవు. వెంచర్ క్యాపిటలిస్టులు కూడా చేయరు. స్టార్టప్‌లకు ఎవరూ డబ్బు ఇవ్వరు. మొత్తం కొత్త వ్యాపారాలలో తొంభై తొమ్మిది శాతం 'ప్రేమించే డబ్బు' ద్వారా నిధులు సమకూర్చబడతాయి. 'ప్రేమించే డబ్బు' అంటే మీ స్వంత డబ్బు. ఎందుకంటే మీరు మీ ఆలోచనను ప్రేమిస్తారు. అలాగే మీ స్నేహితులు, బంధువులు మీకు డబ్బు యిస్తారు, ఎందుకంటే వారు మిమ్మల్ని ప్రేమిస్తారు. అందువల్ల, కొంచెం డబ్బుతో చిన్నగా ప్రారంభించండి, ఏదైనా అమ్మండి, లాభం పొందండి, ఆపై మళ్లీ మళ్లీ చేయండి.

వ్యాపారాన్ని ప్రారంభించడానికి ఒక గొప్ప మార్గం-మిలియన్ల మంది ప్రజలు దీన్ని చేసారు, సంపన్నులు అయ్యారు-నెట్‌వర్క్ మార్కెటింగ్‌లో ఉంది. నెట్‌వర్క్ మార్కెటింగ్ అద్భుతమైన ఉత్పత్తులు, సేవలను అందిస్తుంది-ఆరోగ్యం, అందం, గృహ సంరక్షణ ఉత్పత్తులు మొదలైనవి-అవి సాధారణంగా చాలా అధిక నాణ్యత కలిగి ఉంటాయి. హోల్‌సేల్ అవుట్‌లెట్ల ద్వారా సరఫరా చేయాల్సిన వాటిని రిటైల్ అవుట్‌లెట్ల ద్వారా విక్రయించకుండా, కంపెనీలు సాధారణంగా కమీషన్లు, మార్కప్‌లలో చెల్లించే డబ్బును తీసుకొని నెట్‌వర్క్ మార్కెటింగ్ చైన్‌కు ఇస్తాయి. వారు మొత్తం రిటైల్ ధరలో 50 ,40 లేదా 60 శాతం వరకు చెల్లించవచ్చు. వారు దానిని ఒకేసారి ఒక వ్యక్తికి విక్రయించే వ్యక్తులకు తిరిగి చెల్లిస్తారు.

నెట్‌వర్క్ మార్కెటింగ్ ఇప్పుడు ప్రపంచవ్యాప్తంగా 140$ బిలియన్ల వ్యాపారం, బ్రష్‌ఫైర్ లాగా అభివృద్ధి చెందుతోంది. మీరు 100$ తో ప్రారంభించవచ్చు. మీ స్వంత ఫలితాల నుండి, మీ స్వంత స్వేదంతో మీ వ్యాపారాన్ని వృద్ధి చేసుకోవచ్చు. అది ప్రారంభించడానికి గొప్ప ప్రదేశం.

నెట్‌వర్క్ మార్కెటింగ్ గురించి కీలకమైన విషయం ఏమిటంటే, మీకు నచ్చిన, మీరు విశ్వసించే, మిమ్మల్ని మీరు ఉపయోగించుకునే, ప్రయోజనం పొందే వాటిని విక్రయించడం. దానివల్ల ఇతర వ్యక్తులు కూడా ఆనందిస్తారని, ప్రయోజనం పొందుతారని మీరు గ్రహిస్తారు. అలా మీరు చేయగలిగితే, మీ ఉత్పత్తికి మీరే గొప్ప సేల్స్‌పర్సన్ అవుతారు.

ఎగబ్రాకటం నేర్చుకోండి

మీరు వేరొకరి వ్యాపారంతో కూడా ప్రారంభించి, ఎగబ్రాకటం నేర్చుకోవచ్చు. బర్గర్ కింగ్ ఫ్రాంచైజీని పొందడానికి ఆసక్తి ఉందా? బర్గర్ కింగ్ లో నాలుగు వందల గంటలు పనిచేయాలి. మీరు ఫ్రాంచైజీ కోసం దరఖాస్తు చేసుకున్న తర్వాత,

మీరు హాంబర్గరాలజీలో మునిగిపోయే వరకు (అవును, వారు దానిని అలాగే పిలుస్తారు) "అవును, నేను చేయాలనుకుంటున్న వ్యాపారం ఇదే" అనుకుంటే, మీరు వ్యాపారంలోని ప్రతి ఒక్క భాగంలో పని చేయాలి. ఒక అవుట్‌లెట్‌లో పనిచేసిన తర్వాత, "నాకు బర్గర్ కింగ్ ఫ్రాంచైజీ కావాలి" అని చెప్పిన అనేక మంది వ్యక్తులు, అది తమకు సరైనది కాదని వారు గ్రహించారు. మీరు వ్యాపార ఒప్పందంలో ప్రవేశించడానికి ముందుగానే మీరు వ్యాపార ఒప్పందం తప్పు అని తెలుసుకోవడానికి అదే ఉత్తమ సమయం.

మీరు ప్రారంభించిన తర్వాత, ముందుకు సాగడానికి మూలధనం, పెట్టుబడి కంటే మెదడు, దాని శక్తిని ఉపయోగించండి. మీకు వీలైనప్పుడల్లా, డబ్బు పెట్టుబడి పెట్టడం కంటే సృజనాత్మకత, తెలివితేటలు, కృషి, పాత్ర, వ్యక్తిత్వాన్ని ఉపయోగించండి. కొన్ని సంవత్సరాల క్రితం, నేను వెయ్యి మంది పారిశ్రామికవేత్తల కోసం ప్రసంగించాల్సి వచ్చినప్పుడు, నేను ఒక పుస్తక దుకాణం దగ్గర ఆగి, *$100 కంటే తక్కువతో ప్రారంభించగల 1,001 వ్యాపారాలు'* అనే పుస్తకాన్ని చూసాను. పేజీలన్నీ చూసాను. ప్రజలు నాతో అంటారు "వ్యాపారాన్ని ప్రారంభించడానికి నా దగ్గర తగినంత డబ్బు లేదు". కానీ మీరు $100 కంటే తక్కువతో ప్రారంభించి, మీ కృషి ద్వారా అభివృద్ధి చేయగల వెయ్యికి పైగా వ్యాపారాలు ఉన్నాయి.

ప్రతి వ్యాపారంలోనూ విజయానికి కీలకమైనది 'అమ్మకాల సామర్థ్యం'. అయితే, అమ్మకాల సామర్థ్యం నేర్చుకోవచ్చు. మీరు సగటు ఉత్పత్తితో సగటు కంపెనీని కలిగి ఉండవచ్చు. అలాగే, మీరు సగటు నేపథ్యాన్ని కలిగి ఉండవచ్చు, కానీ మీరు గొప్ప విక్రయదారు అయితే మాత్రం, మీరు ధనవంతులు అవుతారు. మీరు ఉత్తమమైన ఉత్పత్తి, మార్కెట్, డిమాండ్‌ను కలిగి ఉండవచ్చు, కానీ మీకు అమ్మకాలలో నైపుణ్యం లేకుంటే, మీరు మీ జీవితమంతా డబ్బు గురించి ఆందోళన చెందుతారు.

మీరు ప్రారంభించడానికి ముందుగానే మీ వ్యాపార ప్రణాళికను రూపొందించండి. వ్యాపార ప్రణాళికలో మీ ఉత్పత్తి, కస్టమర్లు, మార్కెట్, ఫైనాన్సింగ్, అడ్వర్టైజింగ్, ప్రమోషన్, ప్రొడక్షన్, సర్వీస్, స్టాండర్డ్‌లు, అకౌంటింగ్, యిలా అన్నింటి గురించి ప్రశ్నల శ్రేణి వుంటుంది. ఇది మీ వ్యాపారాన్ని సృష్టించే లేదా విచ్ఛిన్నం చేసే క్లిష్టమైన ప్రశ్నలను కూడా అడుగుతుంది. (మీరు ఇంటర్నెట్‌లోకి వెళ్లి, వ్యాపార ప్రణాళిక టెంప్లేట్‌ను డౌన్‌లోడ్ చేసుకోవచ్చు. ఖాళీలను పూరించవచ్చు)

చాలామంది వ్యక్తులు కలిసి ఒక వ్యాపార ప్రణాళికను రూపొందిస్తారు. తర్వాత, "ఇది గొప్ప వ్యాపార ఆలోచన అని నేను భావించాను, కానీ నేను ప్రస్తుతం

చేయలేను. అప్పుడు నేను ఈ ప్రశ్నలకు సమాధానమిచ్చాను కానీ ఇది అస్సలు మంచి ఆలోచన కాదు. నేను నిర్ణయించే ధర చెల్లించడానికి తగినంత మంది కస్టమర్‌లు లేరు. వారు ప్రస్తుతం ఉపయోగిస్తున్న బ్రాండ్స్ నుండి మారడానికి తగినంత మంది కస్టమర్‌లు లేరు" ఇలాంటి విషయాలను ఆలోచించడంలో వ్యాపార ప్రణాళిక మీకు సహాయపడుతుంది.

మీరు వ్యాపారం ప్రారంభించిన తర్వాత, మీ సమయాన్ని 80 శాతం అమ్మకాలు, మార్కెటింగ్‌పై దృష్టి పెట్టండి. అకౌంటింగ్ సంగతి మర్చిపోండి. బుక్ కీపింగ్ గురించి మరచిపోండి. పెట్టెలను ప్యాకింగ్ చేయడం గురించి మరచిపోండి. ట్రక్కులను లోడ్ చేయడం గురించి మరచిపోండి. మార్కెట్‌లో 80 శాతం సమయాన్ని వెచ్చించండి. ఇది అన్నిటికంటే ముఖ్యమైనది.

అన్ని విషయాలలో పొదుపు పాటించండి. విజయవంతమైన వ్యాపారవేత్తలు చాలా పొదుపుగా ఉంటారు; విజయవంతం కాని వ్యాపారులు తమ డబ్బును దుబారా చేసుకుంటారు. సిలికాన్ వ్యాలీలో డాట్-కామ్, డాట్-బాంబ్ ఉధృతంగా వున్న సమయంలో, ప్రజలు తమ కంపెనీ ప్రారంభించకమునుపే వెంచర్ క్యాపిటల్ ఫండింగ్‌ను అపారమైన మొత్తంలో పొందేవారు. వారు నమ్మశక్యం కాని వస్తువులపై డబ్బును ఊదరగొట్టారు. కొందరి వ్యవస్థాపకుల సమూహం కలిసి డాట్-కామ్ కంపెనీని ఏర్పాటు చేసింది. వారు లాస్ వెగాస్‌లో కోలాహలంగా ఒక కార్యక్రమం నిర్వహించడం కోసం మూలధనాన్ని సేకరించాలని నిర్ణయించుకున్నారు. వారు దేశం నలుమూలల నుండి వెంచర్ క్యాపిటలిస్టులను ఆహ్వానించారు. కంపెనీ ప్రారంభించడానికి 14$ మిలియన్లు ఉన్నప్పటికీ, వారు ఒక రాత్రి పార్టీ కోసం 13$ మిలియన్లు వెచ్చించారు. వారు కంపెనీని దివాళా తీయించారు. యజమాని జైలుకు వెళ్ళాడు.

మీ డబ్బుతో నిజంగా గట్టిగా ఉండండి; ఉపయోగించిన ఫర్నిచర్, సామగ్రిని కొనండి; సెకండ్‌హ్యాండ్ కార్యాలయాలను ఉపయోగించండి. మీకు అవసరమైనప్పుడు మాత్రమే, తగినంత పరిమాణంలో మాత్రమే వస్తువులను చాలా జాగ్రత్తగా కొనండి. మీ వ్యాపారం ఎల్లవేళలా దివాలా అంచున ఉన్నట్లుగా వ్యవహరించండి. మీ ఖర్చులను తక్కువగా, కఠినంగా ఉంచడానికి మార్గాలను అన్వేషించండి.

చివరగా, జరిగిన ప్రతి తప్పు నుండి అనుభవం పొందండి. వ్యాపారం అంతా ట్రయల్ అండ్ ఎర్రర్ అని మీరు తెలుసుకుంటారు. మీరు కొత్తగా వ్యాపారాన్ని ప్రారంభించినప్పుడు, చాలా తప్పులు చేస్తారు. అది ఊహించవలసిందే. ప్రతి అనుభవం తర్వాత ఆగి, "దీని నుండి మనం ఏమి నేర్చుకున్నాము? తదుపరిసారి మరింత మెరుగ్గా, తెలివిగా ఉండటానికి ఇది మనకు ఏమి చెబుతోంది?"

మీరు పాతాల గురించి మాట్లాడేటప్పుడు, ప్రతి ఒక్కరూ సానుకూలంగా ఉంటారు. ప్రతి ఒక్కరి డిమ్మర్ స్విచ్ పూర్తి వెలుగులో ఉంటుంది. వ్యక్తులు మరింత సృజనాత్మకంగా మారతారు.

నేను ఇంతకు ముందు సూచించినట్లుగా, రెండు మేజిక్ ప్రశ్నలను ఉపయోగించండి:

"ఈ పరిస్థితిలో మనం సరైన పని ఏం చేసాము? తదుపరిసారి యిందుకు భిన్నంగా ఏమి చేయగలం?"

బ్యాంకు నుండి రుణం తీసుకోవడం

బ్యాంకుల నుండి రుణం పొందడం గురించి ప్రతి ఒక్కరూ మాట్లాడుకుంటారు. అయితే, మీరు తెలుసుకోవలసిన మొదటి విషయం ఏమిటంటే, బ్యాంకులు తిరిగి చెల్లించే కస్టమర్‌లకు మంచి రుణాలు ఇవ్వడం ద్వారా మాత్రమే మనుగడ సాగిస్తుంటాయి, అభివృద్ధి చెందుతాయి.

దయచేసి దీన్ని అర్థం చేసుకోండి: మీరు బ్యాంకర్‌తో మాట్లాడినప్పుడు, బ్యాంకర్ మిమ్మల్ని ఒక వ్యక్తిగా చూడరు. బ్యాంకుకు ఆదాయ వనరుగా చూస్తారు. బ్యాంకు వారు చెల్లించే దానికంటే ఎక్కువ రేటుకు మీకు డబ్బును అప్పుగా ఇస్తుంది. కౌంటర్‌లో ఉన్న వ్యక్తి యొక్క విజయం, వైఫల్యం ఆ వ్యక్తి మంచి రుణాలు మంజూరు చేశాడా లేదా అనే విషయంపై ఆధారపడి ఉంటుంది. ఆ వ్యక్తి మంచి రుణాలు మంజూరు చేసినట్లయితే, పదోన్నతి పొందుతాడు. వారు చెడ్డ రుణాలు యిస్తే, బ్యాంకింగ్ పరిశ్రమ నుండి తొలగించబడతాడు. అతని కెరీర్ అంతటితో సరి.

బ్యాంకర్ మీ వ్యాపారం గురించి చాలా జాగ్రత్తగా ఉంటారు. బ్యాంకర్లు, మీరు ఊహించినట్లుగానే, అధిక ప్రమాదం ఉన్న వ్యక్తులు కాదు. నిజానికి బ్యాంకులు రిస్క్ తీసుకునే పనిలో ఉండవు.

వారు రుణాన్ని మూల్యాంకనం చేసినప్పుడు, ఒక బ్యాంకర్ నాతో ఒకసారి చెప్పినట్లు, వారు ఐదు అంశాలను చూస్తారు, ఐదు 'సి' లు:

1. క్రెడిట్ రేటింగ్. వారు తమ కంప్యూటర్ తెరిచి, మీ పేరును నమోదు చేస్తారనుకోండి. మూడు స్కోరింగ్ కంపెనీల నుండి మీ క్రెడిట్ రేటింగ్‌ను రెండు సెకన్లలో పొందుతారు. ఆ రిపోర్టులు ప్రింట్ తీసుకుంటారు. మీ 'క్రెడిట్ రేటింగ్' అనేది బ్యాంకు వారు మీకు ఎంత రుణం ఇవ్వగలరు, బ్యాంకు నిబంధనల ఆధారంగా, మీ దగ్గర ఎంత వసూలు చేయాలి అనే విషయాలను

తెలియజేస్తుంది. కొన్నిసార్లు ఇది చాలా ఎక్కువగా ఉంటుంది. అందుకే మీ క్రెడిట్ రేటింగ్ వ్యక్తిగతమైనది. మీ క్రెడిట్ రేటింగ్ గురించి నిజాయితీగా ఉండండి. ఎందుకంటే ఇది మీ జీవితాంతం మీరు బ్యాంకుల నుండి తీసుకునే ప్రతి పైసాకూ ప్రారంభ స్థానం.

2. అనుషంగిక: ఇతర ఆస్తులు. నేను ఒకసారి నా కంపెనీ కోసం డబ్బు తీసుకోవడానికి బ్యాంకుకు వెళ్లాను. వాళ్లు, "ఇంకా ఏమి ఉన్నాయి?" అన్నారు.

"మీ ఉద్దేశ్యం ఏమిటి, ఇంకా ఏమున్నాయి అంటే?" అని నేను అడిగాను. "నా కంపెనీ ఉందిగా?"

"లేదు, మేము మీ కంపెనీని ఆస్తిగా చూడము. ఎందుకంటే మీ కంపెనీ విజయవంతం కాకపోతే, దానికి విలువ ఉండదు. మీకు ఇల్లు, కారు, పెట్టుబడులు లాంటివి ఉన్నాయా లేదా అని మేము తెలుసుకోవాలనుకుంటున్నాము" వారు నాకు డబ్బు అప్పుగా ఇవ్వడానికి ముందు నా ఆస్తి జాబితాను వారు కోరుకున్నారు.

వ్యాపారం కోసం మీరు అడిగే మొత్తానికి మించిన అదనపు హామీని బ్యాంక్ కోరుకుంటుంది. నిజానికి, ఈ బ్యాంకర్ నాతో మాట్లాడుతూ, ఎవరైనా మొదటిసారిగా బ్యాంకుకు వచ్చినప్పుడు, వారు అప్పుగా ఇచ్చే ప్రతి డాలర్‌కు 5$ పూచీకత్తు కావాలని, ఏదైనా తప్పు జరిగితే అది వారిని రక్షిస్తుందని చెప్పాడు.

3. నగదు ప్రవాహం. బ్యాంకర్లు మీరు మీ కంపెనీకి వస్తున్న మొత్తం డబ్బును, రుణాన్ని తీర్చడానికి ఉపయోగించగల నగదు ప్రవాహానికి సంబంధించిన అన్ని ఇతర వనరులను తెలుసుకుంటారు. వారు కేవలం మీ కంపెనీ గురించి మాత్రమే సమాచారం తీసుకోరు; మీ భార్య ఎంత సంపాదిస్తారు, మీరు ఇన్సూరెన్స్ పాలసీ లేదా ఇన్వెస్ట్‌మెంట్ లేదా బాండ్ నుండి ఎంత ఆదాయం పొందుతున్నారు అని తెలుసుకుంటారు. టేబుల్‌పై ఉన్న ప్రతి పైసా వివరాలు బ్యాంకు వాళ్లకి కావాలి.

4. నిబద్ధత. మీరు వ్యాపారంలో మీ స్వంత డబ్బు ఎంత పెట్టుబడి పెట్టారు? మీ వద్ద ఎంత ఉంది? మీరు మీ స్వంత డబ్బు వ్యాపారంలో పెట్టకపోతే, వారు మీకు అప్పుగా ఇవ్వడానికి ఇష్టపడరు.

5. బ్యాంకర్లు చివరిగా చూసేది మీ వ్యక్తిత్వం, సమాజంలో మీ పలుకుబడి, పేరు ప్రతిష్టలు వగైరా. మీకు మంచి పేరు ఉందా? అప్పులు తీర్చే వ్యక్తిగా సమాజంలో గుర్తింపు ఉందా? నిజానికి, మీ వ్యక్తిత్వం మీ చుట్టూ ఆవరించి వుంటుంది. ఏమి జరిగినా, మీరు ఎల్లప్పుడూ మీ అప్పులు చెల్లిస్తారని ప్రజలకు తెలిస్తే, వారు మీకు డబ్బు ఇవ్వడానికి చాలా ఇష్టపడతారు.

మంచి కలయికలు

మీ కోసం పని చేసే బ్యాంకర్‌ని కనుగొనే ప్రయత్నంలో అవసరమైతే అనేక బ్యాంకులను సందర్శించండి. మీరు పెళ్లి చేసుకోవాలనుకున్నపుడు యిలాగే చేస్తారు కదా: మీకు మంచి కెమిస్ట్రీ ఉందని నిర్ధారించుకోండి. మీరు బ్యాంక్‌తో కలిసి పని చేయాలని నిర్ణయించుకున్నప్పుడు, మీరు బ్యాంకర్‌తో బాగా కలిసి ఉండేలా చూసుకోండి. మీరు సరైనదాన్ని కనుగొనే ముందు కొంత వారితో అనుబంధాన్ని పెంచుకోవలసి వుంటుంది.

ఏవైనా మార్పుల గురించి మీ బ్యాంకర్‌కు తెలియజేయండి. ఎప్పుడైనా మీరు మీ బిల్లులను చెల్లించలేని పరిస్థితిలో ఉంటే, బ్యాంకర్‌కు తెలియజేయండి. సంబంధాన్ని నిర్మించుకోవడానికి చాలా సమయం, కృషిని పెట్టుబడి పెట్టండి. ఆపై సంబంధం దృఢంగా ఉండేలా చూసుకోండి.

ఇక్కడ నియమం ఉంది: బ్యాంకర్లు గోప్యతను ద్వేషిస్తారు. మీరు మీ నెలవారీ వడ్డీ లేదా అసలు చెల్లింపులు చేయలేరని వారి కంటే ముందు మీరు తెలుసుకోవడం ఇష్టపడతారు.

నేను కొన్ని సంవత్సరాల క్రితం తీవ్రమైన ఇబ్బందుల్లో పడ్డాను. వడ్డీ చెల్లించినంత కాలం బ్యాంకు రుణం ఎల్లప్పుడూ అలాగే వుంటుందని నేను తెలుసుకున్నాను. నేను ప్రతి నెలా అసలు మరియు వడ్డీ చెల్లించడానికి నిర్ణయం తీసుకున్నాను. నేను బ్యాంకర్ వద్దకు వెళ్లి, “చూడండి, నాకు ప్రస్తుతం కొంత యిబ్బంది ఉంది, కానీ నేను వడ్డీ చెల్లిస్తాను.”

అతను అన్నాడు, “సరే; మేము దానిని అర్థం చేసుకున్నాము”

కంపెనీలకు సమస్యలు ఉంటాయని బ్యాంకులు అర్థం చేసుకుంటాయి. నేను నా వడ్డీ క్రమం తప్పకుండా చెల్లిస్తాను. నా క్రెడిట్ రేటింగ్‌ను 800 కంటే ఎక్కువగా ఉంచుతాను. అందుచేత మీరు ఇబ్బందుల్లో పడి అసలు, వడ్డీ చెల్లించలేకపోతే కనీసం వడ్డీని చెల్లించండి.

మీ ఆస్తులను రక్షించుకోవడం

చట్టం ఎలా వుంటుందంటే, మీ దగ్గర ఆస్తులు కనుక వుంటే, ఎవరైనా మీ మీద దావా వేయవచ్చు. కోర్టుల పేరు చెప్పి, భయపెట్టి డబ్బు సంపాదించే లాయర్లు వేల సంఖ్యలో ఉన్నారు. వారు డబ్బు ఉన్నవారి కోసం వెతుకుతుంటారు. వారు ఏదో కారణం చెప్పి మీపై దావా వేయవచ్చు. ఒక్కోసారి మీపై చాలా హాస్యాస్పదమైన

దావా కూడా రావచ్చు. అయినప్పటికీ, మీరు దానికి వ్యతిరేకంగా వాదించవలసి ఉంటుంది. "అబ్బే, నేను దానిని పట్టించుకోను" అని మీరు చెప్పలేరు. కాబట్టి, మీరు మీ స్వంత లాయర్‌ని పెట్టుకోవాలి. మీరు దానితో పోరాడాలి.

కుటుంబ పరిమిత భాగస్వామ్యాన్ని (Family Limited Partnership) ఏర్పరుచుకోవడం అనేది 'ఆస్తి రక్షణ కోసం చేయవలసిన పని' అని నిపుణుల నుండి నేను నేర్చుకున్న ఉత్తమ సలహా: FLP. మీరు మీ ఆస్తుల చుట్టూ ఫైర్‌వాల్‌గా పని చేయడానికి దీన్ని ఉపయోగిస్తారు: మీరు మీ ఆస్తులన్నింటినీ గోడపైకి విసిరేయండి, తద్వారా అవి లోపల సురక్షితంగా ఉంటాయి. మీ ఆస్తులు, మీ ఇల్లు, మీ కారు, మీ వ్యాపారం, ప్రతిదీ మీకు, మీ కుటుంబ సభ్యులకు చెందిన FLPకి బదిలీ చేస్తారు. మీ జీవిత బీమా పాలసీని ప్రత్యేక జీవిత బీమా ట్రస్ట్ పేరున చేసుకోండి. దీనిన్ ఎవరూ ముట్టుకోలేరు. మీ ఎస్టేట్‌ను స్పష్టంగా కేటాయించే వీలునామాను రూపొందించండి. దానిని ప్రతి సంవత్సరం అప్‌డేట్ చేయండి. వీలునామాకు సంబంధించి ఏదైనా అవకాశం వదలకండి.

మీ ఆస్తులను రక్షించడానికి, తగినంత బీమా చేయండి. మీకు అగ్ని, దొంగతనం, బాధ్యత, వరద, ఆరోగ్య బీమా ఉన్నాయని నిర్ధారించుకోండి. మీ దగ్గర వున్న ప్రతి ఆస్తిని బీమా చేయండి. చాలా మంది వ్యక్తులు సక్రమంగా బీమా చేయని కారణంగానే ప్రతిదీ కోల్పోతారు.

చివరగా, సరైన ఒప్పందాలు, ట్రస్టులు, వీలునామాలు, వ్యాపార ఒప్పందాలను రూపొందించడానికి మంచి న్యాయవాదిని ఉపయోగించండి. కొన్ని సంవత్సరాల క్రితం నేను ఒక సమస్యలో చిక్కు కున్నాను. దాని వల్ల కోర్టులో కేసు రెండు, మూడు సంవత్సరాల పాటు కొనసాగింది. వేల డాలర్లు ఖర్చయ్యాయి. నేను ఒక న్యాయవాది వద్దకు వెళ్లి, నాపై దావా వేసిన ఒప్పందాన్ని అతనికి చూపించాను. "బ్రియాన్, ఈ ఒప్పందాన్ని ఎవరు రూపొందించారు?" అని లాయర్ అడిగాడు.

"నేనే చేసాను"

అతను చెప్పాడు, "బ్రియన్, ఇంకోసారి యింత చౌకబారుతనంతో ఉండకండి. మంచి న్యాయవాదికి కొంత ఖర్చు చేయండి. ఎందుకంటే మృతదేహాలను ఎక్కడ పాతిపెట్టాలన్నది వారికి తెలుసు. మిమ్మల్ని యిలాంటి వాటి నుంచి బయటకు తీసుకువచ్చే కంతలు వారికి తెలుస్తాయి. కాబట్టి బ్రియాన్, ముందు ముందు యిలాంటి పనులు చేయకు"

ఆ తర్వాత నేనెప్పుడూ అలాంటి పని చేయలేదు. కాబట్టి అబ్బాయ్, మిమ్మల్ని రక్షించడానికి మంచి, చురుకైన న్యాయవాదికి కొన్ని డాలర్లు చెల్లించండి.

10

స్వీయ-క్రమశిక్షణ

శ్రీనిక్స్ పరివర్తన యొక్క దశల్లో ఇప్పటివరకు, నేను స్వీయ-క్రమశిక్షణ యొక్క ప్రాముఖ్యతను సూచించాను. ఇప్పుడు ఈ అధ్యాయంలో, నేను ఈ ఆలోచనను మరింత అభివృద్ధి చేస్తాను.

'స్వీయ-క్రమశిక్షణ' అలవాటును పెంపొందించుకోవటం మీ విజయానికి ఇతర విషయాల కంటే ఎక్కువ దోహదపడుతుంది. కొన్ని సంవత్సరాల క్రితం, నేను కోప్ కోప్మేయర్ అనే పేరున్న విజయవంతమైన అధికారిని కలిశాను. అతను వెయ్యి విజయ సూత్రాలను కనుగొన్నాడు. వాటిని ఒక్కొక్కటి 250 సూత్రాల చొప్పున నాలుగు పుస్తకాలలో ప్రచురించాడు. అతను ఏ సూత్రాన్ని అత్యంత ముఖ్యమైనదిగా భావిస్తున్నాడని నేను అడిగాను. అతను వెంటనే 'స్వీయ-క్రమశిక్షణ' అని చెప్పాడు. "మీకు ఇష్టమున్నా, లేకపోయినా, మీరు ఎప్పుడు చేయవలసిన పనిని అప్పుడు పూర్తి చేసే సామర్థ్యమే స్వీయ-క్రమశిక్షణ" అని నిర్వచనం కూడా చెప్పాడు.

నెపోలియన్ హిల్, అమెరికాలోని ఐదు వందల మంది ధనవంతులను ఇంటర్వ్యూ చేసిన తర్వాత, ధనవంతులయ్యేందుకు స్వీయ-క్రమశిక్షణ ప్రధాన పాత్ర వహిస్తుందని నిర్ధారించాడు. "విజయం అనేది టన్నుల కొద్దీ క్రమశిక్షణ" అని ప్రసిద్ధ సేల్స్ ట్రైనర్ అల్ టామ్సిక్ అన్నాడు. జిమ్ రోన్ ఇలా అన్నాడు, "క్రమశిక్షణ ఔన్సుల బరువు ఉంటుంది, కానీ పశ్చాత్తాపం టన్నుల బరువు ఉంటుంది"

హార్వర్డ్‌కు చెందిన డా. ఎడ్వర్డ్ బాన్‌ఫీల్డ్, సామాజిక మరియు ఆర్థిక చలనశీలతకు దీర్ఘకాలిక దృక్పథం కీలకమైనదని నిర్ధారించాడు. యాభై సంవత్సరాల పరిశోధనలో, గొప్పగా విజయం సాధించిన వ్యక్తులు స్వల్పకాలిక సంతృప్తిని వదులుకోగలరని, తద్వారా వారు దీర్ఘకాలికంగా ఎక్కువ రివార్డులను,

సంతృప్తిని ఆస్వాదిస్తారని అతను కనుగొన్నాడు. ప్రస్తుత చర్యల కోసం నిర్ణయాలు తీసుకునేటప్పుడు, వారు పది, ఇరవై సంవత్సరాల భవిష్యత్తు గురించి ఆలోచిస్తారు.

కీలకమైన పదం: త్యాగం

'త్యాగం' అనేది ఇక్కడ కీలకమైన పదం. అందుకే భవిష్యత్తులో ఆర్థికంగా విజయవంతం కావడానికి వర్తమానంలో పొదుపు చేయడం, పెట్టుబడి పెట్టడం అనేది మొదటి కీలకం. స్వీయ-క్రమశిక్షణ అంటే స్వీయ-నియంత్రణ, స్వీయ-జ్ఞానం. ఇది రాత్రి భోజనం ముగించిన తరువాత మంచి తాంబూలం వేసుకునే సామర్థ్యం లాంటిది. జీవితంలో మీకు ఆహ్లాదకరమైన అనుభవాలు లేవని కాదు. కానీ మీరు కష్టపడి, అవసరమైన పనిని పూర్తి చేసిన తర్వాత, లేదంటే ముఖ్యమైన పనులను పూర్తి చేసిన తర్వాత మీరు వాటిని చేయగలిగే సామర్థ్యం కలిగి వున్నారని అర్థం.

స్వీయ-క్రమశిక్షణను అభ్యసించినందుకు ప్రతిఫలం తక్షణమే దొరుకుతుంది. మిమ్మల్ని మీరు క్రమశిక్షణలో పెట్టుకుని, ఒత్తిడితోనైనా, మీకు నచ్చినా, నచ్చకపోయినా, ఒక పనిని నియమిత సమయంలో పూర్తి చేసిన తర్వాత మిమ్మల్ని మీరు ఎక్కువగా ఇష్టపడతారు. మిమ్మల్ని మీరు గౌరవించుకుంటారు. మీ ఆత్మగౌరవం పెరుగుతుంది. మీ స్వీయ చిత్రం మెరుగుపడుతుంది. మీ మెదడు ఎండార్ఫిన్‌లను విడుదల చేస్తుంది, దానివల్ల మీకు సంతోషం, ఒకింత గర్వం కలుగుతాయి.

మీరు మీ క్రమశిక్షణను కరువుగా అమలుపరిచిన ప్రతిసారీ అందుకు తగిన ప్రతిఫలాన్ని పొందుతారు.

మంచి విషయం ఏమిటంటే 'స్వీయ-క్రమశిక్షణ' అనేది మీరు అభ్యాసంతో నేర్చుకోగల అలవాటు. నేను ప్రత్యేకించి చెప్పినట్లుగా, యీ అలవాటును సంక్లిష్టత లేకుండా, ఎటువంటి మినహాయింపులు లేకుండా మీరు అలవాటు చేసుకోవటానికి షుమారు ఇరవై ఒక్క రోజులు పడుతుంది. అయితే, కొన్నిసార్లు మీరు యీ అలవాటును వేగంగా కూడా అభివృద్ధి చేసుకోవచ్చు; మరి కొన్నిసార్లు కాస్త ఎక్కువ సమయం పడుతుంది. అది మీపై ఆధారపడి ఉంటుంది. మీరు ఎంత గాఢంగా నిశ్చయించుకున్నారన్నది ముఖ్యం.

కొన్ని సంవత్సరాల క్రితం, హెర్బర్ట్ గ్రే అనే వ్యాపారవేత్త *'విజయం యొక్క సాధారణ కొలమానం'* అని పిలిచే దాని కోసం వెతకడం ప్రారంభించాడు. అతను పదకొండు సంవత్సరాలపాటు విజయవంతమైన వ్యక్తులను ఇంటర్వ్యూ చేసాడు. చివరకు "విజయవంతం కాని వ్యక్తులు చేయడానికి ఇష్టపడని పనులను చేయడం అలవాటు చేసుకున్న వారిని విజయవంతమైన వ్యక్తులు" అని ముగించాడు.

విజయవంతమైన వ్యక్తులు కూడా వాటిని చేయడానికి పెద్దగా ఇష్టపడరని తేలింది. అయితే వారు ఏదో విధంగా ఎందుకు చేస్తారంటే, అవి 'విజయానికి మూల్యం' అని వారు గ్రహించారు.

ఆమ్వే సహ వ్యవస్థాపకుడు రిచ్ డివోస్ ఒకసారి ఇలా అన్నాడు, "మీరు చేసేందుకు ఇష్టపడని పనులు, మీ జీవితంలో చాలా ఉన్నాయి. సాయంత్రం సమయాల్లో, వారాంతాల్లో మీ వ్యాపార విషయాలు ఆలోచించడం, విక్రయాలు వంటివి మీకు నచ్చకపోవచ్చు. అయితే మీరు వాటిని ఏదో విధంగా చేస్తారు. మీరు నిజంగా ఆనందించే పనులను తర్వాత చేసుకుంటారు"

స్వీయ-క్రమశిక్షణ యొక్క ప్రతి అభ్యాసం, అదే సమయంలో, ఇతర సానుకూల గుణాన్ని బలపరుస్తుంది. అదే విధంగా, స్వీయ-క్రమశిక్షణలోని ప్రతి బలహీనత, ఇతర విషయాలలో కూడా మిమ్మల్ని బలహీనపరుస్తుంది.

తొమ్మిది మార్గాలు

మీ జీవితంలోని ప్రతి భాగాన్నీ తొమ్మిది మార్గాలలో మీరు అభివృద్ధి చేసుకోవచ్చు.

మొదటిది స్పష్టమైన ఆలోచనా క్రమశిక్షణ. థామస్ ఎడిసన్ ఒకసారి అన్నాడు, "ఆలోచన అనేది అన్నిటికంటే కష్టతరమైన క్రమశిక్షణ, అందుకే చాలా తక్కువమంది దీన్ని చేస్తారు". మూడు రకాల వ్యక్తులు ఉంటారని చెప్పబడింది: ఆలోచించే వాళ్లు (వీళ్లు మైనారిటీ), 'ఆలోచిస్తున్నాం' అనుకునే వాళ్లు; ఆలోచించడం కంటే చనిపోవడానికి ఇష్టపడేవాళ్లు.

ఈ రోజు మీ జీవితంలోని క్లిష్టమైన సమస్యల గురించి ఆలోచించడానికి కొంత సమయం కేటాయించండి. ముప్పై, అరవై, తొంభై నిమిషాల పాటు కావచ్చు. అది సుదీర్ఘంగా కూడా ఉండొచ్చు. పీటర్ డ్రక్కర్ ఇలా అన్నాడు, "వ్యక్తుల వేగవంతమైన నిర్ణయాలు సాధారణంగా వ్యక్తుల తప్పు నిర్ణయాలు" మీ కుటుంబం, వృత్తి, డబ్బు లేదా ఏదైనా ఇతర ప్రధాన సమస్యకు సంబంధించి వేగంగా తీసుకునే నిర్ణయాలు సాధారణంగా తప్పు నిర్ణయాలు కూడా అవుతాయి. ముప్పై లేదంటే అరవై నిమిషాలపాటు నిశ్శబ్దంగా కూర్చుని ఆలోచించండి. అరిస్టాటిల్ ఒకసారి ఇలా అన్నాడు, "వివేకం, మంచి నిర్ణయాలు తీసుకునే సామర్థ్యం, అనుభవం, ప్రతిబింబం యొక్క కలయిక". మీ అనుభవాల గురించి ఆలోచించడానికి మీరు ఎంత ఎక్కువ సమయం తీసుకుంటారో, వాటి నుండి మీరు మరింత ఎక్కువగా ముఖ్యమైన పాఠాలను పొందుతారు.

రోజూ ఏకాంతాన్ని ఆచరించండి. నిశ్శబ్దంలోకి వెళ్ళండి. మీరు ముప్పై నిమిషాలు లేదా అంతకంటే ఎక్కువ ఏకాంతాన్ని అభ్యసించినప్పుడల్లా, మీరు మీ

సూపర్ కాన్షియస్ మైండ్‌ని సక్రియం చేస్తారు. మీ అంతర్ దృష్టిని ప్రేరేపిస్తారు. మీ లోపల ఉన్న చిన్న స్వరం నుండి మీకు సమాధానం వస్తుంది.

మరింత బాగా ఆలోచించడానికి, కాగితం తీసుకొని, మీరు ఎదుర్కొంటున్న సమస్య వివరాలను వ్రాసుకోండి. మీరు వివరాలను వ్రాసేటప్పుడు కొన్నిసార్లు సరైన విషయం బయటపడుతుంది.

స్పష్టంగా ఆలోచించడానికి మరొక మార్గం ముప్పై నుండి అరవై నిమిషాలు నడక లేదా వ్యాయామం చేయడం. చాలా తరచుగా మీరు వ్యాయామం చేస్తున్నప్పుడు, మీరు మెరుగ్గా ఆలోచించడానికి, మంచి నిర్ణయాలు తీసుకోవడానికి మీకు సహాయపడే అంతర్దృష్టులు లేదా ఆలోచనలను పొందుతారు.

మీరు ఇష్టపడే, విశ్వసించే, మానసికంగా సంబంధం లేని వారితో కూడా మీరు మీ పరిస్థితి గురించి మాట్లాడవచ్చు. సమస్యను మరో కోణం నుంచి చూసే అవకాశం మీకు కలుగుతుంది. చాలా తరచుగా, విభిన్న దృక్పథం మీ దృక్కోణాన్ని పూర్తిగా మార్చగలదు.

"నా అంచనాలు ఏమిటి?" అని మిమ్మల్ని మీరు ప్రశ్నించుకోండి. పరిస్థితి గురించి మీరు ఏ విధంగా ఊహిస్తున్నారు? టైమ్ మేనేజ్‌మెంట్ స్పెషలిస్ట్ అయిన అలెక్ మెకెంజీ ఒకసారి ఇలా వ్రాశాడు, "ప్రతి వైఫల్యానికి తప్పిదమైన ఊహలే కారణం"

మీ అంచనాలు ఏమిటి? ఏది నిజమని మీరు ఊహిస్తున్నారు? మీ ఊహలు తప్పు అయితే? మీరు తప్పుడు సమాచారం ఆధారంగా కొనసాగుతుంటే? మీరు ప్రస్తుతం చేస్తున్న పనిలో మీరు పూర్తిగా తప్పు చేసే అవకాశం వుండొచ్చని ఎల్లప్పుడూ అనుకోండి. పూర్తిగా భిన్నమైన పని చేయడానికి సిద్ధంగా ఉండండి. మీవద్ద పూర్తి వాస్తవాలు లేవని లేదంటే మీకు సరైన వాస్తవాలు లభించలేదని అనుకోండి.

రోజువారీ లక్ష్యాలు

మీకు విజయాన్ని చేకూర్చే రెండవ క్రమశిక్షణ, 'రోజువారీ లక్ష్యాన్ని నిర్దేశించడం'. నా జీవితాన్ని మాత్రమే కాకుండా వేలాదిమంది ఇతర వ్యక్తుల జీవితాలను కూడా మార్చిన మహత్తరమైన క్రమశిక్షణ.

'దృష్టి, ఏకాగ్రత' యీ రెండూ విజయానికి అవసరమైన లక్షణాని మీకు తెలుసు. మిమ్మల్ని మీరు ప్రశ్నించుకోండి, "నా జీవితంలో నేను నిజంగా ఏమి చేయాలనుకుంటున్నాను?" మీకు స్పష్టమైన సమాధానం లభించే వరకూ ఈ ప్రశ్నను పదే పదే సంధించండి. మీ దగ్గర $ 20 మిలియన్ల నగదు ఉందని ఊహించుకోండి,

అయితే కేవలం పదేళ్లు మాత్రమే జీవిస్తారు. ఆ సమయంలో మీరు తక్షణంగా, విభిన్నంగా ఏం చేయగలరు? మీకు పరిమితులు లేవని ఊహించుకోండి. మీ దగ్గర మంత్రదండం ఉందని ఊహించుకోండి. ఎటువంటి లక్ష్యాన్ని సాధించడానికైనా మీకు అవసరమైన సమయం, డబ్బు, విద్య, అనుభవం, పరిచయాలు ఉన్నాయని అనుకోండి. అప్పుడు మీరు ఏమి చేస్తారు?

ఇక్కడ గొప్ప మార్గం ఉంది: ఒక స్పైరల్ నోట్‌బుక్‌ని తీసుకోండి. ప్రతిరోజూ అందులో వ్రాయండి. PPP రూపంలో పది లక్ష్యాలను వ్రాయండి: ప్రస్తుతం (Present), సానుకూలం (Positive) మరియు వ్యక్తిగతం (Personal). ప్రతి లక్ష్యాన్ని "నేను" తో ప్రారంభించి 'చర్య క్రియ'తో అనుసరించిన పదాన్ని రాయండి. ఉదాహరణకు, "నేను ఫలానా తేదీ నాటికి X సంఖ్యలో డాలర్లను సంపాదిస్తాను".

ప్రతిరోజూ, మీరు రాయడం ప్రారంభించే ముందు, మీ మొదటి పది లక్ష్యాలను మీరు ఇప్పటికే సాధించినట్లుగా, ఈ విజయాన్ని వేరొకరికి నివేదిస్తున్నట్లుగా తిరిగి వ్రాయండి.

మునుపటి పేజీలు చూడకుండా, మీ లక్ష్యాలను మరో పేజీలో తిరిగి వ్రాయండి. వాటిని మీ జ్ఞాపకం ఆధారంగా రాయండి. మీరు రాస్తున్న ప్రతిసారీ మీ లక్ష్యాలు ఎలా అభివృద్ధి చెందుతున్నాయో, కాలక్రమేణా ఎలా మారుతున్నాయో గమనించండి. రోజువారీ లక్ష్యాన్ని నిర్దేశించే ఈ క్రమశిక్షణ తమ జీవితాలను తాము ఊహించిన దానికంటే చాలా వేగంగా మార్చిందని చాలామంది చెప్పారు.

ఒకసారి నేను టెక్సాస్‌లోని గాల్‌వెస్టన్‌లో ప్రసంగిస్తున్నాను. నన్ను పరిచయం చేసే వ్యక్తి లేచి నిలబడి, "బ్రియాన్ ట్రేసీతో నా అనుభవం గురించి చెప్పాలి" అన్నాడు. అతని చేతిలో చిరిగిపోయిన స్పైరల్ నోట్‌బుక్ వుంది. అతను ఇలా అన్నాడు, "నేను మొదటిసారి బ్రియాన్‌ను కలిసినప్పుడు, అతను ప్రతిరోజూ నా లక్ష్యాలను వ్రాయమని చెప్పాడు. అలా చేయడం మొదలుపెట్టాను. ఇది నా జీవితాన్ని పూర్తిగా మార్చివేసింది". అతను తన నోట్‌బుక్‌ని ఊపుతూ, "నేను వ్రాసిన ప్రతి లక్ష్యాన్ని సాధించాను.

నా జీవితంలో ఇంతకంటే శక్తివంతమైనది నేను ఎప్పుడూ చూడలేదు" దీన్ని మీరు కూడా చేయగలరు. ఇది గొప్ప క్రమశిక్షణ.

రోజువారీ సమయ నిర్వహణ

మూడవది, 'రోజువారీ సమయ నిర్వహణ'. ప్రణాళిక వేసుకున్న ప్రతి నిమిషం, దాని అమలులో 10 నిమిషాలు ఆదా చేస్తుంది. మీరు ఎంత ఎక్కువ ప్లాన్ చేసుకుంటే,

మీ సమయాన్ని అంత బాగా ఉపయోగించుకుంటారు. ఫలితంగా మీరు అంత ఎక్కువ సాధిస్తారు. ఇలా ఊహించుకోండి: మీరు ఒక రోజును ప్లాన్ చేసుకోవడానికి ప్రతి ఉదయం 10 నుండి 12 నిమిషాలు వెచ్చిస్తే (దీనికి ఇది సరిపోతుంది), మీరు మీ లక్ష్యాలను సాధించడంలో ప్రతి రోజు 120 నిమిషాలు లేదా 2 గంటలు ఆదా చేస్తారు. ఇది మీ రోజును ముందుగానే ప్లాన్ చేసుకోవడం ద్వారా ఉత్పాదకతలో 25 శాతం పెరుగుదల జరుగుతుంది.

మీరు చేసే ప్రతి పనిని, జాబితా రూపొందించడం ద్వారా మొదలుపెట్టండి. మీ రోజువారీ జాబితాను వ్రాయడానికి ఉత్తమ సమయం, ముందు రోజు రాత్రి కాబట్టి మీరు నిద్రిస్తున్నప్పుడు మీ ఉపచేతన దానిపై పని చేయవచ్చు. పనిని ప్రారంభించే ముందు ప్రాధాన్యత ప్రకారం జాబితాను నిర్వహించండి. మీరు చేయవలసిన అన్ని పనులను పరిశీలించండి. ఏది చాలా ముఖ్యమైనది, ఏది తక్కువ ముఖ్యమైనది ఎంచుకోండి.

80-20 నియమాన్ని ప్రాక్టీస్ చేయండి. అంటే ఇది 20 శాతం పనులు చేయటం ద్వారా 80 శాతం ఫలితాలు పొందటం. మీకు అత్యంత విలువైన కార్యకలాపాలు ఏమిటి? ప్రాధాన్యతలను సెట్ చేయడానికి ABCDE పద్ధతిని ఉపయోగించండి. మనం యింతకు ముందు తెలుసుకున్నట్లుగా, నిర్దిష్ట పనిని చేయడం లేదా చేయకపోవడం వల్ల కలిగే పరిణామాలను పరిగణనలోకి తీసుకుంటుంది.

పునశ్చరణ చేసుకుందాం: మీరు A అనే పనిని తప్పక చేయవలసి ఉందనుకోండి: ఆ పని పూర్తికాని కారణంగా తీవ్రమైన పరిణామాలు ఉంటాయనుకోండి. B అనేది మీరు చేయవలసిన మరో పని: అది పూర్తికాని పక్షంలో స్వల్ప పరిణామాలు మాత్రమే ఉంటాయి. C అనే పని చేయడం మీకు చాలా బాగుంటుంది, అయితే మీరు దీన్ని చేసినా చేయకపోయినా పర్వాలేదు. D అనే పని మీరు డెలిగేట్ చేసే విషయం (సాధ్యమయ్యే ప్రతిదాన్నీ యితరులకు అప్పగించండి). E అనే పనిని మీరు తొలగించే విషయం (ఎక్కువ సమయాన్ని పొందటం కోసం మీరు ముఖ్యంకానివి కొన్ని పనులు తొలగిస్తారు).

మీరు మీరు చేయవలసిన పని ప్రక్కన ABCDE లలో ఏదో ఒకటి రాయండి. A-1, A-2, A-3, B-1, B-2, B-3 అని రాయండి. ఉదయాన్నే మీరు A-1 పనిని ప్రారంభించండి. మీరు మీ A1- పనిని ప్రారంభించిన తర్వాత, అది 100 శాతం పూర్తయ్యే వరకు దానిపై ఏకాగ్రత వహించడానికి మిమ్మల్ని మీరు క్రమశిక్షణలో పెట్టుకోండి.

సమయ నిర్వహణ యొక్క క్రమశిక్షణ అన్ని ఇతర రకాల స్వీయ-క్రమశిక్షణకు వ్యాపిస్తుంది. ఇది మీ జీవితంలో మీరు చేసే పని నాణ్యతలో మెరుగైన ఫలితాలు, దీర్ఘకాలికమైన ఫలితాలను తక్షణమే పొందటం వంటి లాభాలను చేకూరుస్తుంది.

ధైర్యం

నాల్గవ క్రమశిక్షణ 'ధైర్యం'. ధైర్యం అనేది మీరు చేయవలసిన పనిని మీరు చేసే విధంగా సహాయం చేస్తుంది; మీరు మీ భయాలను తొలగించుకోవడం లేదంటే వాటి నుండి పారిపోవడం కంటే వాటిని ఎదుర్కుంటారు. నేను యింతకు ముందు చెప్పినట్లుగా, విజయానికి అతి పెద్ద అడ్డంకి 'వైఫల్య భయం' 'నేను చేయలేను', 'నేను చేయలేను' అనే భావన మిమ్మల్ని నియంత్రిస్తుంది.

ధైర్యం అనేది అవసరమైనప్పుడు ఆచరించడం ద్వారా అభివృద్ధి చెందే అలవాటు. ఎమర్సన్ చెప్పినట్లుగా, "మీరు భయపడే పని చేయండి, భయం తప్పకుండా మరణిస్తుంది". భయాల నుంచి తప్పుకోవడం కంటే వాటిని ఎదుర్కోవడం అలవాటు చేసుకోండి. మీరు భయాన్ని ఎదుర్కొన్నప్పుడు, దాని వైపుకు వెళ్లినప్పుడు-ముఖ్యంగా అది మరొక వ్యక్తి, లేదా వ్యక్తుల సమూహం లేదా పరిస్థితి అయితే-భయం తగ్గిపోతుంది. మీరు మరింత ధైర్యవంతులు అవుతారు. నటుడు గ్లెన్ ఫోర్డ్ ఒకసారి ఇలా అన్నాడు, "మీరు భయపడే పనిని చేయకపోతే, భయం మీ జీవితాన్ని నియంత్రిస్తుంది". మీ ధైర్యం, విశ్వాసాన్ని పెంపొందించుకోవడానికి "నేను చేయగలను", "నేను చేయగలను" అనే పదాలను పదేపదే పునరావృతం చేయండి. ఈ పదాలు మీ భయాలను తొలగిస్తాయి.

మీరు మీ జీవితంలో ఒక భయాన్ని గుర్తించి, దానిని ఎదుర్కోవడానికి, మిమ్మల్ని మీరు క్రమశిక్షణలో ఉంచుకున్నప్పుడు మీరు ధైర్యం యొక్క అలవాటును అభివృద్ధి చేయడం ప్రారంభిస్తారు.

భయాన్ని గుర్తించడం, దానిని ఎదుర్కోవడం అద్భుతమైనది. ఇది మీ జీవితంలో భయాన్ని కలిగించే ఇతర పరిస్థితులతో వ్యవహరించడానికి ధైర్యాన్ని, విశ్వాసాన్ని అందజేస్తుంది. గుర్తుంచుకోండి, మీరు ఎంత ఎక్కువ ధైర్యాన్ని అభ్యసిస్తే, అంత ఎక్కువగా భయాన్ని పోగొడుతారు.

అద్భుతమైన ఆరోగ్య అలవాట్లు

విజయానికి ఐదవ క్రమశిక్షణ మార్గం అద్భుతమైన ఆరోగ్య అలవాట్లు. అద్భుతమైన శారీరక ఆరోగ్యంతో వంద సంవత్సరాలు జీవించడమే మీ లక్ష్యం. మీ ఆదర్శవంతమైన

శరీరాన్ని డిజైన్ చేసుకోండి. అది ఎలా వుండాలనుకున్నారో ఊహించుకోండి. మీ శరీరం అన్ని విధాలుగా పరిపూర్ణంగా ఉంటే ఎలా ఉంటుంది? ఇది మీ లక్ష్యం అవుతుంది.

ఆరోగ్యం, ఫిట్‌నెస్‌కు సంబంధించిన కీలకాంశాన్ని ఐదు పదాలలో చెప్పుకోవచ్చు: 'తక్కువ తినండి, ఎక్కువ వ్యాయామం చేయండి'. ప్రతిరోజూ వ్యాయామం చేసే క్రమశిక్షణను పెంపొందించుకోండి. అందుకోసం మీరు 'వాకింగ్' చేయొచ్చు. మీరు నిద్ర లేచిన వెంటనే, ఉదయం వ్యాయామం చేయడం ఉత్తమం. ఇలా ఇరవై ఒక్క రోజులు చేస్తే మీ జీవితంలో వ్యాయామం ఒక భాగమైపోతుంది.

వ్యక్తిగతంగా, నేను నా మంచం పక్కనే నా వ్యాయామ దుస్తులను ఉంచుతాను. నేను లేచిన వెంటనే, నా దృష్టి వాటిపై పడుతుంది. నేను మరోటి ఆలోచించే లోపుగానే, నేను వాటిని ధరించి బయల్దేరుతాను. మీరు కూడా ప్రయత్నించండి.

అద్భుతమైన ఆరోగ్య అలవాట్లకు ఇక్కడ మరొక మార్గం ఉంది: మూడు తెల్లటి విషాలను తొలగించండి: పిండి, చక్కెర, ఉప్పు. ఈ మధ్యనే నాకు చాలా ఏళ్లుగా పరిచయం ఉన్న ఒక పెద్దమనిషిని కలిశాను. అతను ముప్పై పౌండ్లు బరువు కోల్పోయాడు. అతని బట్టలు వదులుగా, గుడారంపై కప్పినట్టుగా అతనిపై వేలాడుతున్నాయి. నేను, "ఓరి దేవుడా! మీరు యింత బరువు ఎలా తగ్గారు?" అన్నాను. "ఇన్నాళ్లుగా నువ్వు చెబుతున్న మూడు తెల్లటి విషాలు తినడం మానేశాను" అన్నాడు.

కొద్దికాలం క్రితం ఫ్లోరిడాలోని ఒక పెద్దమనిషి నుండి నాకు ఉత్తరం వచ్చింది. అతను తన వ్యాపారంలో చాలా విజయవంతమయ్యాడు. అతను ఒక విషయం మినహా చాలా సంతోషంగా ఉన్నాడు: అతని వయస్సు దాదాపు ముప్పై, కానీ, అతను ఇరవై ఐదు పౌండ్ల అధిక బరువుతో ఉన్నాడు. ఇది అతని స్వీయ ప్రతిష్టను దెబ్బతీసింది. స్త్రీలు అతనిని దూరం పెట్టేంత అందవిహీనంగా మారిపోయాడు. అది అతనికి నిజంగా బాధ కలిగించింది. ఆ తర్వాత అతను నా కార్యక్రమాన్ని విన్నాడు. నేను చెప్పినట్టుగా చేసాడు. తరువాతి ఆరు నెలల్లో, అతను ఇరవై ఐదు పౌండ్లను తగ్గించాడు. మళ్లీ బరువు పెరగలేదు. అతని స్వీయ భావన మారింది; అతని స్వీయ ప్రతిష్ట మెరుగుపడింది. అతనిపట్ల అందరూ ఆకర్షితులయ్యారు. మూడు తెల్లటి విషాలను తొలగించడమే తన జీవితాన్ని శాశ్వతంగా మార్చిందని అతను చెప్పాడు.

తెల్లటి విషాలను తొలగించడం వల్ల మీ బరువు గణనీయంగా తగ్గుతుంది. మీరు పిండి పదార్థం ఉన్న ఏదైనా తినడం మానేయాలని దీని అర్థం: రొట్టెలు, పేస్ట్రీలు, పాస్తాలు లేవు. చక్కెర పూర్తిగా తొలగించండి: శీతల పానీయాలు,

డెజర్ట్‌లు, పేస్ట్రీలు, పాప్‌లు లేవు. చివరగా, ఉప్పును తొలగించండి. దేనిపైనా ఉప్పు వేసుకోకండి. వాస్తవంగా మీరు తినే ప్రతిదానిలో ఇప్పటికే చాలా ఉప్పు ఉంటుంది.

దీనికి క్రమశిక్షణ అవసరమా? తప్పకుండా!గ్ ఎక్కువగా సలాడ్లు, ఇతర తేలికైన ఆహారాలు తినండి. మీరు బరువు పెరగకుండానే మీ ముఖాన్ని కాంతివంతంగా చేసుకోవచ్చు. ఎందుకంటే సలాడ్‌లో దాదాపు 90 శాతం నీరు ఉంటుంది. ఎక్కువ సలాడ్లు తినడం ప్రారంభించడం అలవాటు చేసుకోండి. తేలికైన ఆహారాన్ని తినండి. మాంసాహారానికి బదులుగా, చేపలను తినండి. ఇది చాలా తేలికైన ఆహారం, చాలా వేగంగా జీర్ణమవుతుంది. మీకు విపరీతమైన ప్రోటీన్, పోషణను అందిస్తుంది.

సాయంత్రం 6 గంటలకు ముందు తినండి. కొద్ది కొద్దిగా తినండి. నా భార్య, నేను "ఆరు గంటలకి సలాడ్లు" అని సరదాకి పిలిచే ఒక చిన్న ఆచారాన్ని ప్రారంభించాము. సాయంత్రం తినడానికి బదులుగా, మేము ఆరు గంటలకు సలాడ్ తింటాం. మీరు సాయంత్రం ఎక్కువగా తినవలసిన అవసరం లేదు. మీరు నిద్రపోవడానికి కనీసం మూడు గంటల ముందు తినాలి. ఆరు గంటలకు సలాడ్ తినండి. మీరు ఈ అలవాటును పెంపొందించుకుంటే, మీకు చాలా హాయిగా ఉంటుంది. హాయిగా నిద్రపోతారు. బరువు తగ్గుతారు. మీకు కలిగే ఇతర మంచి విషయాలను చూసి మీరు ఆశ్చర్యపోతారు.

వంద సంవత్సరాలు జీవించడానికి మరొక మార్గం, క్రమం తప్పకుండా వైద్య, దంత పరీక్షలు చేయించుకోవడం. ఒకరోజు నా స్నేహితుడు హార్వే మేక్ నన్ను అడిగాడు, "మీరు ఈ మధ్యన మెడికల్ చెకప్ చేయించుకున్నారా?"

నేను అన్నాను, "లేదు, నేను కొన్ని సంవత్సరాల క్రితం వెళ్ళాను, కానీ నేను బాగానే ఉన్నాను"

వెంటనేయిలా అన్నాడు, "బ్రియాన్, నేను ఇప్పుడే వైద్య పరీక్ష చేయించుకున్నాను. నేను శ్రద్ధ వహించ వలసిన విషయాల గురించి తెలుసుకున్నాను. అదే, నేను ఐదు సంవత్సరాల తర్వాత వెళ్లి వుంటే, నా అంత్యక్రియలకు ఏర్పాట్లు చేయాల్సి వచ్చేదని వాళ్లు చెప్పారు"

రెగ్యులర్ మెడికల్ చెకప్‌లు మీ జీవితానికి ఎనిమిది నుండి పది సంవత్సరాలను అదనంగా జోడిస్తాయి. ఎందుకంటే, వైద్యులు ప్రాణాంతకమైన పరిస్థితులను సంవత్సరాల ముందుగానే కనిపెట్టి, వాటిని త్వరగా నివారించగలరు. అతని సలహా తీసుకున్న తర్వాత నేను ప్రతి సంవత్సరం పూర్తి వైద్య పరీక్ష చేయించుకున్నాను. మీరు కూడా అదే పని చేయాలి.

అలాగే, మీరు మీ దంతాలను క్రమం తప్పకుండా పరీక్ష చేయించుకుంటున్నారా? దంతాల ఆరోగ్యం, చిగుళ్ల ఆరోగ్యం, దీర్ఘాయువు మధ్య దగ్గర సంబంధం ఉంది. అందువల్ల మీ దంతాల విషయంలో జాగ్రత్త వహించండి.

ఆరోగ్య అలవాట్ల విషయానికి వస్తే మైఖేల్ జోర్డాన్ పద్ధతిని ఉపయోగించండి: దీన్ని చేయండి. వాయిదా వేసే బదులు వెంటనే చేయండి. గుర్తుంచుకోండి, మీరు మీకు సంబంధించిన ప్రపంచంలో అత్యంత విలువైన వ్యక్తి. కాబట్టి మిమ్మల్ని మీరు జాగ్రత్తగా చూసుకోండి.

ఆదా చేయడం, పెట్టుబడి పెట్టడం

మీకు సహాయపడే ఆరవ క్రమశిక్షణ *'ఆదా చేయడం, పెట్టుబడి పెట్టడం'.* దీని గురించి మీకు ఇదివరకే చెప్పాను. అప్పుల నుండి బయటపడటానికి, ఆర్థికంగా స్వతంత్రంగా ఉండటానికి ఈరోజే నిర్ణయం తీసుకోండి. ఇకపై ఆశలు, ప్రార్థనలు లేవు; కేవలం సాధించండి. మీ లక్ష్యం (ఆ మాటకొస్తే, ప్రతి ఒక్కరిదీ) జీవితంలో వీలైనంత త్వరగా ఆర్థిక స్వాతంత్ర్యం సాధించడం. దీనికి మీరు సంపాదించే ప్రతి డాలర్‌తో నిరంతర ఆర్థిక క్రమశిక్షణ అవసరం. మరలా, మీ జీవితాంతం మీ ఆదాయంలో 10, 15 లేదా 20 శాతం కూడా ఆదా చేయడం కీలకం. మీరు ఇప్పటికే అప్పుల్లో ఉన్నట్లయితే, మీ ఆదాయంలో 1 శాతం ఆదా చేయడం ద్వారా ప్రారంభించండి, ఆపై ఇది అలవాటు అయ్యే వరకు మిగిలిన 99 శాతంతో జీవించడానికి మిమ్మల్ని మీరు క్రమశిక్షణలో పెట్టుకోండి. నెలవారీ పొదుపు మొత్తాన్ని 2 లేదా 3 శాతానికి మరియు 10 శాతం లేదా శాతానికి పెంచండి. సమతుల్యతతో జీవించడానికి మిమ్మల్ని మీరు క్రమశిక్షణలో పెట్టుకోండి.

మీరు దీన్ని చేసే విధానం, బ్యాంక్‌కి వెళ్లి కొత్త బ్యాంక్ ఖాతాను తెరవడం–మీ ఆర్థిక స్వేచ్ఛ ఖాతా. ప్రతిరోజూ, మీరు ఇంటికి వచ్చినప్పుడు, మీ దగ్గర మిగిలిన చిల్లర, నగదును తీసుకొని మీ టేబుల్ మీద లేదంటే వంటగదిలో పెట్టిన 'ముంత'లో వేయండి. మీరు నెలకు 3,000$ సంపాదిస్తున్నారని అనుకుందాం. సరే, అందులో 1 శాతం 30$. ప్రతిరోజూ మీరు 1$ని కూజాలో వేస్తారు. ప్రతి నెలాఖరులో, ఖాతాలో డబ్బు వేయండి. మీకు కొంత స్పేర్ క్యాష్ వచ్చిన ప్రతిసారీ దాన్ని ఖాతాలో వేయండి. మీకు మరేదైనా ఆదాయం వచ్చిన ప్రతిసారీ, ఆ ఖాతాలో ఉంచండి. మీ అదనపు డబ్బు మొత్తాన్ని ఆ ఖాతాలో వేయండి. దానిని మెల్లమెల్లగా పెంచుకోండి. ఆశ్చర్యకరంగా, మీరు ఊహించిన దాని కంటే ఇది చాలా వేగంగా పెరగడం ప్రారంభమవుతుంది. ఇది ఖాతాను తెరవడంతోనే మీ పొదుపు ప్రారంభమవుతుంది.

'నేను ఖర్చును ఆస్వాదిస్తున్నాను' అనే ఆలోచన నుండి 'నేను పొదుపును ఆస్వాదిస్తున్నాను' అని మీ ఆలోచనను మార్చుకోవడం చాలా ముఖ్యమైన కీలకం. మీరు చిన్నతనంలో, మీకు డబ్బు వచ్చినప్పుడు, మీరు బహుశా చేసిన మొదటి పని బయటకు వెళ్లి మిఠాయి కొనడం. పెద్దవాళ్లుగా అయినప్పటికీ, మీరు ఇప్పటికీ ఆ చిన్ననాటి ప్రతిస్పందనకు అనుగుణంగానే ఉన్నారు. మీకు డబ్బు అందిన వెంటనే, మీరు బయటకు వెళ్లి మిఠాయిలు కొనాలని ఆలోచిస్తారు: విహారయాత్రకు వెళ్లడం, బట్టలు కొనడం, కారు కొనడం, రెస్టారెంట్‌కి వెళ్లడంలాంటి ఆలోచనలు కూడా చేస్తారు.

మీరు చాలామందిని అడిగి చూడండి. *"మీకు చాలా మొత్తం డబ్బు వస్తే మీరు ఏమి చేస్తారు?"* వారు, *"ఓహ్, నేను ఇక్కడికి వెళ్లి అలా చేస్తాను. నేను దీన్ని ఫలానా దాని కోసం ఖర్చు చేస్తాను, నేను ఫలానా దానిని కొనేస్తాను"* అని ఊదరగొట్టేస్తారు. వాళ్లు డబ్బును చెల్లాచెదురు చేస్తారు.

కాబట్టి మీ ఆలోచనను 'నేను ఖర్చు చేయాలనుకుంటున్నాను' నుండి 'నేను పొదుపును ఇష్టపడుతున్నాను' అనే దానికి మార్చుకోండి. 'నాకు డబ్బు భద్రపరచడం చాలా ఇష్టం. ప్రతి నెలా ఆ డబ్బు పెరగడం, మరింతగా పెరగడం నాకు చాలా ఇష్టం' అనుకోండి. మీరు అతి తక్కువ కాలంలో డబ్బుపట్ల మీ ఆలోచనా విధానాన్ని మార్చుకుంటారు. మీరు ఆర్థికంగా విజయవంతమైన వ్యక్తుల మాదిరిగా ఆలోచించడం ప్రారంభిస్తారు.

మీరు ఎక్కువగా ఖర్చు పెట్టవలసి వస్తే, దానిని ముప్పై రోజులు, అంతకంటే ఎక్కువ కాలం పాటు ఆలస్యం చేయండి. వాయిదా వేయండి. నేను ఇప్పటికే చెప్పినట్లుగా, కొన్నిసార్లు మీరు కొనుగోలును నిలిపివేసినప్పుడు, ఆ తర్వాత మీరు దానిని కొనుగోలు చేయడంపై ఆసక్తిని కోల్పోతారు.

మీరు పెట్టుబడి పెట్టే ముందు పరిశోధించండి. మూడింట రెండు వంతుల పెట్టుబడి విజయం తప్పులను నివారించడం ద్వారా వస్తుంది. డబ్బు సంపాదించడానికి మీరు పెట్టుబడి పెట్టినంత సమయం పెట్టుబడిని అధ్యయనం చేయడానికి కూడా వాడండి. నాకు తెలిసిన ప్రతి ధనవంతుడు, పెట్టుబడి పట్ల తగిన శ్రద్ధతో వ్యవహరిస్తాడు. వారు పెట్టుబడి పెట్టడానికి ముందు ప్రతి ఒక్క అంశాన్ని, ప్రాతినిధ్యాన్ని అధ్యయనం చేస్తారు. వారు ప్రతీదీ కూలంకుషంగా పరిశీలించి, ప్రతిదీ సరిగ్గా ఉందని నిర్ధారించుకున్న తర్వాత పెట్టుబడి పెడతారు. ఇది మనం విజయం సాధిస్తామని హామీ ఇవ్వదు, కానీ ఇది మనం పొరపాటు చేసే సంభావ్యతను నాటకీయంగా తగ్గిస్తుంది.

వీలైనంత ఎక్కువగా నగదు చెల్లించండి. మీ క్రెడిట్ కార్డ్‌లను వదిలించుకోండి. మీరు నగదు చెల్లించినప్పుడు, మీరు ఖర్చు చేస్తున్న మొత్తం చాలా ఎక్కువగా కనిపిస్తుంది. బాధాకరంగా ఉంటుంది. మెయిల్‌లో క్రెడిట్ కార్డులు పొందడం వల్ల చాలామంది యువకులు నేడు అప్పుల పాలవుతున్నారు. వారు వాటిని ఉచితంగా వచ్చే డబ్బుగా చూస్తారు; బిల్లులు ఇంటికి వచ్చే వరకు అది నిజమైన నగదు కాదు.

నా మిత్రుడు ఒకాయన యిలాగే తీవ్ర ఆర్థిక ఇబ్బందుల్లో పడ్డాడు. అతని క్రెడిట్ కార్డ్‌పై మొదటి నెల వడ్డీ సున్నా. రెండవ నెల, ఇది 31 శాతం, పెనాల్టీలు అదనం.

నేను ఇతర రోజు ఆర్థిక నిపుణుడి మాటలు వింటున్నాను. ఆమె ఇలా చెప్పింది, "మీ క్రెడిట్ కార్డ్‌పై మీకు మీ క్రెడిట్ కార్డ్ మీద $2,000 అప్పు ఉండి, మీరు కనీసం చెల్లింపు చేస్తే, అది 24 నుండి 31 శాతం వడ్డీతో పెరుగుతూ, దాన్ని చెల్లించడానికి మీకు తొమ్మిది సంవత్సరాలు పడుతుంది". తొమ్మిదేళ్లు!

క్రెడిట్ కార్డ్ రుణం ఎంత తీవ్రంగా ఉంటుందో ప్రజలకు తెలియదు.

W. క్లెమెంట్ స్టోన్ చెప్పిన విషయాన్ని గుర్తుంచుకోండి: "మీరు డబ్బును ఆదా చేయలేకపోతే, గొప్పతనానికి సంబంధించిన విత్తనాలు మీలో లేవు" అదే మీరు ఆదా చేయగలిగితే, మీరు మీ ఆర్థిక జీవితంలో విశేషమైన విషయాలను సాధించగలరు.

కష్టపడి పనిచేయడం

ఏడవ క్రమశిక్షణ 'కష్టపడి పనిచేయడం'. కష్టపడి పనిచేసే వ్యక్తిగా పేరు తెచ్చుకోవడమే మీ లక్ష్యం. థామస్ జెఫెర్సన్ చెప్పినట్లుగా, "మీరు ఎంత కష్టపడి పని చేస్తే అంత అదృష్టవంతులు అవుతారు".

అమెరికాలో సగటు పని వారం నలభై గంటలు అని చెబుతారు. నిజానికి ఇది ముప్పై రెండు గంటలు. అలా ఎందుకు? ఎందుకంటే వ్యక్తులు అధికారికంగా ఎనిమిది గంటలు పనిలో ఉన్నప్పటికీ, వారికి లంచ్, కాఫీ బ్రేక్‌ల కోసం ఒక గంట లేదా అంతకంటే ఎక్కువ సమయం ఉంటుంది. ఇంకా, సగటు వ్యక్తి సహోద్యోగులతో పనిలేకుండా కబుర్లు చెప్పడం, కాఫీ బ్రేక్‌లు, లంచ్‌లు, వ్యక్తిగత వ్యాపారం, వార్తాపత్రిక చదవడం, ఇంటర్నెట్‌లో సర్ఫింగ్ చేయడంలో 50 శాతం పని దినాన్ని వృధా పరుస్తాడు.

విజయం కోసం ఇక్కడ ఒక నియమం ఉంది: మీరు పని చేసే సమయంలో పని చేయండి. మీరు పనిలో ఉన్నప్పుడు, పని మాత్రమే చేయండి. ఇది పని సమయం అని గుర్తించండి. ఇది ఆట సమయం కాదు, ఇది పాఠశాల సమయం కాదు, ఇది కబుర్లు చెప్పుకునే సమయం కాదు. మీ తల దించుకుని, రోజంతా పని చేయండి.

మీరు ఇలా చేస్తే, మీరు మీ ఉత్పాదకత, పనితీరు, అవుట్‌పుట్‌ని రెట్టింపు చేస్తారు. మీరు మీ ఆదాయాన్ని రెట్టింపు చేస్తారు. మీరు ఆర్థికంగా విజయం సాధిస్తారు.

మీ పనిదినాన్ని పొడిగించడానికి, ఒక గంట ముందుగా ప్రారంభించండి. మీరు ఒక గంట ముందుగా వచ్చినట్లయితే, మీరు ట్రాఫిక్‌ను అధిగమిస్తారు. మీ రోజును ప్రారంభించడానికి, మీ క్లిష్టమైన ఉద్యోగాలను నియంత్రించడానికి, మీ ఫోన్ కాల్‌లు చేయడానికి, మీ ప్రణాళికలను అమలు చేయడానికి, ఆఫీసులో ఎవరూ లేనందున మీకు సమయం ఉంటుంది. మీకు అంతరాయం కలిగించడానికి ఎవరూ ఉండరు. లంచ్ అవర్ వరకూ పని చేయండి; సమయం వృథా చేయవద్దు.

చాలామంది వ్యక్తులు పనిని పాఠశాల పొడిగింపుగా భావిస్తారు. స్నేహితులతో కబుర్లు చెప్పుకోవడం, ఆఫీసు చుట్టూ తిరగడం, భోజనం చేయడం, కాఫీ తాగేందుకు గుమికూడడం వంటి పనులు చేస్తారు. లేదు, లేదు: పని సమయం అంటే పని సమయం, మీరు మీ పనిని ఎంత బాగా చేస్తే, మీ జీవితంపై మీకు అంత ఎక్కువ నియంత్రణ ఉంటుంది.

పనిగంటలు ముగిసిన తర్వాత అదనంగా ఒక గంట పని చేయండి. ఆఫీసులో నిష్క్రమించే చివరి వ్యక్తి మీరు అవ్వండి. మీ పని అంతా ముగించుకుని, మీ మరుసటి రోజు ప్లాన్ చేసుకోవడానికి అందరూ వెళ్లిన తర్వాత ఈ సమయాన్ని ఉపయోగించండి. చాలా కష్టపడి పనిచేసిన ఛైర్మన్ నేతృత్వంలోని పెద్ద కాంట్రాక్టరు కోసం ఒకసారి పనికి వెళ్ళాను. ఐదు గంటల ప్రాంతానికి, బాంబు బెదిరింపులు వచ్చినట్లుగా ఆ ప్రదేశం ఖాళీ అయిపోయింది. నేను 5:30 లేదా 6 వరకు పని చేస్తూనే ఉన్నాను. ఒక రోజు నేను హాలులోకి వెళ్లి, అక్కడ పని చేస్తున్న ఏకైక వ్యక్తి-800$ మిలియన్ల అధిపతిని చూసాను. నేను లోపలికి వెళ్లి, "ఎలా జరుగుతోంది?" అని అడిగాను.

"బ్రహ్మాండంగా వుంది" అని అన్నాడు.

"నేను మీకు సేవ చేయడానికి ఏదైనా మార్గం ఉందా?"

అతను చెప్పాడు, "నాకు ఈ పని ఉంది, దానిని చూసుకోవడానికి నాకు సమయం లేదు. మీరు నా కోసం చేయగలరా?" అన్నాడు.

నేను, "తప్పకుండా" అని చెప్పి వెంటనే ఆ పని పూర్తి చేసాను.

మరుసటి రోజు నేను వెళ్లినపుడు, ఛైర్మన్ ఇంకా అక్కడే ఉన్నాడు. మేము కూర్చుని కబుర్లు చెప్పుకున్నాము. మరుసటి సంవత్సరంలో, ప్రతి రోజు ముప్పై నుండి అరవై నిమిషాలు అతనితో గడిపాను; ప్రతిసారీ ఆయన నాకు కొత్త బాధ్యతలు ఇచ్చేవాడు. నేను మూడు విభాగాలను చూసుకుంటున్నాను. నా నియంత్రణలో

అరవై ఐదు మంది వ్యక్తులు ఉన్నారు. నేను ఒక సంవత్సరం ముందు సంపాదించిన దానికంటే ఐదు రెట్లు వేతనం పొందుతున్నాను. కష్టపడి పనిచేయడం మొదలుపెట్టాక నా జీవితమంతా మారిపోయింది. నిష్క్రమించే చివరి వ్యక్తి కావడం చాలా ముఖ్యం. అగ్ర భాగంలో వుండే వ్యక్తులందరూ ఇప్పటికీ అక్కడే ఉన్నారని, వారు అదనపు పనిని కూడా చేస్తున్నారని మీరు తెలుసుకుంటారు.

మూడు అదనపు గంటల పని: ముందుగా ఒక గంట అదనంగా పని చేయడం ప్రారంభించండి. మధ్యాహ్న భోజనం వరకు పని చేయండి. ఆఫీసు సమయం తర్వాత కూడా ఒక గంట అదనంగా పని చేయండి. ఇది ఆరు నుండి ఎనిమిది గంటల అదనపు ఉత్పాదకతకు దారి తీస్తుంది. ఇది మిమ్మల్ని మీ కంపెనీలో అత్యంత ఉత్పాదక వ్యక్తిగా చేస్తుంది. మిమ్మల్ని మీరు ప్రశ్నించుకోండి. 'ప్రస్తుతం నా సమయంలో అత్యంత విలువైన ఉపయోగం ఏమిటి?' మీ సమాధానం ఏమైనప్పటికీ, ప్రతిరోజూ ఒక గంట దానిపై పని చేయండి. మీ ప్రాధాన్యతలు మారినప్పుడు, ఆ సమాధానం మారవచ్చు. ఇప్పుడు మీ సమయాన్ని అత్యంత విలువైన పని చేయడం కోసం వినియోగించండి.

పని ప్రపంచంలో ఎక్కువ సమయం వృధా చేసేది ఏది? ఇతరులు. ఇతర వ్యక్తులు మాట్లాడాలనుకుంటారు; వారి జీవితాల్లో పెద్దగా ప్రణాళికలు ఏమీ లేవు, కాబట్టి వారు మీతో కొంచెం కబుర్లు చెప్పాలనుకుంటారు. ఎవరైనా మీ దగ్గరకొచ్చినా, మీకు అంతరాయం కలిగించినా, మీరు వారితో ఇలా చెప్పాలి, "వచ్చినందుకు ధన్యవాదాలు, అయితే నేను కాస్త పనిలో ఉన్నాను". కంపెనీలో ఎల్లప్పుడూ పనిలో ఉండే వ్యక్తిగా పేరు పొందండి. ఇతరులు మిమ్మల్ని ఇబ్బంది పెట్టడం, మీ సమయాన్ని వృధా చేయడం మానేస్తారు.

నిరంతర అభ్యాసం

క్రమశిక్షణ ఎనిమిది 'నిరంతర అభ్యాసం'. గుర్తుంచుకోండి, మరింత సంపాదించడానికి, మీరు మరింత నేర్చుకోవాలి. జిమ్ రోన్ "మీ పనిలో మీరు ఎంత కష్టపడి పని చేస్తారో అదే విధంగా మీ గురించి కూడా కష్టపడి పనిచేయండి" అని చెబుతాడు. ప్రతిరోజూ ముప్పై నుండి అరవై నిమిషాలు మీ రంగం గురించిన సమాచారం చదవండి. ఇది వారానికి ఒక పుస్తకం, సంవత్సరానికి యాభై పుస్తకాలుగా రూపొందుతుంది. మీరు మరొక ప్రదేశానికి డ్రైవ్ చేస్తున్నప్పుడు మీ కారులో ఆడియో ప్రోగ్రామ్‌లను వినండి: ఇది సంవత్సరానికి అదనంగా ఐదు వందల నుండి వెయ్యి గంటల వరకు ఉంటుంది.

సెమినార్‌లకు హాజరవ్వండి, మీ రంగంలోని నిపుణులు ఇచ్చిన కోర్సులను తీసుకోండి. ఒక కోర్సు నుండి వచ్చే ఒక ఆలోచన మీకు సంవత్సరాల కష్టాన్ని ఆదా చేస్తుంది.

పట్టుదల = స్వీయ క్రమశిక్షణ

ప్రతికూల పరిస్థితులను ఎదుర్కొనేందుకు పట్టుదల మీకు స్వీయ క్రమశిక్షణతో అలవాటు పడుతుంది: మీరు ఏ విధంగా భావించినా, మీ పనులను 100 శాతం పూర్తి చేయడానికి మిమ్మల్ని మీరు ముందుకు నడిపించండి.

ధైర్యం రెండు భాగాలుగా ఉంటుంది. మొదటి భాగం ప్రారంభించడానికి. విజయానికి హామీ లేకుండా వున్నపుడు ముందుకు సాగడానికి ధైర్యం. రెండవ భాగం, మీరు నిరుత్సాహంగా వున్నపుడు, అలసిపోయినప్పుడు, నిష్క్రమించాలనుకున్నప్పుడు సహించే ధైర్యం. మీ పట్టుదల మీపై మీకున్న నమ్మకాన్ని, మీలో విజయం సాధించే సామర్థ్యాన్ని కొలవడం. మీరు చేస్తున్న పనిలో గొప్పతనం గురించి మీరు ఎంత ఎక్కువగా విశ్వసిస్తే, అంత ఎక్కువ పట్టుదలతో ఉంటారు. మీరు ఎంత ఎక్కువ పట్టుదలతో ఉంటారో, మీపైనా, మీరు చేస్తున్న పనులపైనా అంత ఎక్కువ నమ్మకంతో ఉంటారు.

ఈ సూత్రాలు తిప్పి చెప్పుకోవచ్చు. పట్టుదల అనేది వాస్తవానికి స్వీయ-క్రమశిక్షణతో పని చేయడం. మీరు నిష్క్రమించాలని, వదులుకోవాలని భావిస్తున్నప్పటికీ, మీరు పట్టుదలతో ఉన్నప్పుడు మీ స్వీయ-క్రమశిక్షణను ప్రదర్శిస్తారు. స్వీయ-క్రమశిక్షణ స్వీయ-గౌరవానికి దారితీస్తుంది. వ్యక్తిగత శక్తి యొక్క గొప్ప భావం అనేది ఎక్కువ పట్టుదలకు దారితీస్తుంది. ఇది పైకి ప్రదర్శించినపుడు మరింత ఎక్కువ స్వీయ-క్రమశిక్షణకు దారితీస్తుంది.

నెపోలియన్ హిల్ ఇలా అన్నాడు, "ఉక్కుకు కార్బన్ ఎలా ఉంటుందో పురుషుడు లేదా స్త్రీలకు పట్టుదల ఉంటుంది". మీరు నిష్క్రమించాలని ఆలోచించినప్పుడు పట్టుదలతో ఉండటం ద్వారా మిమ్మల్ని మీరు గొప్ప బలమైన వ్యక్తిగా మార్చుకుంటారు. మీరు మీ స్వంత వ్యక్తిత్వం అభివృద్ధిపై పూర్తి నియంత్రణను తీసుకుంటారు. చివరికి, మీరు ఎదురులేనివారు అవుతారు.

ప్రయోజనాలు

మీ జీవితంలోని ప్రతి విషయంలోనూ స్వీయ-క్రమశిక్షణను పాటించడం వల్ల కలిగే ప్రయోజనాలు చాలా ఉన్నాయి. వాటిలో కొన్ని :

1. స్వీయ-క్రమశిక్షణ యొక్క అలవాటు జీవితంలో మీ విజయానికి వాస్తవంగా హామీ ఇస్తుంది. మీకూ, మీతో పనిచేసిన వాళ్లకూ కూడా.
2. మీరు ఏ ఇతర నైపుణ్యం కంటే కూడా క్రమశిక్షణతో మరింత వేగంగా పనులను పూర్తి చేస్తారు. దానిలో అధిక నాణ్యతను కలిగి ఉంటారు.
3. మీరు ఎక్కడికి వెళ్లినా మీకు ఎక్కువ జీతం, పదోన్నతి లభిస్తుంది.
4. మీరు స్వీయ నియంత్రణ, స్వీయ-విశ్వాసం, వ్యక్తిగత శక్తిని ఎక్కువగా అనుభవిస్తారు.
5. ఆత్మగౌరవంతో వుంటారు. మీ వ్యక్తిగత గౌరవానికి స్వీయ-క్రమశిక్షణ కీలకం.
6. మీ స్వీయ-క్రమశిక్షణ ఎంత ఎక్కువగా ఉంటే, మీ ఆత్మవిశ్వాసం అంత ఎక్కువగా ఉంటుంది. వైఫల్యం, తిరస్కరణపై మీ భయం తక్కువగా ఉంటుంది; ఏదీ మిమ్మల్ని ఆపలేదు.
7. స్వీయ-క్రమశిక్షణతో, మీరు విజయం సాధించే వరకు అన్ని అడ్డంకులను అధిగమించడానికి మీకు బలం ఉంటుంది.

మీ జీవితంలోని ప్రతి విషయంలోనూ స్వీయ-క్రమశిక్షణను అభ్యసించడానికి ఈరోజు ప్రారంభించండి. ఊపిరి పీల్చుకోవడం, ఊపిరి వదలడం మాదిరిగా మీకు తెలియకుండానే మీరు చేస్తారు. మీరు వచ్చే వరకు పట్టుదలతో సాధన చేయండి. మీరు పూర్తి స్వీయ-క్రమశిక్షణ కలిగిన వ్యక్తిగా మారినప్పుడు, మీ భవిష్యత్తుకు హామీ లభిస్తుంది.

11

సవాళ్లు స్వీకరించడం

కొన్నిసార్లు సమస్యలే జీవితంలో మొదటి స్థానంలో ఉన్నట్లు అనిపిస్తుంది. ఒకటి పరిష్కారం జరిగిన వెంటనే దాని స్థానంలో మరొకటి కనిపిస్తుంది. ప్రక్రియ అంతులేనిదిగా అనిపిస్తుంది. అన్ని ఆచరణాత్మక అంశాలలో, బహుశా యిలాగే ఉంటుంది. వారు ఎవరైనా, ఏమి చేసేవాగైనా ప్రతి వ్యక్తీ సమస్యలు, ఇబ్బందులు, ఊహించని తిరోగమనాలు, సంక్షోభాలను ఎదుర్కొంటారు. అది వారి సమతుల్యతను దెబ్బతీస్తుంది. తరచుగా వారి మనుగడకు ముప్పు కలిగిస్తుంది. అందుకే విజయం కోసం మీరు పొందవలసిన ముఖ్యమైన నైపుణ్యాలలో సమస్య పరిష్కారం ఒకటి.

ప్రతి వ్యాపారానికి ప్రతి రెండు, మూడు నెలలకు ఒకసారి సంక్షోభం ఉంటుందని అంచనా వేయబడింది. అది త్వరగా, సమర్థవంతంగా వ్యవహరించకపోతే, వ్యాపార మనుగడకు ముప్పు వాటిల్లుతుంది. అదేవిధంగా, ప్రతి వ్యక్తికి ప్రతి రెండు, మూడు నెలలకు ఒక సంక్షోభం ఉంటుంది – ఇది వ్యక్తిగత, ఆర్థిక, కుటుంబ, ఆరోగ్య విషయాలతో సంబంధం కలిగి ఉంటుంది. ప్రయాణం కష్టమైనా ముందుకు కదలటం ముఖ్యం. కష్టసమయాల్లో చేసిన ప్రయాణమే ఇతరులకు మీపట్ల ఆకర్షణ కలిగిస్తుంది. గ్రీకు తత్వవేత్త ఎపిక్టెటస్ ఒకసారి చెప్పినట్లుగా, "పరిస్థితులు మనిషిని తయారు చేయవు. అవి మనిషి నిజమైన స్వరూపాన్ని అతనికీ, ఇతరులకు కూడా బహిర్గతం చేస్తాయి"

1934–1961 మధ్య, చరిత్రకారుడు ఆర్నాల్డ్ టోయిన్బీ తన పన్నెండు-వాల్యూమ్ సిరీస్, ఎ స్టడీ ఆఫ్ హిస్టరీని వ్రాసాడు. దీనిలో అతను మూడు వేల సంవత్సరాలలో ఇరవై ఆరు నాగరికతల పెరుగుదల, వాటి పతనాలను పరిశీలించాడు. ఆ సామ్రాజ్యాల జీవిత చక్రాలలో అతను కనుగొన్న వాటిలో చాలా

వరకు పెద్ద, చిన్న – వ్యాపారాలు, పరిశ్రమల పెరుగుదల, పతనం. ఇది కేవలం వాటికే కాకుండా వ్యక్తులకు కూడా వర్తిస్తుంది.

ప్రతి నాగరికత, అకస్మాత్తుగా బయటి నుండి వచ్చిన సవాలును ఎదుర్కొన్న ఒక చిన్న తెగ లేదా వ్యక్తుల సమూహంగా ప్రారంభమైందని, ఇది సాధారణంగా శత్రు తెగల నుండి వచ్చిన దాడిగా వుంటుందని టోయిన్‌బీ కనుగొన్నాడు. ఈ బాహ్య ముప్పును ఎదుర్కోవటానికి, నాయకుడు తక్షణమే పునర్వ్యవస్థీకరణ, మనుగడ కోసం సమర్థవంతంగా స్పందించాలి. నాయకుడు సరైన నిర్ణయాలు తీసుకుంటే, సరైన చర్యలు తీసుకుంటే, తెగ ఎదురైన సవాలును ఎదుర్కొంటుంది, శత్రువును ఓడించి, ప్రక్రియలో అభివృద్ధి చెందుతుంది, అదే సమయంలో బలపడుతుంది. అలా బలపడటంలో, తెగ మరొక పెద్ద శత్రు తెగతో ఢీకొంటుంది లేదా ఘర్షణకు దారి తీస్తుంది. తద్వారా మరొక సవాలును సృష్టిస్తుంది. నాయకులు, తమ తెగ వారికి ఎదురయ్యే అనివార్య సవాళ్లను అధిగమించడానికి ఎదగడం కొనసాగించినంత కాలం, వారు మనుగడ సాగిస్తూనే ఉంటారు. బయటి నుండి వారు ఎదుర్కొంటున్న సవాళ్లను ఎదుర్కొన్నంత కాలం నాగరికతలు పెరుగుతూనే ఉన్నాయని టాయిన్‌బీ కనుగొన్నాడు. అలా చేయలేనప్పుడు ఎటువంటి నాగరికత అయినా క్షీణించడం ప్రారంభించింది. Toynbee దీనిని నాగరికత యొక్క సవాలు ప్రతిస్పందన సిద్ధాంతం అని పిలిచారు.

ఈ సూత్రాలు మీ వ్యక్తిగత జీవితానికి కూడా వర్తిస్తాయి. మీరు వ్యాపారం ప్రారంభించినప్పటి నుండి, మీరు అన్ని రకాల సమస్యలు, ఇబ్బందులు, వైఫల్యాలు, సవాళ్లను ఎదుర్కొంటారు. మీరు ఒక సమస్యను పరిష్కరిస్తే, మరొక సమస్య సిద్ధంగా ఉంటుంది. అది తరచుగా మరింత పెద్దది, మరింత క్లిష్టంగా ఉంటుంది. మీ వ్యక్తిగత స్థాయి బాధ్యత మీ మనుగడ, విజయం, ఆరోగ్యం, ఆనందం, శ్రేయస్సును నిర్ణయిస్తుంది. మీ ప్రతిస్పందనలోనే అన్నీ ఉన్నాయి.

సమస్యలెపుడూ ఊహించకుండానే వస్తాయని టోనీబీ అంటాడు. ఎలా వస్తాయో ఎవరూ ఊహించలేరు. వాటి కోసం ఎవరూ సిద్ధంగా ఉండరు: వారు చేయగలిగిన ఒకే ఒక్క విషయం సమస్యను ఎదుర్కోవడం. మన ప్రతిస్పందనలోనే అంతా ఉంది.

మీకు ఏం జరిగిందనేది కంటే, దానిని మీరు ఎలా పరిష్కరించారన్నది ముఖ్యమైనది. విపత్తుల సమయంలో ప్రభావవంతంగా వ్యవహరించడం ద్వారా మీ పూర్తి సామర్థ్యాన్ని గ్రహించి, మీరు చేయగలిగినదంతా చేయడానికి ఏకైక మార్గం. రోజువారీ జీవితంలో అనివార్యమైన సంక్షోభాలను సమర్థవంతంగా ప్రతిస్పందించడం అనేది మీ అన్ని లక్ష్యాలను సాధించడానికి ఏకైక మార్గం.

మంచి వార్త ఏమిటంటే ప్రస్తుతం, మీకు ఎదురయ్యే ఎలాంటి సమస్య లేదా సంక్షోభాన్ని ఎదుర్కోవడానికి అవసరమైన ప్రతిదీ మీలోనే ఉంది. సమస్యకు పరిష్కారాన్ని కనుగొనడంలో మీ తెలివితేటలు, సృజనాత్మకతను ఉపయోగించడం ద్వారా మీరు పరిష్కరించలేని సమస్య ఏదీ లేదు. మీలో దృఢ నిశ్చయం, పట్టుదలతో ఉంటే మీరు అధిగమించలేని అడ్డంకి ఉండదు.

ప్రశాంతంగా ఉండండి

విపత్తు సమయాన్ని ఎదుర్కోవటానికి మొదటి నియమం ప్రశాంతంగా ఉండటమే. మీకు అకస్మాత్తుగా ఎదురుదెబ్బ తగిలినప్పుడు, మీరు స్థిమితంగా వుండి, మీ ఆలోచనలను, భావాలను నియంత్రణ చేసుకోవడం కోసం, మీ పనితీరును స్థిరంగా వుంచుకోవడం మీరు చేయవలసిన మొదటి పని. పరిస్థితులు అస్తవ్యస్తంగా ఉన్నప్పుడు, సహజంగా మనం అతిగా స్పందించడం, ప్రతికూలంగా స్పందించడం అనేది మామూలుగా ఉంటుంది. మీకు కోపం రావచ్చు, దిగులు కలగొచ్చు లేదంటే భయపడవచ్చు. ఒత్తిడితో కూడిన ఆలోచనలు, ప్రతికూల భావోద్వేగాలు మీ మెదడులోని ప్రధాన భాగాలను వెంటనే మూసివేయడం ప్రారంభిస్తాయి. మీ నియోకార్టెక్స్-మీ మెదడులోని ఆలోచనా భాగం-మీరు విశ్లేషించడానికి, అంచనా వేయడానికి, సమస్యలను పరిష్కరించడానికి, నిర్ణయాలు తీసుకోవడానికి ఉపయోగిస్తారు.

పరిస్థితులు విషమంగా ఉన్నప్పుడు మీరు అత్యంత జాగత్త వహించి, మీ మానసిక, భావోద్వేగ నియంత్రణలను నియంత్రించలేకపోతే మీరు స్వయంచాలకంగా ఫైట్-అర్-ఫ్లైట్ ప్రతిచర్యను ఆశ్రయిస్తారు. మీరు భావోద్వేగాలతో స్పందించడం ప్రారంభిస్తారు. ఎందుకంటే మీరు ప్రశాంతంగా, స్పష్టంగా ఆలోచించే సామర్థ్యాన్ని కోల్పోతారు.

స్వయంచాలకంగా, అనాలోచితంగా కలిగే ప్రతిస్పందనలను నిరాకరించడం అనేది సంక్షోభంలో ఉన్నపుడు ప్రశాంతంగా ఉండేందుకు మొదటి మార్గం. మీకు కలిగే సంక్షోభం, మిమ్మల్ని పరీక్షించటానికి అని ఊహించుకోండి. ఈ సంక్షోభానికి మీరు ఎలా ప్రతిస్పందిస్తారో తెలుసుకోవటానికి అందరూ ఎదురు చూస్తున్నారని ఊహించుకోండి. మీరు సంక్షోభాన్ని ప్రశాంతంగా ఎదుర్కోవటం అనేది మీరు యితరులకు ఒక ఉదాహరణగా, వారికి ఒక పాఠం చెబుతున్నట్లుగా వుంటుందని తెలుసుకోండి. గుర్తుంచుకోండి, సంక్షోభానికి మీ ప్రతిస్పందన అనేది మీకు జరిగే అగ్నిపరీక్ష వంటిది.

ప్రతికూల భావోద్వేగాలకు ప్రధాన కారణం నిరాశపరిచిన అంచనాలు: మీరు ఒక విషయం ఒక నిర్దిష్ట మార్గంలో జరుగుతుందని ఊహించారు. కానీ అందుకు పూర్తిగా వ్యతిరేకంగా జరిగింది. ప్రతికూల భావోద్వేగం యొక్క రెండు రూపాలు ప్రేరేపించబడతాయి: అవి మన పాత శత్రువులు. 'వైఫల్య భయం' 'తిరస్కరణ భయం'. వీటిలో ఏదైనా మన కోపానికి, నిరాశకు, దిగులుకు కారణం కావచ్చు. మీ ఆరోగ్యం కూడా దెబ్బ తినవచ్చు.

డబ్బు, కస్టమర్‌లు, సమాజంలో మన స్థానం, కీర్తి, ఎదుటివాడు ఎదిగిపోవడం లాంటి సంభావ్య నష్టాలు జరిగినప్పుడు మనం వైఫల్య భయాన్ని పొందుతాం. ఏదైనా తప్పు జరిగినప్పుడు మీరు తిరస్కరణ భయాన్ని (విమర్శలు, అసమ్మతి భయాలు వంటివి) అనుభవిస్తారు. మీరు సమర్థులు కానట్లు అనుకుంటారు. మీ గురించి ఇతరులు చెడుగా మాట్లాడుకుంటున్నారని అనుకుని క్రుంగిపోతారు.

మీ ఆలోచనలు, భావోద్వేగాలు, చర్యలు ఎక్కువగా మీ వివరణాత్మక శైలిని బట్టి నిర్ణయించబడతాయి: అంటే మీరు విషయాలను అర్థం చేసుకునే విధానం. సానుకూల లేదా ప్రతికూలమైన మీ భావోద్వేగాలలో పూర్తిగా 95 శాతం, మీ చుట్టూ జరుగుతున్న విషయాలను మీరు అర్థం చేసుకునే విధానం వల్ల కలుగుతాయి. మీ మనస్సులో వేలాది ఆలోచనలు పుడుతున్నప్పటికీ, ఒక సమయంలో ఒక ఆలోచన మాత్రమే కలిగి ఉంటుంది. ఆ ఆలోచనను ఎంచుకోవడానికి మీరు ఏ క్షణమైనా స్వేచ్ఛగా ఉంటారు.

ఇక్కడ ఒక ఉదాహరణ చూద్దాం: 'సమస్య' లేదా 'సంక్షోభం' అనే పదాన్ని ఉపయోగించకుండా, 'పరిస్థితి' అనే పదాన్ని ఉపయోగించండి. 'సమస్య' ప్రతికూలంగా ఉంటుంది, కానీ 'పరిస్థితి' తటస్థంగా ఉంటుంది. "మనం ఇక్కడ ఒక ఆసక్తికరమైన పరిస్థితిని ఎదుర్కొంటున్నాము" అనే ఆలోచన మిమ్మల్ని, మీ చుట్టూ వున్న వారినీ ప్రశాంతంగా ఉంచుతుంది.

'సవాలు' అనే పదాన్ని ఉపయోగించండి, ఇది యింకా బాగుంటుంది: "ఇది మనం ఊహించని ఒక ఆసక్తికరమైన సవాలు" అని చెప్పండి లేదంటే, "ఇది మనకు మంచి అవకాశం" అనుకోండి. ఈ పదాలను ఉపయోగించడం వలన మీ మనస్సు సానుకూలంగా, సృజనాత్మకంగా ఉండటమే కాకుండా, మిమ్మల్ని పూర్తి నియంత్రణలో ఉంచుతుంది.

విపత్తును తిరస్కరించడం ద్వారా ప్రశాంతంగా ఉండండి. కొన్ని విషయాలు మొదట్లో కనిపించినంత చెడ్డవిగా రానురాను కనిపించవు. అటువంటి విపత్తులో

చిక్కుకున్న యితరులను అడగండి. వారు చెప్పేది ఓపికగా వినండి. జీవిత భాగస్వామితో, లేదంటే ఆత్మీయమైన స్నేహితుడితో సమస్య గురించి మాట్లాడటం మిమ్మల్ని ప్రశాంతంగా ఉంచుతుంది.

మీరు ఎదుర్కొనే ప్రతి సమస్యలోనూ మీకు ప్రయోజనం కలిగించేది ఏదో ఒకటి వుంటుంది. ఎదుర్కునే పరిస్థితిలో మీకు కావాల్సిన దానిని గమనించేందుకు, దాని ద్వారా విలువైన పాఠాలను నేర్చుకునేందుకు మిమ్మల్ని మీరు క్రమశిక్షణలో ఉంచుకుంటే గనుక మీరు ప్రశాంతంగా, సానుకూలంగా, ఆశాజనకంగా ఉంటారు.

నమ్మకంతో స్థిరంగా ఉండండి

క్లిష్ట పరిస్థితులలో నైపుణ్యం సాధించడానికి మరొక కీలకమైన మార్గం మీ సామర్థ్యాలపై నమ్మకంతో ఉండటం. ఊహించని విపత్తుకు సహజమైన ప్రతిచర్య ఏమిటంటే, భావోద్వేగంతో ఆశ్చర్యపోవడం, కోపంగా తెచ్చుకోవడం. ఇది సాధారణమైనప్పటికీ, ఎలాంటి సవాలునైనా ఎదుర్కోగల సామర్థ్యం మీకు ఉందని గుర్తుంచుకోండి.

మిమ్మల్ని మీరు నచ్చజెప్పుకోండి. సానుకూల ఆలోచనలతో మాట్లాడండి. మీ ఆత్మవిశ్వాసాన్ని పునర్నిర్మించుకోనడానికి, 'నన్ను నేను ఇష్టపడుతున్నాను', 'నేను దేనినైనా చేయగలను' 'ఏ సమస్యనైనా నేను పరిష్కరించగలను' వంటి విషయాలను మీకు మీరుగా చెప్పుకోండి. వైఫల్యం భయంతో కలిగిన ప్రతికూల భావాలను పదే పదే సానుకూల మాటలు చెప్పడం ద్వారా వాటిని తటస్థీకరించవచ్చు. 'నేను దీన్ని చేయగలను' 'నేను దీన్ని చేయగలను' 'నేను దీన్ని జాగ్రత్తగా చూసుకోగలను'. సానుకూలంగా మాట్లాడండి. మీరు మనసు పెడితే ఏ పనైనా చేయగలరని మీకు మీరే చెప్పండి. మీరు పరిష్కరించలేని సమస్య ఏదీ లేదని చెప్పుకోండి.

వర్రీ బస్టర్ ఫార్ములా

ఏదైనా సంక్షోభం లేదా సమస్యను ఎదుర్కోవడానికి ఒక అద్భుతమైన మార్గం ఉంది. దీనిని వర్రీ బస్టర్ ఫార్ములా అంటారు. ప్రతి పరిస్థితిలో దాన్ని ఉపయోగించండి. ఇది నాలుగు భాగాలుగా ఉంటుంది:

1. సమస్యను స్పష్టంగా, వీలైతే వ్రాతపూర్వకంగా, తెలుసుకోండి. సమస్యలను స్పష్టంగా తెలుసుకోగలిగితే వాటిని ముందుగానే పరిష్కరించవచ్చని గమనించండి. 'ఖచ్చితమైన రోగనిర్ధారణ చేయటమే సగం రోగ నివారణ' అని వైద్యులు చెబుతుంటారు.

కంపెనీలో మాకు ఏదైనా సవాలు ఎదురైనప్పుడు, నేను తరచుగా అందరినీ కూర్చోబెట్టి, "సరే, ఇదీ పరిస్థితి, ఏం చేద్దాం?" అని అడుగుతాను. మేము దానిని ఫ్లిప్ చార్ట్ లేదా వైట్‌బోర్డులో వ్రాస్తాము. అలా రాస్తున్నపుడు, ఇలా అంటారు, "అవును అదే; అబ్బే అది కాదు; అలా యేం కాదు; అయితే మరి దీని గురించి ఏమిటి?". పరిస్థితి స్పష్టం అయ్యేవరకూ మేము దానిని రాస్తూ వుంటాం; ఒకసారి స్పష్టం అయ్యిందంటే, 50 శాతం స్పష్టమైన పరిష్కారం దొరుకుతుంది. తిరిగి పనిలో పడిపోతాం.

2. మిమ్మల్ని మీరు ప్రశ్నించుకోండి. ఈ సమస్య పరిష్కారం కాకపోతే అత్యంత చెడు ఫలితం ఏమిటి? ఆ పై జరిగేదేమిటి? ప్రతి విషయాన్నీ తెలుసుకోండి: మీ డబ్బును కోల్పోతారా, మీ సమయం కోల్పోతారా, మీ ఖాతాదారుణ్ణి నష్టపోతారా, మీ వ్యాపారాన్ని కోల్పోతారా? స్పష్టంగా, నిజాయితీగా జరిగే చెడు ఫలితాన్ని గుర్తించండి.

3. చెడు సంభవించినట్లయితే దానిని అంగీకరించాలని నిర్ణయించుకోండి. "సరే, ఇది జరిగితే, జరగనీ, నా ప్రాణం పోదుగా" అని భావించండి. మీరు చెడును అంగీకరించాలని నిర్ణయించుకున్న తర్వాత, మీ మనస్సు స్పష్టంగా, ప్రశాంతంగా మారుతుంది. మీరు భవిష్యత్తు గురించి ఆలోచించడం ప్రారంభించవచ్చు, ఎందుకంటే మీ ఒత్తిడి అంతా పోయింది.

4. చెడును మెరుగుపరుచుకోవడానికి వెంటనే పని ప్రారంభించండి. ఈ పరిస్థితిని ఎదుర్కోవడానికి మీరు ప్రస్తుతం ఏమి చేయవచ్చు? ఏది ఏమైనప్పటికీ, సాధ్యమయ్యే చెడు పర్యవసానాలను తగ్గించడంపై ఏకాగ్రతతో దృష్టి కేంద్రీకరించండి. మీరు పరిస్థితిపై పూర్తి మానసిక నియంత్రణలోకి తిరిగి వస్తారు. ఆందోళనకు ఏకైక నిజమైన విరుగుడు మీ లక్ష్యాల దిశలో దృష్టి కేంద్రీకరించడమే.

ఆత్మవిశ్వాసం, ఆత్మగౌరవం మీ లక్ష్యాల వైపు ముందుకు సాగే భావన నుండి వస్తాయి. మీ సమస్యలకు పరిష్కారాల పనిలో చాలా బిజీగా ఉండండి. ఏమి జరిగిందో అనే విషయంపై, ముఖ్యంగా మీరు మార్చలేని విషయాల గురించి ఆందోళన చెందడానికి, మీకు సమయం ఉండదు. అప్పుడు ముందుకు సాగండి.

నాయకుల లక్షణాలు

యుగాలుగా నాయకుల యొక్క అత్యంత సాధారణ లక్షణం 'దృష్టి'. నాయకులు, తమ ప్రయాణం ఏ విధంగా ఉండాలనుకుంటున్నారు, భవిష్యత్తులో వారు ఏమి

సాధించాలనుకుంటున్నారు అనే దాని గురించి స్పష్టమైన, ఉత్తేజకరమైన దృష్టిని (ముందు చూపు) కలిగి ఉంటారు.

నాయకుల రెండవ అత్యంత సాధారణ లక్షణం 'ధైర్యం'. అందరూ భయపడుతుంటూ వుంటారనేది వాస్తవం. మనందరికీ చిన్న, పెద్ద, దాచిన, బహిర్గతమైన వివిధ రకాల భయాలు ఉంటాయి. మార్క్ ట్వైన్ చెప్పినట్లుగా, "ధైర్యం భయంపై ప్రతిఘటన, భయం మీద నియంత్రణ - భయం లేకపోవడం కాదు." వైఫల్యం అనే భయం యొక్క చెడు ప్రభావంవల్ల ఒక్కోసారి పక్షవాతం రావచ్చు. ప్రజలు ఎమోషనల్ షాక్ స్థితిలోకి వెళతారు. ఎమర్సన్ ఒకసారి ఇలా వ్రాశాడు, "మీరు విజయం సాధించటానికి, మీ భయాలను ఎదుర్కోవటానికి సిద్ధంగా ఉండాలి. మీరు భయపడే పనిని చేసారంటే, భయం మరణించిందన్న మాటే." మీరు మీ భయాలను ఎదుర్కోవడం, భయపడే పనులను చేయడం ద్వారా మీలో ధైర్యాన్ని పెంపొందించుకుంటారు.

వ్యాపారంలోనూ, వ్యక్తిగత జీవితంలోనూ, అత్యంత ప్రబలమైన భయం 'ఘర్షణ భయం'. మీ జీవితంలో కష్టతరమైన వ్యక్తులను ఎదుర్కోవడానికి, పరిస్థితిని పరిష్కరించుకోపడానికి మీరు ధైర్యాన్ని పెంపొందించుకోవాలి. అదృష్టవశాత్తూ, మీరు ధైర్యంగా వ్యవహరించడం ద్వారా ధైర్యాన్ని పెంపొందించుకోవచ్చు. మీరు భయపడే పనిని చేసినప్పుడు, మీరు మరింత ధైర్యంగా ఉంటారు. జీవితంలో, ధైర్యం అనేది 'ధైర్య ప్రవర్తన'ను కలిగిస్తుంది. ఎమర్సన్ చెప్పినట్లుగా, "పని చేయండి, మీకు అధికారం ఉంటుంది". ఒక వృద్ధుడు తన మనవడితో ఇలా అన్నాడు, "ధైర్యంగా వ్యవహరించు, అదృశ్య శక్తులు నీకు సహాయం చేస్తాయి" రచయిత్రి డోరోథియా బ్రాండే ఒకసారి వ్రాసింది, ఆమె అందుకున్న అతి ముఖ్యమైన సలహాలలో ఒకటి: "విఫలం కావడం అసాధ్యం అన్నట్లుగా పని చేయండి. అది తప్పక జరుగుతుంది"

వాస్తవిక సూత్రం

జనరల్ ఎలక్ట్రిక్ కంపెనీ దివంగత ప్రెసిడెంట్ జాక్ వెల్చ్ అన్నాడు, 'నాయకత్వ సూత్రాలన్నింటిలో అత్యంత ముఖ్యమైనది వాస్తవిక సూత్రం': ప్రపంచాన్ని మీరు కోరుకున్నట్లుగా కాకుండా ప్రస్తుతం ఉన్నట్లుగా దానిని ఎదుర్కోవడం. ఏదైనా క్లిష్ట పరిస్థితిలో, మీరు ప్రశ్నించుకోండి, వాస్తవం ఏమిటి?

ITT ని \$560 బిలియన్ల అంతర్జాతీయ సమ్మేళనంగా నిర్మించిన ఎగ్జిక్యూటివ్ హెరాల్డ్ జెనీన్, 'సమస్యలను పరిష్కరించడానికి అత్యంత ముఖ్యమైన అంశం వాస్తవాలను గ్రహించడం' అని అన్నారు. మీరు నిజమైన వాస్తవాలను

తెలుసుకోవాలి. ఎవరో చెప్పుకునే వాస్తవాలు, ఊహించిన వాస్తవాలు, ఆశించిన వాస్తవాలు, ఊహాత్మక వాస్తవాలు కాదు. ఏదైనా జరిగితే, ప్రత్యేకించి అది మార్చలేని గతం తాలూకూ సంఘటన అయితే, అది వాస్తవాల వర్గంలోకి వస్తుంది.

మీరు మీ జీవితంలో లేదా వ్యాపారంలో సంక్షోభ సమయాన్ని ఎదుర్కొన్నప్పుడల్లా, టైమ్-అవుట్ పరిధిలోనికి రండి. మీరు పొందగలిగే మొత్తం సమాచారంపై దృష్టి పెట్టండి. ప్రశ్నలు అడగండి, సమాధానాలను జాగ్రత్తగా వినండి. సరిగ్గా పరిస్థితి ఏమిటి? ఏం జరిగింది? అది ఎలా జరిగింది? ఇది ఎప్పుడు జరిగింది? ఎక్కడ జరిగింది? వాస్తవాలు ఏమిటి? అవి ఖచ్చితమైనవని మనకు ఎలా తెలుసు? ఎవరి ప్రమేయం ఉంది? కొన్ని పనులు చేయడం లేదా చేయకపోవడానికి ఎవరు బాధ్యత వహిస్తారు? మీరు మార్చలేని ఒక వాస్తవాన్ని గురించి ఎప్పుడూ చింతించకండి లేదా కలత చెందకండి.

కోపంగా మారడానికి లేదా వారి తప్పులు, లోపాల కోసం అన్వేషించడం నిలిపివేయండి. దేనికైనా ఎవరినీ నిందించడానికి తయారుగా వుండకండి. మీరు ఇతర వ్యక్తులను నిందించడం మానేసి, భవిష్యత్తుకు బాధ్యత వహించిన వెంటనే, మీ ప్రతికూల భావోద్వేగాలు ఆగిపోతాయి. మీ మనస్సు ప్రశాంతంగా, స్పష్టంగా మారుతుంది. మీరు మంచి నిర్ణయాలు తీసుకోవడం ప్రారంభిస్తారు. బదులుగా పరిస్థితిని అర్థం చేసుకోవడం, నిర్దిష్ట చర్యలను నిర్ణయించడంపై దృష్టి పెట్టండి.

ఏదైనా సంక్షోభంలో వున్నపుడు మిమ్మల్ని మీరు రెండు ప్రశ్నలు వేసుకోండి. 'మనం ఏమి చేయడానికి ప్రయత్నిస్తున్నాం' 'దానిని ఎలా చేయడానికి ప్రయత్నిస్తున్నాం?' 'ఈ పరిస్థితిలో మన ఊహలేమిటి?' 'మన ఊహలు తప్పయితే ఏం చేయాలి?' 'మనం ఊహించింది తప్పుగా జరిగితే, దాని అర్థం ఏమిటి?' 'మనం భిన్నంగా ఏమి చేయాలి?' మీ వద్ద మొత్తం సమాచారం ఉందనీ, అదే అసలైన సమాచారం అనీ ఎప్పుడూ అనుకోకండి.

కారణంతో సహసంబంధాన్ని కలగలిపి కంగారుపడకండి. చాలామంది వ్యక్తులు చాలా త్వరగా నిర్ణయాలు తీసుకుంటారు. చాలా సందర్భాలలో, ఒకే సమయంలో రెండు సంఘటనలు జరిగినప్పుడు, ఒక సంఘటన మరొకదానికి కారణమని అనుకుంటారు. అయితే చాలా తరచుగా, రెండు సంఘటనలు ఏకకాలంలో జరుగుతాయి. అయితే ఏ సంఘటనకూ మరొకదానితో సంబంధం ఉండదు. కానీ, రెండింటి మధ్య కారణ సంబంధాన్ని ఊహించడం గందరగోళానికి దారి తీస్తుంది. దానివల్ల చెడు నిర్ణయం తీసుకోవచ్చు. ఇది మీకు జరగనీయకండి.

మీ మనస్సుపై నియంత్రణ తీసుకోండి

విషయాలు మనకు వ్యతిరేకంగా జరుగుతున్నప్పుడు, మీరు ప్రతికూలత, భయం, కోపంతో ప్రతిస్పందిస్తారు. జరిగిన నష్టం లేదా విమర్శల వల్ల మీకు బాధ కలిగినప్పుడల్లా అనిపించినప్పుడల్లా, ఫైట్-లేదా-ఫ్లైట్ (తగవుకు దిగడం లేదంటే పారిపోవడం) మార్గంలోకి మీరు దిగుతారు. నాయకుడిగా, మీ మొదటి పని మీ మనస్సు, భావోద్వేగాలపై దృఢమైన నియంత్రణను తీసుకోవడం ఆపై పరిస్థితిని నియంత్రించడం.

ఆ క్రమంలో, నాయకులు గతం మీద కాకుండా భవిష్యత్తుపై దృష్టి పెడతారు. సమస్యను పరిష్కరించడానికి లేదా పరిస్థితిని మెరుగుపరచడానికి ప్రస్తుతం ఏమి చేయాలనే దానిపై వారు దృష్టి పెడతారు. వారు తమ నియంత్రణలో ఉన్న వాటిపై దృష్టి పెట్టి వారి తదుపరి నిర్ణయాలు, తీసుకోవలసిన చర్యలపై దృష్టి పెడతారు. మీరు కూడా అలాగే చేయాలి.

ఒక కంపెనీ తీవ్రమైన ఇబ్బందుల్లో చిక్కుకున్నప్పుడు, బోర్డు తరచుగా అప్పుడు ఉన్న అధ్యక్షుడిని తొలగించి, వెంటనే సంస్థపై పూర్తి నియంత్రణను తీసుకునే టర్నరౌండ్ స్పెషలిస్ట్‌ను తీసుకువస్తుంది. అతను తన కార్యాలయంలో అన్ని నిర్ణయాలను కేంద్రీకరిస్తాడు. అతను ప్రతి చెక్కుపై సంతకం చేయడం నుంచీ, అన్ని ఖర్చులను నియంత్రిస్తాడు. తద్వారా కంపెనీ నుండి ఎవరికి, ఎంత డబ్బు వెళుతుందో అతనికి ఖచ్చితంగా తెలుస్తుంది. అతను ధైర్యంగా, తరచుగా నిర్దాక్షిణ్యంగా వ్యవహరిస్తాడు. అవసరమైనప్పుడు, అవి ఎలాంటివైనా, చాలా కఠినమైన నిర్ణయాలు తీసుకుంటాడు. కంపెనీని రక్షించడానికి అవసరమైన ప్రతి పనినీ చేస్తాడు.

మీ విషయంలో కూడా మీరు స్వయంగా 'టర్న్‌అరౌండ్ స్పెషలిస్ట్'గా ఉండటానికి, మీరు చేయవలసిన మొదటి విషయం ఏమిటంటే, ఈ క్షణం నుండి జరిగే ప్రతిదానికీ 100 శాతం బాధ్యతను అంగీకరించడం. నాయకులు బాధ్యతలు అంగీకరించి, వాటిని స్వీకరిస్తారు. నాయకులు కానివారు బాధ్యత నుండి తప్పించుకుంటారు. ఇతరుల చేతులో పెడతారు. మీరు ప్రత్యేకంగా సానుకూలంగా, ఏకాగ్రతగా ఉంచుకోవాలి. ఈ పదాలతో మిమ్మల్ని మీరు గుర్తు చేసుకోవడం ద్వారా మీరు దీన్ని చేస్తారు: 'నేను బాధ్యత వహిస్తాను' 'నేను బాధ్యత వహిస్తాను'. హ్యారీ ట్రూమాన్ చెప్పినట్లుగా, "సమస్య ఇక్కడ ఆగుతుంది. నేనే ఇంచార్జ్‌ని" అని మీకు మీరే చెప్పుకోండి. 'అది అలా జరగాలి', ది నా ఇష్ట ప్రకారం జరగాలి' అని గాఢంగా అనుకోండి.

దుఃఖం యొక్క ఆరు దశలు

మనస్తత్వవేత్త ఎలిసబెత్ కుబ్లెర్-రాస్ ఒక వ్యక్తి మరణాన్ని ఎదుర్కొనే దశలను వివరించింది. (మీరు ఇష్టపడిన వాళ్లు గానీ, మీరు స్వయంగాగానీ, ఒక టెర్మినల్ డయాగ్నసిస్ మాదిరిగా). ఆమె దుఃఖం యొక్క ఐదు దశలను గుర్తించింది: తిరస్కరణ, కోపం, నింద, నిరాశ మరియు అంగీకారం. జీవిత సంక్షోభం కోసం, మనం ఆరవ దశను జోడించవచ్చు: పునరుజ్జీవనం లేదా నియంత్రణ.

ఒక పెద్ద ఎదురుదెబ్బకు మీ మొదటి ప్రతిస్పందన తరచుగా తిరస్కరణ అయి వుంటుంది: మీరు హఠాత్పరిణామానికి ఆశ్చర్యపోయి, అది జరగడం అసాధ్యం అని అనుకుంటారు. మీ మొదటి ప్రతిచర్య దానిని మూసివేయడం, లేదంటే అది నిజం కాదని అనుకోవడం.

ఎదురుదెబ్బ తగిలినప్పుడు రెండవ దశ 'కోపం'. మీ సమస్యకు బాధ్యులని మీరు భావించే వారిపై మీరు విరుచుకుపడతారు.

మరణం లేదా నిరాశతో వ్యవహరించే మూడవ దశ 'నింద'. వ్యాపారంలో ప్రధానంగా ఏదైనా జరిగినప్పుడు ఎవరినో ఒకరిని ఖచ్చితంగా నిందించడం అనేది చాలా సాధారణం. ఏదైనా తప్పు జరిగినప్పుడు ఎవరినైనా దోషిగా గుర్తించాలనే మనసులోని గాఢమైన భావం యీ ప్రవర్తనను సంతృప్తిపరుస్తుంది.

నిరాశతో వ్యవహరించడంలో నాల్గవ దశ 'క్రుంగిపోవడం'. వాస్తవం యిలా ఉంటుంది: ఒక అనివార్యమైన కోలుకోలేని ఎదురుదెబ్బ తగిలింది, నష్టం జరిగింది, డబ్బు పోయింది. క్రుంగిపోవడం అనేది తరచుగా స్వీయ జాలి, బాధితులుగా ఉన్న భావనలతో కూడి ఉంటుంది. మీరు తరచుగా నిరాశకు గురైనట్లు, ఇతరులచే మోసం చేయబడినట్లు భావిస్తారు; మీరు మీ కోసం జాలిపడుతుంటారు.

కష్టాలతో వ్యవహరించే ఐదవ దశ అంగీకారం. సంక్షోభం సంభవించిందని మీకై మీరు అంగీకరించే దశలో మీరు వంటకం పాడయిపోయిందనీ, పాలు విరిగిపోయాయనీ గ్రహిస్తారు. మీరు నష్టానికి అనుగుణంగా మీ ఆలోచన మార్చుకుంటారు. మెల్లమెల్లగా భవిష్యత్తు వైపు చూడటం ప్రారంభిస్తారు.

ఇక ఎదురుదెబ్బలతో వ్యవహరించే చివరి దశ 'పునరుజ్జీవనం'. ఈ పరిస్థితిలో మిమ్మల్ని మీరు పూర్తిగా నియంత్రించుకుంటారు. సమస్యను పరిష్కరించడానికి, ముందుకు సాగడానికి నిర్ణయించుకుంటారు. భవిష్యత్తులో చేయవలసిన పనుల గురించి ఆలోచనలో పడతారు.

ప్రతి ఒక్కరూ మొదటి ఐదు దశల్లోనూ ప్రయాణిస్తారు; ఇది చాలా సాధారణమైనది. సహజమైనది. ఒకే ప్రశ్న ఏమిటంటే, మీరు ఒక్కొక్క దశనూ ఎంత త్వరగా దాటుకుంటూ వెళతారు? మానసికంగా ఆరోగ్యంగా ఉన్న వ్యక్తుల లక్షణం జీవితంలోని అనివార్యమైన హెచ్చు తగ్గులకు ప్రతిస్పందనగా వారి స్థితిస్థాపకతలో ఉండగలగడం. గొప్ప వక్త అయిన చార్లీ జోన్స్ చెప్పినట్లుగా, "మీరు ఎంత లోతులో పడిపోయారన్నది కాదు, పైకి లేచి ఎంత ఎత్తుకు ఎగరగలుగుతారు అనేది ముఖ్యం". ప్రతి ఒక్కరూ తప్పులు చేస్తారని గుర్తించండి. అన్ని సమయాల్లోనూ తప్పు జరిగే అవకాశం వుంది. అత్యుత్తమమైన వాళ్లూ, అత్యంత సమర్థులైన వ్యక్తులు కూడా అప్పుడప్పుడు తెలివితక్కువ పనులు చేస్తారు. మీరూ అలాగే చేస్తారని అనుకోండి.

ఎవరైనా మీరు అనుకున్నట్లుగా పని చేయలేకపోతే, కోపం తెచ్చుకుని వారిని శిక్షించే బదులు, ఆ వ్యక్తితో దయతోనూ, కరుణతోనూ వ్యవహరించండి. ప్రతిఒక్కరూ మీకు సహాయపడే ఉద్దేశాలను కలిగి వుంటారని ఊహించడానికి ప్రయత్నించండి. ఆపై సమస్యను పరిష్కరించడం, చర్య తీసుకోవడంపై దృష్టి పెట్టండి.

క్రియేటివ్ అబాండన్‌మెంట్

మేనేజర్స్ ఇన్‌స్టిట్యూట్ ప్రకారం, ఇరవై ఒకటవ శతాబ్దంలో వ్యాపారంలో విజయానికి అవసరమైన అత్యంత ముఖ్యమైన నాణ్యత 'వెసులుబాటు'. విజ్ఞానం, సాంకేతికతలో గొప్ప మార్పులవల్ల పోటీ, గకగకాల ఉత్పత్తులు, సేవలు, ప్రక్రియలు, మార్కెట్‌లు, కస్టమర్‌ల వేగవంతమైన వృద్ధితో కలిపి, గతంలో కంటే యిప్పుడు చాలా వేగంగా మార్పులు జరుగుతున్నాయి.

గందరగోళం వున్న సమయాల్లో అనువైనదిగా, అమలుపరిచేందుకు వీలుగా ఉండేందుకు మీరు ఉపయోగించే అతి ముఖ్యమైన సాధనం 'జీరోబేస్డ్ థింకింగ్'. మీరు ఒక్క క్షణం ఆగి, వెనుకకు తిరిగి, మీ వ్యాపారాన్ని నిష్పక్షపాతంగా చూసుకోండి. మీరు వ్యాపారానికి బయటి వ్యక్తిలా చూడండి. మీరు ఈ ప్రశ్న వేసుకోండి: ఈ రోజు వ్యాపారంలో నేను చేస్తున్నది సరిగానే ఉందా, నాకు తెలిసిందే చేస్తున్నానా, మళ్లీ ప్రారంభిస్తే యిలాగే చేస్తానా? రోజూ ఈ ప్రశ్నకు సమాధానం ఇవ్వడానికి మిమ్మల్ని మీరు క్రమశిక్షణలో పెట్టుకోండి. మీరు ఎప్పుడు చేసినా, మీరు విషయాలను వేరే కోణంలో చూస్తారు. ఏదైనా ఉత్పత్తి, సేవ, మీకు ఇప్పుడు తెలిసిన వాటిని మళ్లీ చేయవలసి వచ్చినట్లయితే, ఈరోజు అందించనిది, లేదా మార్కెట్‌కి తీసుకురానిది ఏదైనా ఉత్పత్తి లేదా సేవ ఉందా? ఉంటే, మీ తదుపరి ప్రశ్న ఏమిటంటే, నేను ఈ ఉత్పత్తి లేదా సేవను ఎలా నిలిపివేయాలి, ఎంత వేగంగా చేయాలి?

పీటర్ డ్రక్కర్ దీనిని సృజనాత్మక పరిత్యాగ ప్రక్రియ అని పిలుస్తాడు. అప్పటికే మార్కెట్లో జనాదరణ పొందిన, ఉత్పత్తులు, సేవలు అమ్మడం అనేది మీ సమయాన్ని, పెట్టుబడులను నష్టపరిచే అవకాశం వుంటుంది. అందువల్ల అటువంటి వాటిని విడిచిపెట్టడానికి మీరు తప్పనిసరిగా సిద్ధంగా ఉండాలి. మీకు ఇప్పటి స్థితిలో మీకు పరిజ్ఞానం వున్న విషయాలలో మీరు చేయగలిగిన వ్యాపారం ఉందా? వ్యాపార కార్యకలాపాలలో ఏదైనా ఖర్చు, పద్ధతి, విధానం మీరు తెలుసుకోవలసినది ఉందా? వ్యాపారంలో మీరు తెలుసుకున్న దాని ప్రకారం, మీరు నియమించుకోని వ్యక్తి ఎవరైనా ఉన్నారా? మీ వ్యాపారంలో మీకు ఇప్పుడు తెలిసిన వాటిని మీరు ప్రమోట్ చేయని, కేటాయించని లేదా నిర్దిష్ట బాధ్యతను ఇవ్వని ఎవరైనా ఉన్నారా?

వ్యక్తిగత స్థాయిలో, మీ వ్యక్తిగత జీవితంలో, ఇప్పుడు తెలిసిన దానికంటే తెలుసుకోవలసినది ఏదైనా ఉందా? ఉంటే, మీరు తెలుసుకుని మళ్లీ ప్రారంభించేందుకు సిద్ధంగా ఉన్నారా ?

మీ నష్టాలను తగ్గించుకోవడానికి మరొక మార్గం ఏమిటంటే, మీ మొత్తం వ్యాపారం, అగ్ని ప్రమాదానికి గురైందని ఊహించండి. అదృష్టవశాత్తూ, మీ సిబ్బంది సురక్షితంగా ఉన్నారు. పార్కింగ్ స్థలంలో నిలబడి, మంటల్లో కాలిపోతున్న వ్యాపార భవనాన్ని చూస్తున్నారు. ఇలా జరిగినప్పుడు, మీరు వెంటనే వెళ్లి మీ వ్యాపారాన్ని పునఃప్రారంభించగలిగే పరిస్థితులు మీకు అందుబాటులో ఉన్నాయి.

ఇదే మీకు జరిగితే, మీరు ఏ ఉత్పత్తులు, సేవలను వెంటనే అమ్మకానికి ఉత్పత్తి చేయడం ప్రారంభిస్తారు? మీరు వెంటనే ఎలాంటి కస్టమర్లను సంప్రదిస్తారు? మీరు మొదట ఏ వ్యాపార కార్యకలాపాలలో పాల్గొంటారు? మరీ ముఖ్యంగా, మీరు మళ్లీ ప్రారంభిస్తుంటే ఎలాంటి వ్యాపారాన్ని ప్రారంభించకుండా ఉంటారు?

ఎప్పుడైనా మీరు మీ వ్యాపారాన్ని రక్షించుకోవడానికి ఏదైనా పని, ఎవరినైనా తగ్గించడం, తొలగించడం వంటివి చేయవలసి వస్తే, మీరు వెంటనే దీన్ని చేయాలి. ఆలస్యం చేయవద్దు: అన్ని అనవసరమైన ఖర్చులను తగ్గించండి. అన్ని అనవసరమైన కార్యకలాపాలను తొలగించండి. ప్రాథమిక అంశాలకు తిరిగి వెళ్లండి. మీ ఉత్పత్తులలో 20 శాతం, సేవలు మరియు మీ ఫలితాలలో ఎక్కువ భాగం ఖాతాదారులపై దృష్టి పెట్టండి.

సంక్షోభం ఎదుర్కొనేందుకు నాలుగు దశలు

సంక్షోభాన్ని నిర్వహించడానికి నాలుగు దశలుంటాయని గ్రహించండి. నేను చెప్పినట్లుగా, వేగంగా మారుతున్న, పోటీ వాతావరణంలో, మీరు ప్రతి రెండు లేదా

మూడు నెలలకు ఏదో ఒక రకమైన సంక్షోభాన్ని ఎదుర్కొంటారు–వ్యాపార సంక్షోభం, ఆర్థిక సంక్షోభం, కుటుంబ సంక్షోభం, వ్యక్తిగత సంక్షోభం, లేదా ఆరోగ్య సంక్షోభం కావచ్చు కూడా. ఇది మీ వ్యాపారం లేదా జీవితంలో కీలకమైన క్షణం. ఇది పరీక్షా సమయం. మీరు ఏది చేసినా లేదా చేయడంలో విఫలమైనా అది చాలా ముఖ్యమైనది. ఇది మీ వ్యాపారం లేదా మీ జీవితం యొక్క భవిష్యత్తుపై సానుకూలమైన లేదా ప్రతికూలమైన ముఖ్యమైన పరిణామాలను కలిగిస్తుంది.

సంక్షోభం సంభవించినప్పుడు, మీరు వెంటనే చేయవలసిన నాలుగు ముఖ్యమైన విషయాలు ఉన్నాయి.

1. గాయం తగిలినప్పుడు తక్షణం రక్తస్రావం ఆపండి. అలాగే వ్యాపారంలో నష్టం వచ్చినపుడు నియంత్రణ, నష్టాలను తగ్గించేందుకు అదుపులో వుంచండి. వ్యాపారంలో, మీరు అన్ని సమయాల్లోనూ నగదు నిల్వ చేయాలి.
2. సమాచారాన్ని సేకరించండి. వాస్తవాలను తెలుసుకోండి. ముఖ్యమైన వ్యక్తులతో మాట్లాడండి. మీరు చేస్తున్న పనులను తనిఖీ చేసుకోండి.
3. పరిష్కారాల పరంగా మాత్రమే ఆలోచించేలా మిమ్మల్ని మీరు క్రమశిక్షణలో పెట్టుకోండి: నష్టాన్ని తగ్గించడానికి, సమస్యలను పరిష్కరించడానికి తక్షణం చేయవలసిన పనులపై దృష్టి పెట్టండి.
4. క్రియాశీలక వ్యక్తులుగా మారండి. మీ తదుపరి దశ గురించి ఆలోచించండి. తరచుగా ఎటువంటి నిర్ణయం తీసుకోకుండా ఉండటం కంటే ఏదైనా నిర్ణయం తీసుకోవడం మంచిది.

సంక్షోభాన్ని అంచనా వేయండి

వ్యాపారం లేదా వ్యక్తిగత విజయం కోసం అమలుపరిచే కీలకమైన వ్యూహాన్ని 'సంక్షోభ అంచనా' అని పిలుస్తారు. మీరు భవిష్యత్తులో మూడు, ఆరు, తొమ్మిది, పన్నెండు నెలలు ఎదురుచూస్తూ, మీ వ్యాపారం, లేదా వ్యక్తిగత జీవితంలో ఎలాంటి అంతరాయం కలుగుతుందో ఊహించడం ద్వారా సంక్షోభ అంచనాలను తెలుసుకుంటారు. భవిష్యత్తులో మీకు జరిగే చెడు ఏమిటి? మీకు ఎలాంటి కీడూ జరగదని కోరుకోవడం మంచిదేగానీ అలాగే జరుగుతుందని ఆశించడం, నటించడం మానేయండి. "ఇలా జరిగితే, అప్పుడు ఏమిటి?" అనే ఆలోచనతో ఉండండి. ఏదైనా వినాశకరమైనది జరిగేందుకు చిన్న సంభావ్యత మాత్రమే ఉన్నప్పటికీ, ఉన్నతమైన ఆలోచనాపరుడు ఆ సమస్య యొక్క సాధ్యమయ్యే అన్ని

పరిణామాలను జాగ్రత్తగా పరిశీలించి, తదనుగుణంగా ప్రవర్తిస్తాడు. అత్యవసర పరిస్థితులు, సంక్షోభాల కోసం సిద్ధపడే మానసిక స్థితిని, ప్రణాళికలను అభివృద్ధి చేయండి.

ఏదైనా తప్పు జరిగితే మీరు ఎలాంటి చర్యలు తీసుకుంటారు? మీరు ముందుగా ఏమి చేస్తారు? మీరు తర్వాత ఏమి చేస్తారు? మీరు ఎలా స్పందిస్తారు? భవిష్యత్తులోకి ప్రయాణించండి. ఏమి జరుగుతుందో ఊహించండి, ఆపై సాధ్యమయ్యే సంఘటనకు ముందుగానే ప్లాన్ చేయడానికి వర్తమానానికి తిరిగి రండి.

సంక్షోభం పునరావృతం కాకుండా చూసుకోవడానికి, డిబ్రీఫింగ్ చేయండి. అసలు ఏం జరిగింది? అది ఎలా జరిగింది? దానివల్ల మనం ఏమి నేర్చుకున్నాము? అది మళ్లీ జరగకుండా చూసుకోవడానికి మనం ఏమి చేయాలి? స్టాన్‌ఫోర్డ్ యూనివర్శిటీ ప్రకారం, ఫార్చ్యూన్ 1000 కార్పొరేషన్‌లలో అగ్రశ్రేణి CEOల యొక్క అత్యంత ముఖ్యమైన నాణ్యత సంక్షోభాన్ని ఎదుర్కోవడంలో వారి సామర్థ్యం.

మీరు అనివార్యమైన సంక్షోభాన్ని ఎలా నిర్వహిస్తారు అనేది మీ జ్ఞానం, పరిపక్వత స్థాయికి నిజమైన కొలమానం. ఒక సంక్షోభాన్ని ఊహించడం, దాని నుండి నేర్చుకునే పాఠాలు, తదుపరి సంక్షోభాలు సంభవించినప్పుడు వాటిని ఎదుర్కోవడంలో మీ సామర్థ్యానికి అవసరమవుతాయి.

వచ్చే ఏడాది మీ వ్యాపారం లేదా ఆర్థిక జీవితంలో జరిగే మూడు చెడు విషయాలను అంచనా వేయండి. ఈ సంక్షోభాల వల్ల జరిగే నష్టాన్ని తగ్గించడానికి మీరు యిప్పుడు ఏమి చేయవచ్చు? మీ వ్యక్తిగత, కుటుంబ జీవితంలో జరిగే చెడు విషయాలను గుర్తించండి. అవి జరగకుండా చూసుకోవడానికి చర్యలు తీసుకోండి. మీ వ్యాపారం, వ్యక్తిగత జీవితంలోని ప్రతి భాగానికి జీరో ఆధారిత ఆలోచనను వర్తింపజేయండి. మీకు తెలిసిన వాటినే తెలుసుకుంటూ, ఈ రోజు మీరు చేయకూడని పని మళ్లీ చేస్తున్నారా?

ఈరోజు మీరు మీ వ్యక్తిగత లేదా వ్యాపార జీవితాన్ని మళ్లీ ప్రారంభించవచ్చని ఊహించుకోండి. ఇప్పుడైతే మీరు దేనిలోకి ప్రవేశిస్తారు? మీరు దేని నుండి బయటపడతారు? మీరు దేనిని ప్రారంభిస్తారు? మీరు దేనిని వదులుకుంటారు?

సమస్యకు పూర్తి బాధ్యతను అంగీకరించండి. అంతా మీ చేతుల్లోకి తీసుకోండి, బాధ్యత వహించండి. వీలైనంత త్వరగా ఐదు దశల దుఃఖాన్ని అధిగమించండి. ప్రజలు తప్పులు చేస్తారని అంగీకరించండి. ఎవరినీ నిందించడానికి సిద్ధపడకండి. ఎవరు ఏం చేశారు, ఎవరిని నిందించాలి? అనేదానిపై కాకుండా సమస్య పరిష్కారంపై దృష్టి పెట్టండి.

మీకు మీరే సలహాదారుగా ఉండండి. ఈరోజు మీరు ఎదుర్కొంటున్న ఏదైనా సమస్యను తీసుకోండి, దానిని క్షుణ్ణంగా విశ్లేషించడానికి, మీ క్లయింట్‌కు పరిష్కారాల కోసం సిఫార్సులను చేయడానికి మీరు నియమించబడ్డారని ఊహించుకోండి. మీరు బయటి సలహాదారులాగా ప్రశాంతంగా, లక్ష్యంతో ఉండండి. అన్ని సంబంధిత వాస్తవాలను తెలుసుకుని సమస్య యొక్క స్వభావాన్ని నిర్ణయించండి. చాలాసార్లు, మన దగ్గర సరైన వాస్తవాలు ఉండవు. చాలా తరచుగా సమస్య లేదా సంక్షోభంగా కనిపించేది అంత తీవ్రమైనది కాదు. ఎందుకంటే మీరు సగం కథ మాత్రమే విన్నారు. మిగిలిన కథ విన్న తర్వాత, ఇది పెద్ద విషయం కాదని మీకు అర్థమవుతుంది. మీరు ప్రతిస్పందించే ముందు క్షుణ్ణంగా పరిశోధించడానికి సమయాన్ని వెచ్చించండి.

మీరు భయపడే వ్యక్తిని, పరిస్థితిని లేదా చర్యను గుర్తించండి. వెంటనే దాన్ని ఎదుర్కోవాలని నిర్ణయించుకోండి. దానిని మీ వెనుకకు తీసుకురండి. మీరు భయపడే పనులను చేయడం అలవాటు చేసుకోండి. అప్పుడిక భయం మరణించడం ఖాయం.

మీ మనుగడ ప్రమాదంలో ఉన్నట్లయితే మీరు ఎలాంటి నిర్ణయాలు తీసుకుంటారో, వాటిని ఇప్పుడే తీసుకోండి; ఆలస్యం చేయవద్దు. రోజువారీ జీవితంలో అనివార్యమైన సంక్షోభాలను సమర్థవంతంగా ఎదుర్కోగలగడం మీ సామర్థ్యం, మీ ధైర్యం, మీ వ్యక్తిత్వానికి నిజమైన చిహ్నం.

సంక్షోభ సమయంలో సమర్థవంతంగా వ్యవహరించేందుకు తొలి అడుగు ఏమిటంటే, ఏదైనా ఊహించని సమస్య లేదా సంక్షోభం ఎదురైనప్పుడు మిమ్మల్ని మీరు ప్రశాంతంగా, నిర్మలంగా, దృఢంగా ఉండటం. ఏదైనా పరిస్థితికి మీరు పూర్తిగా బాధ్యత వహిస్తున్నట్లు మిమ్మల్ని మీరు చూసుకోండి. అప్పుడు, అనుకోకుండా పరిస్థితి తలెత్తినప్పుడు, మీరు ఉత్తమంగా స్పందించడానికి మానసికంగా సిద్ధంగా ఉంటారు. గుర్తుంచుకోండి, మీరు పరిష్కరించలేని సమస్య లేదు. మీరు అధిగమించలేని అడ్డంకి లేదు. మీ పరిస్థితికి మీ మనస్సును వర్తింపజేయడం ద్వారా మీరు సాధించలేని లక్ష్యం లేదు. ఎప్పుడూ వదిలిపెట్టే ఆలోచన చేయవద్దు.

12

మీ జీవితాన్ని సరళీకృతం చేసుకోవడం

ఈ రోజు ప్రతి ఒక్కరికి చాలా ఎక్కువ పని, చాలా తక్కువ సమయం ఉంది. విధులు, పనులు, బాధ్యతలతో మీరు నిమగ్నమై ఉన్నారని అనుకుంటారు. మీకు అత్యంత ముఖ్యమైన పనులను చేయడానికి ఎక్కువ సమయాన్ని, అంతగా అవసరంలేని పనులకు తక్కువ సమయాన్నీ వెచ్చించే విధంగానే మీ జీవితాన్ని సరళీకృతం చేసుకోవడం కూడా మీకు ఒక సవాలు. ఈ అధ్యాయంలో, మీరు మీ జీవితాన్ని పునర్వ్యవస్థీకరించడానికి, పునర్నిర్మించడానికి, మీ కార్యకలాపాలను సరళీకృతం చేయడానికి, మరింత వేగంగా పూర్తి చేయడానికి, మీ కుటుంబంతో గడపటానికి, మీ వ్యక్తిగత జీవితంలో ఎక్కువ సమయాన్ని ఆస్వాదించడానికి వివిధ రకాల పద్ధతులు, చిట్కాలు, వ్యూహాలను నేర్చుకుంటారు.

మీ విలువలను నిర్ణయించుకోండి

మీ జీవితాన్ని సులభతరం చేయడానికి ప్రధానమైనది, జీవితంలో మీకు ఏది అత్యంత ముఖ్యమైనదో ఖచ్చితంగా నిర్ణయించుకోవడం. మీ విలువలు ఏమిటి? మీ ప్రధాన నమ్మకాలు ఏమిటి? మీరు అన్నిటికంటే ఎక్కువగా దేని గురించి శ్రద్ధ వహిస్తారు? మీ జీవితాంతం, మిమ్మల్ని మీరు వేసుకునే ప్రశ్న, సమాధానం ఇవ్వాల్సిన అతి ముఖ్యమైన ప్రశ్న ఏమిటంటే, 'నా జీవితంలో నేను నిజంగా ఏమి చేయాలనుకుంటున్నాను?' మీరు మీ జీవితంలో ఏమి చేయాలనుకుంటున్నారు అనేది 'ఏ విషయంలోనూ మిమ్మల్ని తగ్గించలేని గుణం' అని పిలువబడే దాని యొక్క వ్యక్తీకరణ, వాస్తవంగా మీరు ఎంత గాఢమైన వ్యక్తిగా వున్నారో తెలియజెప్పడం.

మీ జీవితాన్ని సరళీకృతం చేయడానికి, మనశ్శాంతిని మీ అత్యున్నత లక్ష్యంగా నిర్ణయించుకోండి. ఆపై మీ జీవితాన్ని దాని చుట్టూ అల్లుకోండి. శాంతి, సంతృప్తి, సంతోషం, విలువ మరియు ప్రాముఖ్యత యొక్క అనుభూతిని ఇచ్చేది మాత్రమే మీకు సరైనది. ఒత్తిడి, పరధ్యానం, అసంతృప్తి, చికాకు కలిగించేవి మీకు సరిపడవు. మీరు మీ జీవితాన్ని క్రమబద్ధీకరించడానికి ధైర్యం కలిగి ఉండాలి. తద్వారా మీరు మీకు గొప్ప ఆనందం, సంతృప్తిని ఇచ్చే పనులను ఎక్కువగా చేయగలుగుతారు. మీకు ఆనందం, సంతృప్తిని దూరం చేసే పనులు తక్కువ చేయండి.

మీకు ఏమి కావాలో నిర్ణయించుకోండి

సంతోషంగా లేని వ్యక్తుల గురించి, నేను చదివిన విషయాలలో, ఒక ఉమ్మడి విషయం ఉందని నేను కనుగొన్నాను: వారికి స్పష్టమైన లక్ష్యాలు లేవు-దిశ అనేది లేదు. వారికి అనేకమైన కోరికలు, ఆశలు, వాంఛలు అనేకం ఉంటాయి, కానీ వారు కట్టుబడి ఉన్న లక్ష్యాలను కలిగి ఉండరు. తత్ఫలితంగా, వారి జీవితాలు గానుగలాంటి వృత్తాలలో తిరుగుతుంటాయి. వారు అసంతృప్తిగా, ఎక్కువ సమయం ఖాళీగా ఉంటారు.

మీరు సాధించాలనుకుంటున్న పది లక్ష్యాల జాబితాను రూపొందించండి. అప్పుడు ప్రశ్నించుకోండి. 'నేను రాబోయే ఇరవై నాలుగు గంటల్లో ఏ లక్ష్యాన్ని సాధించినట్లయితే, నా జీవితంపై గొప్ప సానుకూల ప్రభావం ఉంటుంది?' ఈ లక్ష్యం మీరు రాసిన పేజీ నుండి బయటకు వస్తుంది. దాని చుట్టూ ఒక సర్కిల్ ఉంచండి.

ఇప్పుడు మీ జీవితాన్ని పునర్వ్యవస్థీకరించడానికి, మీ కార్యకలాపాలను సరళీకృతం చేయడానికి సిద్ధంగా ఉన్నారు. మీ అతి ముఖ్యమైన లక్ష్యం, మీ ప్రధానమైన ఉద్దేశ్యం, భవిష్యత్ కోసం మీ కేంద్ర బిందువు అవుతుంది.

ఆ లక్ష్యాన్ని సాధించడం కోసం మీరు చేయగలిగిన ప్రతి పనినీ జాబితాగా రూపొందించండి. మీ అత్యంత ముఖ్యమైన లక్ష్యాన్ని సాధించడానికి మీరు చేయగలిగే అతి ముఖ్యమైన విషయంపై వెంటనే ప్రారంభించండి.

రోజంతా మీ లక్ష్యం గురించి ఆలోచించండి. మీరు ఉదయం లేచినప్పుడు, మీ లక్ష్యం గురించి ఆలోచించండి. మీరు రాత్రి పడుకున్నప్పుడు, మీ లక్ష్యం గురించి ఆలోచించండి. మీ అత్యంత ముఖ్యమైన లక్ష్యాన్ని సాధించడానికి మీరు ప్రతి రోజూ ఏదైనా చేయండి. ఈ చర్య మాత్రమే మీరు ఇప్పుడు ఊహించలేని విధంగా మీ జీవితాన్ని సులభతరం చేస్తుంది, క్రమబద్ధం చేస్తుంది.

మీ జీవితాన్ని సమతౌల్యంలో ఉంచండి

సమతౌల్యానికి కీలకం, మీరు బయట నిర్వహించే కార్యకలాపాలు మీ అంతర్గత విలువలకు అనుగుణంగా ఉన్నాయని నిర్ధారించుకోవడం. మీ అంతర్గత విలువలకు భంగం కలగకుండా, అంటే మీ మనసుకు నచ్చిన పనులు చేసినప్పుడు మాత్రమే మీరు సంతోషం, ఆనందం, శాంతి, ఉపశమనం వంటివి పొందగలుగుతారు. అందువల్ల మీరు చేసే ప్రతిదీ దానికి అనుగుణంగా ఉండేలా చూసుకోండి. లేనట్లయితే, మీకు ఒత్తిడి, అసంతృప్తి, ప్రతికూలత, బాధ చాలా వరకు మీ మనసుకు నచ్చని పనులు బాహ్య ప్రపంచంలో చేయడం వల్ల వస్తుంది.

20–10 సూత్రాన్ని ఉపయోగించండి: బ్యాంకులో, పన్ను రహితమైన, $20 మిలియన్ల నగదు ఉందని ఊహించుకోండి. ఈ $20 మిలియన్లను ఖర్చు చేసి ఆనందించడానికి మీకు 10 సంవత్సరాలు మాత్రమే మిగిలి ఉందని కూడా ఊహించుకోండి. ఇప్పుడు మీ జీవితంలో ఎలాంటి మార్పులు చేస్తారు?

సరళీకరణకు ఒక ముఖ్యమైన మార్గం ఏమిటంటే, మీరు చేయాలనుకున్న ఏ పనికైనా పరిమితులు లేవని ఊహించడం. మీకు అవసరమైనంత సమయం, డబ్బు ఉందని ఊహించుకోండి. మీకు అవసరమైన నైపుణ్యాలు, సామర్థ్యం ఉన్నాయని ఊహించుకోండి. మీకు సహాయం చేసేందుకు స్నేహితులు, పరిచయాలు ఉన్నాయని ఊహించుకోండి. మీకు కావాల్సింది ఏదైనా పొందగలరని ఊహించుకోండి. అప్పుడెలా ఉంటుంది?

"నేను తప్పు చేసాను"

మనం మునుపటి అధ్యాయంలో చూసినట్లుగా, సున్నా-ఆధారిత ఆలోచనతో, మీరు ఎప్పుడైనా తీసుకున్న ఒక నిర్ణయం లేదా నిబద్ధత క్రింద మీరు ఒక గీతను గీస్తారు. మీరు ప్రశ్నించుకోండి: నాకు ఇప్పుడు తెలిసిందేవిటో తెలుసుకోవడం, ఈ రోజు చేస్తున్నది సరిగా ఉందా, ఒకవేళ నేను ఈ రోజు మళ్లీ ప్రారంభించాల్సి వస్తే?

మీ జీవితాన్ని సరళీకృతం చేసుకోవడానికి, మీరు అన్ని విషయాలలో పరిపూర్ణులు కాదని అంగీకరించేందుకు మీరు సిద్ధంగా ఉండాలి. 'నేను తప్పు చేసాను' అని ఒప్పుకునేందుకు సిద్ధంగా ఉండండి. దీన్ని మీరు ఎంత త్వరగా అంగీకరిస్తే, అంత త్వరగా మీ జీవితాన్ని సరళీకృతం చేయవచ్చు. 'నేను తప్పు చేశాను' అని చెప్పడానికి సిద్ధంగా ఉండండి. ఇందులో తప్పు ఏమీ లేదు: ప్రతి ఒక్కరూ ఎలా నేర్చుకుంటారు? ఎలా అభివృద్ధి చెందుతారు? తప్పు ఎక్కడ జరుగుతుందంటే, తప్పును సరిదిద్దుకోవడానికి నిరాకరించడం, ఎందుకంటే మన అహం అందుకు అంగీకరించదు. మనస్తత్వవేత్త గెరాల్డ్ జంపోల్స్కీ ఒకసారి ఇలా అడిగాడు, "మీరు

సరిగ్గా ఉండాలనుకుంటున్నారా, లేక మీరు సంతోషంగా ఉండాలనుకుంటున్నారా?" ఈ నిర్ణయం మీకు మీరే తీసుకోవాలి.

చివరగా, క్రమం తప్పకుండా యిలా చెప్పడం నేర్చుకోండి, 'నేను నా మనసు మార్చుకున్నాను'. చాలామంది తమ మనసు మార్చుకున్నారని ఒప్పుకోవడానికి ఇష్టపడకపోవటంవల్ల, వారు ఒత్తిడి, కోపం, నిరాశ, అసంతృప్తి యొక్క గోతిలో తమకు తాముగా కూరుకుపోవడం ఆశ్చర్యంగా ఉంటుంది.

ఇది మీ కోసం కాదు. మీరు ఒక్క క్షణం నిలబడి మీ మొత్తం జీవితాన్ని తరచి చూడాలి. మీరు ఈ రోజు చేయవలసి వస్తే మీ జీవితంలో తిరిగి రానిది ఏదైనా ఉందా? ఒకవేళ ఉన్నట్లయితే, మీరు పొరపాటు చేశారని-అందరూ చేసే తప్పును-అంగీకరించే ధైర్యం కలిగి ఉండండి. ఆపై మార్చడానికి చర్యలు తీసుకోండి.

మీ కార్యకలాపాలను పునర్వ్యవస్థీకరించండి

మీ జీవిత నాణ్యతను మార్చడానికి కేవలం నాలుగు మార్గాలు మాత్రమే ఉన్నాయి: మీరు కొన్ని ఎక్కువ చేయవచ్చు. ఇతర పనులను తక్కువ చేయవచ్చు. మీరు ఇంతవరకూ చేయని పనిని చేయడం ప్రారంభించవచ్చు. మీరు వేరే పని చేయడం మానేయవచ్చు. మీ జీవితం సరళీకృతం చేయడానికి పైన చెప్పుకున్నది ఒకటి లేదా అంతకంటే ఎక్కువగా చేయండి.

కాస్త నిలబడి, మీ జీవితాన్ని తరచి చూడండి. ముఖ్యంగా మీకు ఒత్తిడి, నిరాశ కలిగించే విషయాలను చూడండి. గొప్ప ఆనందాన్ని అందించే పనులను మీరు మరింత ఎక్కువగా చేస్తున్నారు, అలాగే ఇతర విషయాలను తక్కువలో తక్కువ చేస్తున్నారు. అటువంటప్పుడు మీరు ఏది ఏమిటో ఎలా గుర్తు పట్టగలరు? మీరు ఆ ప్రాంతాలను ఎలా పునర్వ్యవస్థీకరించగలరు?

మీ జీవితాన్ని పునర్వ్యవస్థీకరించండి. తద్వారా మీరు ఒకే సమయంలో ఒకే స్వభావం గల మరిన్ని పనులను చేయండి. కొంచెం ముందుగా ప్రారంభించండి, కొంచెం కష్టపడి పని చేయండి, ఆలస్యంగా ఉండండి, వాటిని విస్తరించడం కంటే, ఇలాంటి అనేక పనులను ఒకేసారి చేయండి. మీ జీవితాన్ని సులభతరం చేయడానికి, మరింత మెరుగుపరచడానికి మీరు ఎలా పునర్వ్యవస్థీకరించవచ్చో నిరంతరం ఆలోచించండి.

మీ పనిని పునర్నిర్మించండి. మీరు చేసే ప్రతి పనికి 80-20 నియమాన్ని వర్తింపజేయాలని గుర్తుంచుకోండి. మీరు చేసే ప్రతి పనిలో ఎనభై శాతం విలువ మీరు తీసుకునే చర్యలలో ఇరవై శాతం ఉంటుంది. అంటే మీరు చేసే పనులలో పూర్తిగా

80 శాతం తక్కువ లేదా అసలు విలువ లేదు. మీ జీవితాన్ని పునర్నిర్మించడంలో రహస్యం ఏమిటంటే, మీరు మీ జీవితం, పనికి అత్యంత దోహదపడే 20 శాతం పనులను చేయడం కోసం మీరు ఎక్కువ సమయం గడపడం. అదే సమయంలో, చాలా తక్కువ దోహదపడే పనులను చేయడానికి తక్కువ సమయాన్ని వెచ్చించండి; కొన్నిసార్లు మీరు వాటిని పూర్తిగా చేయడం మానేయాలి. అస్సలు చేయకూడని పనిని బాగా చేయడం అనేది అస్సలు ఉపయోగం లేని పని. మీ వ్యక్తిగత జీవితాన్ని రీఇంజనీర్ చేయండి.

రీఇంజనీరింగ్ యొక్క మొత్తం ప్రక్రియ ఏదైనా ప్రక్రియలో దశలను తగ్గించే వ్యాయామంపై ఆధారపడి ఉంటుంది. వ్యాపారంలో, నిర్దిష్ట పని ప్రక్రియలో అన్ని దశల జాబితాను రూపొందించమని మనం వ్యక్తులను ప్రోత్సహిస్తాము; అప్పుడు మనం మొదటిసారి దశల సంఖ్యను కనీసం 30 శాతం తగ్గించే మార్గం కోసం చూస్తాము. ఇది సాధారణంగా చాలా సులభం.

మీ జీవితంలో, మీ జీవితాన్ని రీఇంజనీరింగ్ చేయడానికి, దశలను తగ్గించడానికి, మీ కార్యకలాపాలను సరళీకృతం చేయడానికి మూడు మార్గాలు ఉన్నాయి:

1. ఇతర వ్యక్తులకు అప్పగించ వలసిన పనులను యితరులకు అప్పగించండి. తక్కువ విలువ కలిగిన పనులను మీరు అప్పగిస్తే, మీరు ఎక్కువ సమయాన్ని పొందుతారు. మీరు మాత్రమే చేయగలిగిన పనుల కోసం మీకు ఎక్కువ సమయం ఉంటుంది. అది నిజమైన మార్పును కలిగిస్తుంది.
2. మీ వ్యాపారంలోని కొన్ని పనులను, అవి చేయడంలో నైపుణ్యం కలిగిన ఇతర కంపెనీలకు అవుట్‌సోర్స్ చేయండి. తమ కోసం మెరుగ్గా, సమర్థవంతంగా, తక్కువ ధరతో చేయగల యితర కంపెనీలను చాలా కంపెనీలు ఔట్ సోర్సింగ్ కోసం పెట్టుకుంటాయి.
3. తక్కువ-విలువ, విలువ లేని కార్యకలాపాలను మీరు చేయడం మానండి. నాన్సీ రీగన్ చెప్పినట్లుగా, మీ విలువైన సమయానికి ఉత్తమం కానిదాన్ని చేయటానికి, అది ఏదైనా, "నో చెప్పండి".

మిమ్మల్ని మీరు శోధనలో ఉంచుకోండి

మీ కంపెనీ, మీ ఉద్యోగం, మీ కెరీర్ రాత్రికి రాత్రే కనుమరుగైపోయిందని, మీరు మళ్లీ ప్రారంభించవలసి వచ్చిందని ఊహించుకోండి. ఇప్పుడు మీరు విభిన్నంగా ఏమి చేస్తారు?

మీరు నేర్చుకున్న విద్య, అనుభవాన్ని కొత్త కెరీర్, కార్యాచరణలోకి తీసుకు రావాలని ఊహించుకోండి. మీకు అవసరమైన నైపుణ్యాలు, సామర్థ్యం, డబ్బు ఉంటే మీరు నిజంగా ఏమి చేయాలనుకుంటున్నారు? ప్రతి సంవత్సరం కనీసం ఒక్కసారైనా క్రమం తప్పకుండా మిమ్మల్ని మీరు కొత్తగా ఆవిష్కరించుకోవాలి. మీ జీవితాన్ని, వృత్తిని చూసి మిమ్మల్ని మీరు ప్రశ్నించుకోండి. నేను ఇప్పుడు ఇలా చేస్తూండకపోతే, ఇప్పుడు నాకు తెలిసిన దానితో, నేను యిందులోకి ప్రవేశిస్తానా? సమాధానం 'లేదు' అయితే గనుక, మీ తదుపరి ప్రశ్న, 'నేను ఇందులోంచి ఎలా బయటపడాలి? ఎంత వేగంగా?'

ప్రాధాన్యతలను నిర్ణయించండి

మీ జీవితాన్ని సరళీకృతం చేసుకోవడానికి ఉత్తమ మార్గాలలో ఒకటి మీ ప్రాధాన్యతలను పునర్వ్యవస్థీకరించడం. మీరు చేసే పనులలో పూర్తిగా 80 శాతం తక్కువ లేదా విలువ లేనివి అని గ్రహించండి. ఇప్పుడు ప్రాధాన్యతలను సెట్ చేయడం ద్వారా, మీ జీవితంలో నిజంగా మార్పు తెచ్చే కొన్ని పనులను చేయడంపై మీరు మీ సమయాన్ని మరింత ఎక్కువగా దృష్టి సారిస్తారు—మీకు నిజంగా సంతోషాన్ని కలిగించే అంశాలు.

ప్రాధాన్యతలను నిర్ణయించడంలో ముఖ్యమైన పదం 'పరిణామాలు'. ఏదైనా ముఖ్యమైనది అయితే, అది చేయడం లేదా చేయకపోవడం వల్ల కలిగే సంభావ్య పరిణామాలు ఎక్కువగా ఉంటాయి. ఏదైనా ముఖ్యమైనది కానట్లయితే, అది చేయడం లేదా చేయకపోవడం వల్ల కలిగే సంభావ్య పరిణామాలు తక్కువగా ఉంటాయి. ప్రతిరోజూ ప్రతి గంటకు మిమ్మల్ని మీరు ప్రశ్నించుకోండి, నేను మాత్రమే ఏమి చేయగలను, నేను దేనిని బాగా చేస్తే, నిజమైన మార్పు వస్తుంది? ఈ ప్రశ్నకు మీ సమాధానం ఏమైనప్పటికీ, అన్నింటి కంటే ఎక్కువగా దానిపై పని చేయండి.

పరిమితులను నిర్ణయించండి. మీరు మీ జీవితాన్ని సరళీకృతం చేయడానికి, మీ సమయాన్ని నియంత్రించడానికి ఏకైక మార్గం కొన్ని పనులను చేయకుండా ఆపడం. మీరు ఇప్పటికే చాలా బిజీగా ఉన్నారు. మీరు మరింత సమర్థవంతంగా, ప్రభావవంతంగా ఎలా ఉండాలో నేర్చుకోవడం ద్వారా మీ జీవితాన్ని సరళీకృతం చేయడం అసాధ్యం అని తెలిసినప్పుడు, మీరు వీలైనన్ని ఎక్కువ పనులు చేయడం మానేయాలి.

కొత్త పనిని ప్రారంభించడానికి, మీరు పాత పనిని ఆపివేయాలి లేదా నిలిపివేయాలి. క్రొత్తదాన్ని పొందడానికి, మీరు పాతదాని నుండి బయటపడాలి;

మీరు ఇప్పటికే అధిక పనిలో ఉన్నారు. మీరు ఇప్పుడు చేస్తున్న దానికంటే ఎక్కువ చేయలేరు. ఇకపై ముఖ్యమైనవి కానటువంటి పనులు, కార్యకలాపాలతో సృజనాత్మక పరిత్యాగాన్ని ప్రాక్టీస్ చేయండి; తక్కువ విలువ పనులకు బదులుగా ఎక్కువ విలువైన పనులను చేయండి.

మీ సమయాన్ని ప్లాన్ చేసుకోండి

పాత సామెత ఉంది: 'సరైన ముందస్తు ప్రణాళిక పేలవమైన పనితీరును నిరోధిస్తుంది'. దీనిని Six P ఫార్ములా అంటారు. ప్రణాళికాబద్ధంగా గడిపే ప్రతి నిమిషం, అమలులో పది నుంచి పన్నెండు నిమిషాలు ఆదా అవుతుంది. దీనర్థం మీరు ప్రతి అడుగును ముందుగానే ప్లాన్ చేసుకోవడం ద్వారా మీరు రోజు గడపాల్సిన సమయాన్ని 90 శాతం వరకు ఆదా చేస్తారని అర్థం; ఇది ఒక అద్భుతం.

మీ సంవత్సరాన్ని ముందుగానే ప్లాన్ చేసుకోండి, ముఖ్యంగా మీ కుటుంబంతో, స్నేహితులతో గడిపే సెలవులు. వాటిని ముందుగా బుక్ చేసుకోండి. వాటికి ముందుగానే చెల్లించండి. ఆ రోజులను మీ క్యాలెండర్ నుండి తీసివేయండి. మీ అతిపెద్ద, అత్యంత ముఖ్యమైన కస్టమర్‌తో అపాయింట్‌మెంట్‌ల మాదిరిగానే అందులో మార్పులు ఉండవు.

అదే విధంగా, ప్రతి నెల ముందుగానే ప్లాన్ చేయండి: దానిని మీ ముందు ఉంచుకుని పరిశీలించండి. మీరు సమయాన్ని ఎలా గడపబోతున్నారో నిర్ణయించుకోండి. మీ నెలను ముందుగానే ప్లాన్ చేసుకోవడం ద్వారా మీరు ఎంత ఎక్కువ ఉత్పాదకతను పొందుతారో, మీ జీవితం ఎంత సరళంగా ఉంటుందో గ్రహింపుకొచ్చాక మీరు ఆశ్చర్యపోతారు.

ప్రతి వారం ముందుగానే ప్లాన్ చేసుకోండి, వారాంతంలో వచ్చే వారం ప్లాన్ వేయడం మంచిది. 70 శాతం నియమాన్ని ఉపయోగించి ప్రతిరోజూ కూర్చుని ప్లాన్ చేయండి. ఈ నియమం ప్రకారం, మీరు మీ సమయాన్ని 70 శాతానికి మించకూడదు. మీ షెడ్యూల్‌లో కొంత జాప్యానికి వదిలివేయండి. తద్వారా మీరు ఊహించని అత్యవసర పరిస్థితులు, ఆలస్యాలకు సమయం ఉంటుంది.

ప్రతి రోజు ముందుగానే ప్లాన్ చేసుకోండి. ముందు రోజు రాత్రి మంచిది. మీరు చేయవలసిన ప్రతి పనినీ జాబితాగా రూపొందించండి. ప్రాధాన్యత ప్రకారం ఆ పనులు పూర్తి చేయండి. మీ A-1 టాస్క్‌ని ఎంచుకుని, ఆ పనిని ఉదయాన్నే ప్రారంభించడానికి సిద్ధంగా ఉండండి.

సాధ్యమైన ప్రతిదానినీ యితరులకు అప్పగించండి

మీరు మీ వృత్తిని ప్రారంభించినప్పుడు, ప్రతి పనీ మీరే చేయాల్సి ఉంటుంది.

మీరు ఎదగాలని, అభివృద్ధి చెందాలని, అత్యంత ప్రభావవంతంగా, మంచి జీతం పొందాలని అనుకుంటే, మీరు ఆ పనిని చేయగల ఎవరికైనా ఆ పనిని అప్పగించాలి. మీ గంట రేటును కొలమానంగా ఉపయోగించండి. మీరు గంటకు ఎంత సంపాదిస్తారు? మీరు సంవత్సరానికి $50,000 సంపాదిస్తే, మీ రేటు గంటకు సుమారు $25. ఆ పనిని ఆ రేటు కంటే తక్కువ ధరకు చేయగల ఎవరికైనా ఆ పని అప్పగించండి. తక్కువ-చెల్లింపు పనులను చేయడం, మీరు అలసిపోయేలా పనిచేయటానికి మీ సమయాన్ని వినియోగించుకోవడం కంటే, ఏమీ చేయకుండా కూర్చోవడం కొన్నిసార్లు ఉత్తమం.

మీరు ఇతర వ్యక్తులకు మీ పనిని అప్పగించినప్పుడు, వారు దానిని చేయగల సామర్థ్యాన్ని కలిగి ఉన్నారని నిర్ధారించుకోండి. డెలిగేషన్ అనేది వదిలించుకోవడం కాదు: మీరు ఒక పనిని అప్పగించిన తర్వాత, అది సమయానికి, బడ్జెట్‌లో జరిగిందని నిర్ధారించుకోవడానికి మీరు దానిని తప్పనిసరిగా పర్యవేక్షించాలి. మీరు ఆశించినట్టుగా పని చేసారో లేదోనని పరిశీలించండి.

అధిక విలువ కలిగిన పనులపై దృష్టి పెట్టండి. మీ పనిని నిర్వహించడం, పునర్వ్యవస్థీకరించడం కొనసాగించండి. తద్వారా మీరు కొన్ని పనులపై ఎక్కువ సమయాన్ని వెచ్చిస్తున్నారు, సాధ్యమైనంతగా అత్యధిక విలువను కలిగి ఉంటారు.

మీరు ప్రతిరోజూ, ప్రతి గంటకు సమాధానం ఇవ్వాల్సిన అత్యంత ముఖ్యమైన సమయ నిర్వహణ ప్రశ్న, 'ప్రస్తుతం నా సమయాన్ని అత్యంత విలువైన ఉపయోగం ఏమిటి?' ఆ ప్రశ్నకు మీ సమాధానం ఏమైనప్పటికీ, మీరు ప్రతిరోజూ ప్రతి నిమిషం దానిపై పని చేస్తున్నారని నిర్ధారించుకోండి.

ఏకాగ్రతతో పని చేయండి

మీ జాబితాలోని అతి ముఖ్యమైన పనిని ఎంచుకోండి—A-1—ఆ పనిని ప్రారంభించండి. ఆపై అది పూర్తయ్యే వరకు ఏకాగ్రతతో పని చేయడానికి, మిమ్మల్ని మీరు క్రమశిక్షణలో పెట్టుకోండి. మీరు ఒక పనిని చాలాసార్లు ప్రారంభించి, ఆపివేస్తే, దాన్ని పూర్తి చేయడానికి అవసరమైన సమయాన్ని 500 శాతం వరకు పెంచుకోవచ్చని టైమ్ మేనేజ్‌మెంట్ నిపుణులు కనుగొన్నారు. మీరు దీన్ని అవసరమైన దానికంటే ఐదు రెట్లు ఎక్కువ చేయవచ్చు.

మరోవైపు, మీరు ఒక పనిపై ఏక దృష్టి కేంద్రీకరించినప్పుడు, దాన్ని పూర్తి చేయడానికి అవసరమైన సమయాన్ని 80 శాతం తగ్గించవచ్చు. ఇది మీ సమయం, శక్తి యొక్క పెట్టుబడిపై 400 శాతం రాబడిని ఇస్తుంది. మీకు మరింత ఆనందం, సంతృప్తిని ఇచ్చే మీ జీవితంలో ఇతర పనులను చేయడానికి అదనపు సమయం మీకు అందుబాటులోకి వస్తుంది.

మీ వ్రాతపనిని తగ్గించండి

మీ వ్రాతపనిని తగ్గించడానికి, పెద్ద మొత్తంలో వార్తాపత్రికలు, మ్యాగజైన్‌లను పొందడానికి TRAF పద్ధతిని ఉపయోగించండి. T అంటే టాస్. ఇవి చదవకుండా వెంటనే పారేసేవి. ఈ అలవాటు గొప్ప సమయాన్ని ఆదా చేస్తుంది, సరళీకృతం చేస్తుంది. R అంటే రెఫర్. ఇతర వ్యక్తులతో మిమ్మల్ని మీరు ఇబ్బంది పెట్టకుండా నిర్వహించడానికి మీరు సూచించే అంశాలు ఇవి. మూడవ అక్షరం, A, చర్యను సూచిస్తుంది. మీరు వ్యక్తిగతంగా పని చేయాల్సిన అంశాలు ఇవి: మీరు వీటిని రీడ్ ఫైల్‌లో ఉంచారు. మీరు రోజంతా ప్రాధాన్యత ప్రకారం వాటిపై పని చేస్తారు.

చివరి అక్షరం, F, ఫైల్‌ని సూచిస్తుంది. ఇవి తరువాత దాఖలు చేయపలసిన విషయాలు. రెండు విషయాలను గుర్తుంచుకోండి: మీరు ఫైల్ చేసిన వాటిలో పూర్తిగా 80 శాతం మళ్లీ మీ దగ్గరకు రావు; అవి మీ అల్మారాలను చిందరవందర చేస్తాయి. రెండవది, మీరు ఏదైనా ఫైల్ చేయమని ఆర్డర్ చేసినప్పుడు, మరొకరి కోసం పనిని సృష్టించి, జీవితాన్ని క్లిష్టతరం చేస్తారు. ఇది ఖచ్చితంగా అవసరం అయితే తప్ప దీన్ని చేయవద్దు.

వదిలిపెట్టండి

మీరు ప్రయాణిస్తున్నప్పుడు, ముఖ్యంగా మీ కుటుంబం, స్నేహితులతో మీ రేడియోను ఆపివేసే అలవాటును పెంపొందించుకోండి. మీరు రాత్రి ఇంటికి వచ్చినప్పుడు, టెలివిజన్ ఆఫ్ చేయండి. మీరు రేడియో, టెలివిజన్‌ని వదిలిపెట్టినప్పుడల్లా, మీరు ధ్వని శూన్యతను సృష్టిస్తారు. ఇది సంభాషణ, పరస్పర చర్య, కుటుంబం, వ్యక్తిగత జీవితంలోని నిజమైన ఆనందాలతో నిండి ఉంటుంది. మీకు నచ్చిన ప్రోగ్రామ్‌లను వాణిజ్య ప్రకటనలు లేకుండా రికార్డ్ చేయడానికి TiVo సిస్టమ్‌ను ఉపయోగించండి. తద్వారా మీరు వాటిని మీకు కావలసినప్పుడు, మీకు ఎప్పుడు అవకాశం వుంటే అప్పుడు చూడవచ్చు. మీరు ఉదయం లేచినప్పుడు, టెలివిజన్ ఆన్ చేయాలనే బలమైన కోరికను నిరోధించండి. దానికి బదులుగా, విద్యాపరమైన, ప్రేరణాత్మకమైన, స్ఫూర్తిదాయకమైన వాటిని చదవడానికి కొన్ని నిమిషాలు గడపండి. మీ రోజును

ప్లాన్ చేసుకోవడానికి కొంత సమయం కేటాయించండి. అంతులేని టెలివిజన్ లేదా రేడియో శబ్దంతో మీ మనస్సును నింపుకోవడం కంటే మీ గురించి, మీకు కావాల్సిన దాని గురించి ఆలోచించండి.

సంబంధాలకు మొదటి స్థానం ఇవ్వండి

జీవితంలో మీరు పొందే ఆనందం, సంతృప్తి ఇతర వ్యక్తులతో మీ పరస్పర చర్యల నుండి వస్తుంది. మీ జీవితంలో అత్యంత ముఖ్యమైన వ్యక్తులను మీ ప్రాధాన్యతలలో అగ్రస్థానంలో ఉంచండి. మిగతావన్నీ ఆ తర్వాతే అన్నట్టుగా ఉండండి.

మీరు జీవించడానికి కేవలం ఆరు నెలలు మాత్రమే మిగిలి ఉందని ఊహించుకోండి. మీరు ఏమి చేస్తారు? మీరు మీ సమయాన్ని ఎలా గడుపుతారు? దీనికి మీ సమాధానం ఏమైనప్పటికీ, ఫోన్ కాల్స్ చేయటానికి ఆఫీసుకు రావటం, ఎక్కువ డబ్బు సంపాదించడం వంటివి ఇందులో ఉండవని నేను ఖచ్చితంగా అనుకుంటున్నాను.

మీకు కావలసినంత, లేదా అవసరమైనంత మొత్తం డబ్బు మీ వద్ద ఉంటే మీరు మీ జీవితాన్ని ఎలా మార్చుకుంటారు? మీరు ఎక్కువగా ఇష్టపడే వ్యక్తులతో మీరు చేసే పనుల గురించి ఆలోచిస్తారు. మీరు మీ జీవితంలో అత్యంత ముఖ్యమైన వ్యక్తులతో ఎక్కువ సమయం గడపడం అనేది మీరు ఆర్థికంగా నిలబడిన తర్వాత లేదా ఆరు నెలలు మాత్రమే జీవించే వరకు వేచి ఉండకండి. ఇప్పుడే చేయండి.

మీ ఆరోగ్యాన్ని జాగ్రత్తగా చూసుకోండి

తక్కువ తినడం, బాగా తినడం, క్రమం తప్పకుండా వ్యాయామం చేయడం, సన్నబడటం, క్రమం తప్పకుండా వైద్య, దంత పరీక్షలు చేయించుకోవడం, సరైన ఆహారాలు తినడం, మీ గురించి అద్భుతమైన జాగ్రత్తలు తీసుకోవడం ద్వారా మీరు మీ జీవితాన్ని సరళీకృతం చేసుకోవచ్చు.

మీరు చాలా ధనవంతులు అయ్యారని, మిలియన్ డాలర్ల రేసుగుర్రాన్ని కొనుగోలు చేశారని ఊహించుకోండి. మీరు ఆ గుర్రానికి ఎలాంటి ఆహారం ఇస్తారు? మీరు ఆ గుర్రానికి ఫాస్ట్ ఫుడ్, జంక్ ఫుడ్, సోడాలు, బంగాళాదుంప చిప్‌లతో ఆహారం ఇవ్వరని నేను ఖచ్చితంగా వాగ్దానం చేస్తాను. మీరు ఆ గుర్రానికి ప్రపంచం మొత్తంలో దొరికే అత్యుత్తమమైన ఆహారాన్ని తినిపిస్తారు.

సరే, యిప్పుడు మీరు మిలియన్ డాలర్ల రేసుగుర్రం కంటే వెయ్యి రెట్లు ఎక్కువ విలువైనవారు. మీరు మిలియన్ డాలర్ల గుర్రానికి ఎలా ఆహారం ఇస్తారో అదే విధంగా మీరు ఆహారం తీసుకోండి. మీ ఆరోగ్యాన్ని జాగ్రత్తగా చూసుకోండి.

రోజూ ఏకాంతాన్ని ప్రాక్టీస్ చేయండి

ప్రతిరోజూ ముప్పై నుండి అరవై నిమిషాలపాటు మౌనంగా ఉండటం అభ్యాసం చేయండి. మీ అంతర్గత స్వరాన్ని వినడానికి సమయాన్ని వెచ్చించండి. ఏకాంతం యొక్క అభ్యాసం మీ జీవితాన్ని మారుస్తుంది. ఏకాంతంలో, మీరు చేసే ప్రతి పనినీ మార్చగల ఆలోచనలు, అంతర్దృష్టులు మీకు లభిస్తాయి. మీరు ఏకాంతాన్ని అభ్యసిస్తున్నప్పుడు, ప్రశాంతత, నిశ్శబ్ద సృజనాత్మకత, విశ్రాంతి అనుభూతి చెందుతారు. మీరు అభ్యసిస్తున్న ఏకాంత కాలం నుండి మీ గురించి, మీ జీవితం గురించి అద్భుతమైన అనుభూతిని పొందుతారు.

మానవునికి లభించే అద్భుతమైన ఆనందాలలో ఏకాంతం ఒకటి. రోజూ ముప్పై నుంచి అరవై నిమిషాలపాటు ప్రశాంతంగా కూర్చోవడానికి క్రమశిక్షణ తప్ప మరేమీ ఖర్చు కాదు. ఒకసారి దీనిని ప్రయత్నించండి.

జీవిత లక్ష్యం

ఈ ఆలోచనలు స్వయంచాలకంగా, సులభంగా మారే వరకు వాటిని పదే పదే సాధన చేయడం ద్వారా మీరు మీ జీవితాన్ని సులభతరం చేసుకోవచ్చు. తక్కువ పనులు చేయడానికి మార్గాలను వెతకడం అలవాటు చేసుకోండి. కానీ ముఖ్యమైన పనులను చేయండి. మీ జీవితాన్ని సరళీకృతం చేయడం అలవాటు చేసుకోండి. మీరు పొందే ఆనందం, సంతృప్తిని ఏకకాలంలో పెంచుకోండి.

సుదీర్ఘమైన, సంతోషకరమైన జీవితాన్ని, ఆనందం, సంతృప్తితో నిండిన జీవితాన్ని గడపడం, మీ సామర్థ్యాన్ని గ్రహించడం కోసం మీరు చేయగలిగినదంతా చేయడం మీ లక్ష్యం. అరిస్టాటిల్, బహుశా అన్ని కాలాలలోనూ గొప్ప తత్వవేత్త, 'మానవ జీవితం, ప్రవర్తన యొక్క అంతిమ లక్ష్యం ఆనందాన్ని సాధించడమే' అని నిర్ణయించాడు. ఇది అన్ని మానవ కార్యకలాపాల యొక్క ప్రాథమిక ప్రయోజనం. అలాంటప్పుడు మనం ఆనందంగా జీవించడం ఎలా?

మీ జీవితంలో సమతుల్యతను సాధించడానికి ప్రధానమైనది ఏమిటంటే, మీ స్వంత ఆనందాన్ని మీ జీవితానికి ప్రాథమిక లక్ష్యంగా పెట్టుకోవడం, ఆపై దాన్ని సాధించడానికి చేయవలసిన ప్రతి పనినీ చేసుకోవడం. మీరు జీవితంలో ఎంతో

సాధించినా, మీరు సంతోషంగా లేకపోతే, మీ పూర్తి సామర్థ్యాన్ని గ్రహించడంలో మీరు విఫలమయినట్టే లెక్క.

మీ ఆనందం అనేది 85 శాతం ఇతర వ్యక్తులతో, ఇంట్లో, పనిలో, మీ జీవితంలోని ప్రతి ప్రాంతంలో మీకు కలిగిన సంబంధాల నుండి వస్తుంది. మీరు సంతోషంగా ఉండటానికి మీరు చేసే పనికి, మీ వ్యక్తిగత జీవితానికి మధ్య సమతుల్యత అవసరం.

నాలుగు కీలకమైన ప్రాంతాలు

మీరు ఒకదానికొకటి సమతుల్యం చేసుకోవలసిన నాలుగు కీలకమైన అంశాలు ఉన్నాయి:

1. ఆరోగ్యం, శక్తి మరియు వ్యక్తిగత ఫిట్‌నెస్. మీరు ఆరోగ్యం, ఫిట్‌నెస్ కోసం తగినంత సమయం తీసుకోవాలి, సరైన ఆహారం తీసుకోవడం, వ్యాయామం చేయడం, విశ్రాంతి తీసుకోవడం.
2. కుటుంబం మరియు సంబంధాలు. మీరు మీ జీవితంలో అత్యంత ముఖ్యమైన వ్యక్తులతో తగినంత సమయాన్ని వెచ్చించాలి. మీకు గొప్ప మొత్తంలో ఆనందం, సంతృప్తిని ఇచ్చే పనులను చేయాలి.
3. పని మరియు వృత్తి. మీకు ఆనందించే, వ్యక్తిగత సంతృప్తిని కలిగించే, మీకు బాగా ఆదాయం సమకూర్చే, అన్నిటికీ మించి మీరు అద్భుతమైన పద్ధతిలో చేయగలిగిన పనిని మీరు చేస్తూ ఉండాలి.
4. ఆర్థిక స్వాతంత్ర్యం. మీ ఆర్థిక విషయాలపై నియంత్రణను సాధించండి. క్రమం తప్పకుండా పొదుపు చేయండి. పెట్టుబడి పెట్టండి. మీరు ఆర్థిక స్వాతంత్ర్యం వైపు అంచెలంచెలుగా కదులుతున్నట్లు భావించండి.

అదనంగా, మీరు ఎప్పటికప్పుడు నేర్చుకోవడం, అభివృద్ధి చెందడం, సమాజానికి సహకరించడం, ఆధ్యాత్మికంగా అభివృద్ధి చెందడం అవసరం. మీరు దేనిలోనైనా లోపిస్తే, మీ జీవితం త్వరగా సమతుల్యత కోల్పోతుంది. మీరు బయట చేస్తున్న పని, అంతర్గతంగా మీ ఇష్టానికి విరుద్ధంగా ఉన్నప్పుడు మీకు ఒత్తిడి ఏర్పడుతుంది.

మీ జీవితంలోని ప్రతి విషయంలోనూ, ముఖ్యంగా నిర్ణయాలు తీసుకోవడంలో, మీరు వేసుకునే ముఖ్యమైన ప్రశ్నలలో ఒకటి, 'నిజంగా ముఖ్యమైనది ఏమిటి?' 80–20 నియమాన్ని గుర్తుంచుకోండి: మీ ఆనందం, సంతృప్తిలో 80 శాతం మీరు చేసే 20 శాతం పనుల నుండి వస్తాయి.

మీ అత్యంత ముఖ్యమైన సామర్థ్యం మీ ఆలోచనా సామర్థ్యం. మీరు ఎంత బాగా ఆలోచిస్తే అంత మంచి నిర్ణయాలు తీసుకుంటారు. మీరు తీసుకునే మంచి నిర్ణయాలే, మీరు చేయగలిగే మంచి చర్యలు. మీరు ఎంత మెరుగైన చర్యలు తీసుకుంటే, అంత మెరుగైన ఫలితాలు పొందుతారు.

మీ జీవితంలో నిజంగా ఏది పని చేస్తుంది? మీ జీవితంలోని ఏ భాగాలు మీకు ఆనందాన్ని, సంతృప్తిని కలిగిస్తాయి? ఏ రకమైన వ్యక్తులు, ఎటువంటి కార్యకలాపాలు మిమ్మల్ని సంతోషపరుస్తాయి? మీపై పని చేయని విషయం ఏమిటి? మీకు ఒత్తిడి, నిరాశ లేదా అసంతృప్తిని కలిగించేది ఏమిటి? ఈ రెండు ప్రశ్నలకు సమాధానమివ్వడంలో మీకు ఎంత ఎక్కువ స్పష్టత ఉంటే – ఏది పని చేస్తోంది? ఏది పని చేయదు? – అంత వేగంగా జీవితంలో సమతుల్యతను సాధించగలరు. మనుష్యులు అలవాటు జీవులు. వారు తరచుగా రొటీన్ లేదా కంఫర్ట్ జోన్‌లోకి ప్రవేశిస్తారు. అక్కడ వారు పనులను పదే పదే చేసుకుంటూ వుండిపోతారు. వారు చేసే పనులలో ఎటువంటి వైవిధ్యమూ, గొప్పతనమూ లేనప్పటికీ, ఆ పనులే వారిని సంతోషపరుస్తాయి.

'తిరస్కరణ' అనేది మన జీవితంలో ఒత్తిడికి ప్రధాన మూలం. మన జీవితంలోని ముఖ్యమైన విషయానికి సంబంధించిన సత్యాన్ని ఎదుర్కోవటానికి నిరాకరించినప్పుడు తిరస్కరణ పుడుతుంది. ఒక్కోసారి మనం చేస్తున్న పని పట్ల అసంతృప్తిగా ఉండొచ్చు. కొన్ని సంబంధాలు మనకు అంతగా ఇష్టం లేకపోవచ్చు. ఏదైన విషయంలో తప్పుడు నిర్ణయం తీసుకుని ఉండొచ్చు. ఆ ఎంపిక జీవితాంతం ఇబ్బంది పెట్టొచ్చు. తిరస్కరణ యొక్క ప్రతి చర్య మీ జీవితాన్ని సమతుల్యం దెబ్బతినేట్లుగా చేస్తుంది. మీలో ఒత్తిడిని పెంచుతుంది. అన్ని రకాల జలుబు, ఫ్లూ వంటి మానసిక అనారోగ్యాలకు దారి తీస్తుంది. వాస్తవిక సూత్రాన్ని ప్రాక్టీస్ చేయండి. ప్రపంచాన్ని మీరు ఎలా ఉండాలనుకుంటున్నారో అలా కాకుండా, ప్రపంచం ఎలా వుందో అలా చూడటం అభ్యసించండి.

మీరు మార్చలేని విషయాల గురించి కలత చెందకండి. మీరు వ్యక్తులను మార్చలేరు, గడచిపోయిన సంఘటనలను మార్చలేరు. అయినప్పటికీ దాని గురించి ఎప్పుడూ కలత చెందకండి. తిరస్కరణకు వ్యతిరేకం అంగీకారం. వ్యక్తులు, పరిస్థితులు ఎలా ఉన్నాయో అలాగే వాటిని అంగీకరించడం, అవి మారే అవకాశం లేదని మీరు గ్రహించినప్పుడు, తిరస్కరణ వల్ల మీలో కలిగిన ఒత్తిడి అదృశ్యం కావడం ప్రారంభమవుతుంది.

మానవులు జీవులను ఎంచుకుంటున్నారు; మనం ఎంపికలు చేస్తాము. ప్రతి రోజు, ప్రతి నిమిషం, మనకు ఏది ఎక్కువ ముఖ్యమైనది, ఏది తక్కువ ముఖ్యమైనది అనే దాని మధ్య ఎంపిక చేసుకుంటాము. మీ ఎంపికలు, నిర్ణయాలు మీ జీవితం యొక్క నాణ్యతను నిర్ణయిస్తాయి. విభిన్న ఎంపికలు, విభిన్న నిర్ణయాలు తీసుకోవడం ద్వారా మాత్రమే మీరు మీ జీవితాన్ని సమతుల్యతలోకి తీసుకురావడానికి ఏకైక మార్గం.

మినహాయించబడిన ప్రత్యామ్నాయం యొక్క సూత్రం ప్రకారం ఒక పని చేయడం అంటే మరొక పని చేయకపోవడమే అని సూచిస్తుంది: నిర్దిష్ట కార్యాచరణ యొక్క ప్రతి ఎంపిక మీరు అదే సమయంలో చేయగలిగిన ఇతర ఎంపికలు, కార్యకలాపాలను తిరస్కరించడాన్ని సూచిస్తుంది. మీరు ఒక పనికి సమయాన్ని కేటాయించే ముందు, ఆ పని మీరు చేస్తే, చేయలేని పని ఏమిటన్నది మీరు ఆలోచించాలి.

కుటుంబ సమయం యొక్క శక్తి

మీరు మీ కుటుంబంతో ఉన్నప్పుడు, 100 శాతం మీరు వాళ్లతోనే ఉండండి. మిగిలిన అన్ని విషయాలను వదిలేయండి. రోజు చివరిలో ఇంటికి చేరిన తర్వాత వెంటనే టెలివిజన్‌ను ఆన్ చేయటం నిలిపివేయండి. ఎందుకంటే, యింట్లో టెలివిజన్ ఆన్ అయిన వెంటనే, కుటుంబ సభ్యులతో కమ్యూనికేషన్ అన్ని విధాలుగా ఆగిపోతుంది. కుటుంబం యొక్క మొత్తం దృష్టి టెలివిజన్ స్క్రీన్ అవుతుంది. మీకు, మీ కుటుంబానికి ఇది జరగనివ్వవద్దు.

మీరు మీ కుటుంబంతో ఉన్నప్పుడు, వారికి అవసరమైన భావోద్వేగపు మద్ధతు అందించడానికి సమయాన్ని వెచ్చించండి. నేను చెప్పినట్లుగా, పురుషులు, మహిళలు అనేక విషయాలలో భిన్నంగా ఉంటారు. రోజు చివరిలో, పురుషులకు వారి పనికి గుర్తింపు, వారి ప్రయత్నాలకు ప్రశంసలు, పగటిపూట వారు ఏమి చేశారో వివరించే అవకాశం, ఒత్తిడిని తగ్గించడానికి సమయం అవసరం. స్త్రీలకు శ్రద్ధ, గౌరవం, ఆప్యాయత, వారు చెప్పింది వినడం అవసరం. వారు మాట్లాడాలనుకుంటారు. అదే సమయంలో వారి జీవితంలో అత్యంత ముఖ్యమైన వ్యక్తి తమ మాటలను గౌరవంగా వింటున్నారని భావించాలి.

పిల్లలకు షరతులు లేని సానుకూల దృక్పథం అవసరం-అంగీకారం, గౌరవం, శ్రద్ధ, ముఖ్యంగా వారి తల్లిదండ్రులు వారితో గడిపే సమయం. ప్రేమ అనే పదాన్ని పిల్లవాడు ఎలా ఉచ్చరిస్తాడు? TIME. జీవితంలో సమతుల్యత సాధించడానికి, పనిలో వున్న సమయం, ఇంట్లో ఉన్న సమయ పరిమాణాన్ని కూడా పరిగణనలోకి

తీసుకుంటుంది. మీరు అధిక-విలువ, అధిక ప్రాధాన్యత కలిగిన పనులపై దృష్టి పెట్టి పని చేస్తారు. అందువల్ల మీరు చాలా పని పూర్తి చేస్తారు. మీరు పని విషయాలలో అగ్రస్థానంలో ఉంటారు. ఇంట్లో, మీరు కూర్చున్నప్పుడు, మాట్లాడేటప్పుడు, నడిచేటప్పుడు, మీ కుటుంబ సభ్యులతో సమయాన్ని వెచ్చిస్తున్నప్పుడు ఇది సమయం యొక్క పరిమాణం, సుదీర్ఘమైన పరిమాణంగా ఉంటుంది.

జీవితాన్ని సంవత్సరాలలో గడుపుతున్నామని అందరూ అనుకుంటారు, కానీ వాస్తవానికి మనం, జీవితాన్ని క్షణాల్లో అనుభవిస్తాము. మీరు మీ కుటుంబ సభ్యునితో ఏదైనా అద్భుతమైన అనుభూతిని పొందబోతున్నప్పుడు మీరు ఖచ్చితమైన క్షణాన్ని ఎప్పటికీ గుర్తించలేరు. ఇటువంటి భావోద్వేగపు క్షణాలు సంభవించడానికి మీరు చాలా ఎంతో సమయాన్ని ఖర్చు చేయాలి. మీ వ్యక్తిగత జీవితాన్ని చక్కగా మలుచుకోండి. తద్వారా మీరు అత్యంత ముఖ్యమైన వ్యక్తులతో తగినంత సమయాన్ని వెచ్చిస్తారు. ప్రతి వారం కనీసం ఒక పూర్తి రోజు సెలవు తీసుకోండి. ఆ సమయంలో మీరు ఏ పని చేయకండి. మీరు మీ కుటుంబ సభ్యులతో లేదా మీ జీవితంలో ముఖ్యమైన వ్యక్తితో మాత్రమే సమయం గడపండి.

మీరు వివాహం చేసుకున్నట్లయితే, ప్రతి మూడు నెలలకు ఒక మూడు రోజులు వారాంతంలో సెలవు తీసుకోండి. మీ జీవిత భాగస్వామితో గడపండి. ప్రతి సంవత్సరం ఒకటి లేదా రెండు వారాల సెలవులు తీసుకోండి. ఆ సమయంలో మీరు ఏ పని చేయకండి. ఇది మీరు చేయగలిగిన అన్నిటికంటే వేగంగా సమతుల్యం పొందడానికి మీకు సహాయం చేస్తుంది

పుష్కలంగా విశ్రాంతిని పొందండి

మీ జీవితాన్ని తిరిగి సమతుల్యం చేయడానికి, మీకు పుష్కలంగా విశ్రాంతి అవసరం: ప్రతి రాత్రి కనీసం ఏడు నుండి ఎనిమిది గంటలు. మీకు తక్కువ నిద్ర వచ్చినప్పుడు, మీరు నిద్ర లోపాన్ని పెంచుకుంటారు. దీని వలన మీరు పగలంతా నీరసంగా గడపవలసి వస్తుంది. మీరు పూర్తిగా విశ్రాంతి తీసుకోనందువల్ల, మీ విజయానికి కారణమయ్యే అధిక-విలువ కార్యకలాపాలపై దృష్టి పెట్టడం మీకు కష్టంగా ఉంటుంది. మీరు కొంచెం అలసిపోయినందువల్ల, మీరు మీ కెరీర్‌లో ఎదిగేందుకు ఉపయోగపడని, తక్కువ ప్రాధాన్యత గల పనులపై పని చేస్తారు.

కేవలం ప్రతి రాత్రి ఒక గంట ముందుగా నిద్రపోవడం-ప్రతి రాత్రి ఒకటి నుండి రెండు గంటలు అదనంగా నిద్రపోవడం-మీ జీవితాన్ని పూర్తిగా మార్చివేస్తుంది. అంతేకాకుండా, మీ మొత్తం జీవితాన్ని తిరిగి సమతుల్యం చేయగలదు.

మీరు ప్రతిరోజూ ముప్పై లేదా నలభై నిమిషాలు నడకకు వెళ్లినప్పటికీ, వారానికి రెండు నుండి మూడు వందల నిమిషాలు వ్యాయామం చేయండి. ఇది మీ శక్తిని పెంచుతుంది. మీ ఫిట్‌నెస్‌ను మెరుగుపరుస్తుంది. మీ మనస్సును ప్రశాంతంగా ఉంచుతుంది. మీరు బాగా నిద్రపోయేలా చేస్తుంది. మీ జీవితాన్ని తిరిగి సమతుల్యతలోకి తీసుకురావడంలో సహాయపడుతుంది. ఇంకా మంచి విషయం ఏమిటంటే, మీ జీవిత భాగస్వామితో లేదంటే మీ పిల్లలలో ఒకరితో కలిసి నడవడానికి వెళ్లండి; అప్పుడు మీరు ఒకే కార్యాచరణ నుండి బహుళ ప్రయోజనాలను పొందుతారు.

మీరు మీ జీవితాన్ని సమతుల్యం చేసుకున్నప్పుడు, మీ గురించి మీరు అద్భుతమైన అనుభూతి చెందుతారు. మీరు పనిలో, ఇంట్లో చాలా ఎక్కువ పని చేస్తారు. మీరు ఎక్కువ ఆనందం, సంతృప్తిని అనుభవిస్తారు. అన్నిటికీ మించి, మీ జీవితంలో అన్ని విషయాలలోనూ మీరు మరింత విజయవంతమవుతారు.

సమతుల్య జీవితాన్ని గడపడానికి రహస్యం ఏమిటని కొందరు అడుగుతారు. నేను వారిని ఇలా అడుగుతాను: తీగపై నడిచే పిల్ల ఎంత సమయం బ్యాలెన్స్ చేస్తుంది? అన్ని వేళలా. అదే మీకు వర్తిస్తుంది. మీరు త్వరగా, సులభంగా సంతులనాన్ని సాధించలేరు; ఇది మీరు ప్రతి రోజు పని చేయవలసిన విషయం.

సంతోషించే విషయం ఏమిటంటే, మీరు పదేపదే చేసేది చివరికి అలవాటుగా మారుతుంది. ఈ ఆలోచనలు మీ జీవితంలో భాగమయ్యే వరకూ, వాటిని మళ్లీ మళ్లీ ఆచరించడం ద్వారా మీరు సంతోషకరమైన, చక్కని పనితీరుతో, చక్కటి సమతుల్య జీవితాన్ని గడపడం అలవాటు చేసుకోవచ్చు.

13

పూర్తి [illegible]ర్తన

మన ‘పరివర్తన’ ప్రయాణంలో చాలా దూరం వచ్చాము. బహుశా మీరు దిక్కుతోచని వ్యక్తిగా, జీవితం పట్ల అసంతృప్తి ఉన్న వ్యక్తిగా, బాధితులుగా భావించి, మీ కష్టాలకు ప్రతి ఒక్కరినీ నిందించే అవకాశం ఉన్న వ్యక్తిగా ప్రారంభించి ఉండవచ్చు.

మీరు నేర్చుకున్న మొదటి విషయం ఏమిటంటే, బాధితులుగా భావించడం అర్థరహితమే కాకుండా అది తప్పు కూడా. ఎందుకంటే మీ మనస్సుతో, మీరు విశ్వంలోని అత్యంత శక్తివంతమైన శక్తిని మీలోనే కలిగి ఉంటారు. ఈ అపారమైన శక్తిని ఉపయోగించేందుకు మొదటి మెట్టు కేవలం మీకు అవసరం లేని విషయాలపై కాకుండా మీకు అవసరమైన వాటిపై మీ దృష్టిని కేంద్రీకరించడం అని కూడా మీరు తెలుసుకున్నారు. ఇది మాత్రమే మిమ్మల్ని ప్రజలందరికంటే ముందు ఉంచుతుంది.

ఆశావాదం, మీకు అందుబాటులో ఉన్న అనంతమైన అవకాశాలను అన్వేషించడం వంటి శక్తివంతమైన సాధనాల ద్వారా గరిష్ట పనితీరు వైపు మిమ్మల్ని మీరు ప్రేరేపించుకోవడం మీరు నేర్చుకున్న తదుపరి విషయం. ఉదాహరణకు, మీరు ఇప్పుడు సంపాదిస్తున్న దానికంటే పదిరెట్లు ఎక్కువ సంపాదించగలిగితే? మనస్సు యొక్క శక్తి కారణంగా, ఈ ఆలోచనపై దృష్టి కేంద్రీకరించడం–మీరు మొదట నమ్మకపోయినా–వాస్తవానికి తీసుకురావడం ప్రారంభించవచ్చు.

స్వీయ–ప్రేరణతో విజయానికి చాలా ఎక్కువ సంబంధం ఉంది, కానీ అది సరిపోదు. మనం గమనించినట్లుగా, మానవులు సామాజిక జీవులు. మీరు ఇతరులతో ఎలా పని చేయాలో నేర్చుకోవడం ద్వారా, వారి నుండి మీకు కావలసిన వాటిని పొందడం ద్వారా – వారు కోరుకున్నది పొందడానికి వారికి సహాయం చేయడం ద్వారా – మాత్రమే మీరు మీ కోసం నిర్దేశించుకున్న లక్ష్యాలను సాధిస్తారు.

క్క ప్రాముఖ్యతను కూడా చూశాము. ఇది మీ డంలో అత్యంత ముఖ్యమైన అంశం కావచ్చు.

జీవితంలో లక్ష్యాలను లవాటిని వ్రాయడం, వాటిని సాధించే మార్గాలను జాబితా నికి ప్రధానమైనది. సరైన సమయ నిర్వహణ ద్వారా ఈ వెళ్లడానికి అత్యంత సమర్థవంతమైన మార్గాన్ని కూడా ల

అ సంపద సృష్టి సూత్రాలను కూడా నేర్చుకున్నారు. మీరు ఇష్టపడే పని ముఖ్యం అయినప్పటికీ, మీ అంతిమ లక్ష్యం పూర్తి ఆర్థిక స్వాతంత్ర్యం, ద్వారా మీరు పని చేస్తున్నా లేదా పని చేయకపోయినా మీకు పుష్కలంగా డబ్బు వస్తుంది. వాస్తవానికి, సంపద సృష్టికి అనేక మార్గాలు ఉన్నాయి, కానీ గణాంకపరంగా, అతిపెద్దది వ్యవస్థాపకత – మీ స్వంత వ్యాపారాన్ని ప్రారంభించడం. చాలావరకు, ప్రపంచంలోని అత్యంత ధనవంతులైన వ్యక్తులు వారి స్వంత వ్యాపారాలను ప్రారంభించడం ద్వారా, ఇతరులందరి కంటే ప్రత్యేకమైన లేదా చాలా ఉన్నతమైన ఉత్పత్తి లేదా సేవను అందించడం ద్వారా వారి సంపదను పొందారు. వ్యవస్థాపకత యొక్క కొన్ని ప్రాథమిక సూత్రాలను మనం తెలుసుకున్నాం.

ఆ తరువాత, సమస్యలు జీవితంలో ప్రధాన భాగమనే వాస్తవాన్ని కూడా మనం పరిశీలించాము. మీరు ఎంత ఆరోగ్యంగా, సంపన్నులుగా, విజయవంతమైన వారైనా, మీరు సమస్యలను నిరంతరం ఎదుర్కొంటూ వుంటారు. అందువల్ల, పరిపూర్ణమైన జీవితం కోసం, మీరు సమస్యలను ఎలా ఎదుర్కోవాలో, ఎలా పరిష్కరించాలో అర్థం చేసుకోవాలి.

చివరగా, జీవితం యొక్క నిజమైన లక్ష్యం 'ఆనందం' అని మనం తెలుసుకున్నాం. దాదాపు మనందరికీ, ఆనందం ఇతరులతో మనకు ఉన్న సంబంధాలపైన ఆధారపడి ఉంటుంది. జీవితాన్ని ఎలా సులభతరం చేసుకోవాలో మనం చూసాం, తద్వారా మీరు నిజంగా లెక్కించాల్సిన వాటి కోసం సమయం, శక్తిని కలిగి ఉంటారు —— ఇది దాదాపు ఎల్లప్పుడూ మీకు దగ్గరగా ఉండే వ్యక్తులు.

మీరు ఈ సూత్రాలను చదివి, జీర్ణించుకుని, అన్వయించుకుంటే, మీరు సంతృప్తికరంగా ఉండని జీవితం నుండి అత్యంత ముఖ్యమైన విషయాలన్నింటిలో సమృద్ధిగా ఉన్న జీవితానికి మారవచ్చు. మిమ్మల్ని మీరు ఒక సాధారణ పక్షి నుండి అద్భుతమైన ఫీనిక్స్‌గా మార్చుకోవచ్చు.

మనం మానవ చరిత్రలో అత్యుత్తమ సమయంలో జీవిస్తున్నామని పునరావృతం చేస్తూ ముగిస్తాను. మీరు ఈ భూమిపై యింతకుముందు నివసించిన మానవులు

కన్నా భిన్నంగా, ఎక్కువ కాలం, మరింత మెరుగ్గా జీవించడానికి, ఎన్నో అవకాశాలు ఉన్నాయి. మానవజాతి యొక్క ఈ స్వర్ణయుగాన్ని పూర్తిగా సద్వినియోగం చేసుకోవడం ద్వారా మీరు చేయగలిగిన ప్రతిదీ చేయడం, మీరు కలలుగన్న అన్ని వస్తువులను ఆస్వాదించడం, సుదీర్ఘమైన, సంతోషకరమైన జీవితాన్ని ఆనందంగా గడపడం మీ పని. మీరు చేస్తారని నేను ఆశిస్తున్నాను. శుభం కలుగుగాక !

అనువాదకుని గురించి

ఆకురాతి భాస్కర్ చన్ద్ర, కామర్స్ లోనూ, న్యాయశాస్త్రం లోనూ పట్టభద్రులు, తెలుగు సాహిత్యం, సామాజిక శాస్త్రాలలో స్నాతకోత్తర పట్టభద్రులు. Indian Institute of Bankers లో సర్టిఫైడ్ అసోసియేట్. 36 సంవత్సరాలు బ్యాంకింగ్ రంగంలో అధికారిగా, అనేక రాష్ట్రాలలో, వివిధ సేవలు అందించారు. ఆయన 70 కి పైగా కథలు, 20 కి పైగా నవలలు, రేడియో నాటకాలు రాసారు. ఆయనకు అత్యంత ఇష్టమైన ప్రక్రియ "నాటకం". నాటక రచయితగా 20 నాటకాలు, 40 నాటికలు రచించారు. ఆంధ్రప్రదేశ్ ప్రభుత్వం వారు నిర్వహించే నంది నాటకోత్సవాలలో మూడుసార్లు ఉత్తమ రచయితగా నంది బహుమతులు అందుకున్నారు. మిగిలిన వివిధ విభాగాలలో ఆయన నాటకాలకు మరో 15 నంది బహుమతులు దక్కించుకున్నారు. "వామన వృక్షం" రేడియో నాటకం ఆల్ ఇండియా రేడియో వారు నిర్వహించిన జాతీయ నాటక ఉత్సవాలలో ఉత్తమ నాటకంగా ఎన్నిక కాబడి ఏకకాలంలో 15 భాషల్లో ప్రసారం చేయబడింది. పొట్టి శ్రీరాములు తెలుగు విశ్వవిద్యాలయం నుండి ప్రతిభా పురస్కారాన్ని, 2012 ప్రపంచ తెలుగు మహాసభలలో నాటక రంగ పురస్కారాన్ని అందుకున్నారు. నాటక రచయితగా, దర్శకుడిగా వందలకొద్దీ పురస్కారాలను అందుకున్నారు. శ్రీ దేవదాస్ కనకాల మాస్టార్ గారి దర్శకత్వంలో కొన్ని టీవీ సీరియళ్లకు, డాక్యుమెంటరీలకు రచన, స్క్రీన్ ప్లే అందించారు. కొన్ని లఘు చిత్రాలకు స్క్రిప్ట్ సమకూర్చారు. వాటిలో రెండు లఘు చిత్రాలు బహుమతులు అందుకున్నాయి. చిత్రలేఖనం కూడా ఇష్టపడే యీయన రవీంద్రనాథ్ ఠాగూర్ "గీతాంజలి" పద్యాలకు, పత్రికలలో పెన్ డ్రాయింగ్స్ గీసారు. ఆంధ్రప్రదేశ్, కృష్ణాజిల్లా, గుడివాడలో పుట్టి పెరిగి, విజయవాడలో కాలేజీ చదువు, మద్రాస్ నగరంలో సినీ జర్నలిస్ట్ గా కొంతకాలం గడిపిన రచయిత ప్రస్తుతం హైద్రాబాద్ స్థిర నివాసంగా చేసుకున్నారు.

a.bhaskarchandra@gmail.com